இரண்டு தந்தையர்

இரண்டு தந்தையர்

(நாடகங்கள்)

சுந்தர் சருக்கை

தமிழில்:
சீனிவாச ராமானுஜம்

மாற்று

இரண்டு தந்தையர்
(நாடகங்கள்)
சுந்தர் சருக்கை ©
தமிழில்: சீனிவாச ராமாநுஜம்

முதற்பதிப்பு: டிசம்பர் 2018
வெளியீடு: மாற்று வெளியீட்டகம், சென்னை.

விற்பனை உரிமை:
பரிசல் புத்தக நிலையம்,
216 முதல் தளம், திருவல்லிக்கேனி நெடுஞ்சாலை,
திருவல்லிக்கேனி, சென்னை 600 005
தொடர்புக்கு: 93828 53646 | parisalbooks@gmail.com

அட்டை, நூல் வடிவமைப்பு: ஜீவமணி

விலை: ரூ 200

IraNdu thanthaiyar
(NadagangaL)
Sundar Sarukkai ©
Translated by Srinivasa Ramanujam

First Published: December 2018
by Maatru veliyeetagam, Chennai.

Sales Right:
Parisal Putthaga Nilayam, 216 First Floor, Triplicane High Road,
Triplicane, Chennai 600 005
Contact: 93828 53646 | parisalbooks@gmail.com

Cover and Book Design: Jeevamani

Price: Rs. 200

ISBN 978-81-93703-77-9

சுந்தர் சருக்கை:

இயற்கை மற்றும் சமூக அறிவியல் சார்ந்து தத்துவ சிந்தனையாளரான இவர், வட அமெரிக்காவில் உள்ள பர்டு (Purdue) பல்கலைக்கழகத்தில் இயற்பியலில் முனைவர் பட்டம் பெற்றவர். இவர் நியாஸில் (NIAS) தத்துவப் பேராசிரியராக இருக்கிறார். சமகால தத்துவவியலாளர்களில் முக்கியமானவரான இவரது நூல்கள்: Translating the World: Science and Language (2002), Philosophy of Symmetry (2004), Indian Philosophy and Philosophy of Science (2005), What is Science? (2012), The Cracked Mirror: An Indian Debate on Experience and Theory (co-authored with Gopal Guru, 2012). கோபால் குருவுடன் இவர் இணைந்து எழுதியிருக்கும் புத்தகம் அடுத்த வருடம் OUP வெளியிடாக வர இருக்கிறது. 'தி இந்து' ஆங்கில நாளிதழில் தொடர்ந்து கட்டுரைகள் எழுதி வருகிறார்

நாடகச் செயல்பாடுகளில் அதிக ஈடுபாடு கொண்டிருக்கும் இவர் ஹெக்கோடுவில் உள்ள நிநாசம் (NINASAM) அமைப்பின் செயல்பாடுகளோடு நெருக்கமான உறவு கொண்டிருக்கிறார். இவர் எழுதிய நாடகங்கள் தமிழில் தான் முதல் முறையாக புத்தக வடிவம் பெறுகின்றன.

எனக்கு ஒரு மொழியை கொடுத்த என் அம்மா
சாந்தா ரங்கராஜனுக்கும்
உண்மையான கவிஞரான என் சித்தப்பா
எஸ்.கே. சேசாத்திரிக்கும்

உள்ளே...

- முன்னுரை:
  சுந்தர் சருக்கை 11
- மொழிபெயர்ப்பாளர் குறிப்பு:
  சீனிவாச ராமாநுஜம் 17
1. ஹார்டியின் நியாயப்பாடு 23
2. சாதாரண மனிதன் அல்ல 75
3. இரண்டு தந்தையர் 133

முன்னுரை

இத்தொகுப்பில் உள்ள மூன்று நாடகங்களின் தோற்றுவாயாகச் சில பின்கதைகள் உள்ளன. இதில் முதலாவது நாடகத்தை இராமானுஜன் குறித்த நாடகம் ஒன்றை வாசிப்பு மேடையாக்கத்தைப் பார்த்ததினால் ஊக்கம் பெற்றேன். அமெரிக்க நாடக ஆசிரியரான ஈரா ஹாப்ட்மன் (Ira Hauptman) எழுதியிருந்த இந்த நாடகம் 'Partitions' என்று பெயரிடப்பட்டிருந்தது. மேடையில் நான் பார்த்த இந்த நாடகத்தின் வாசிப்பு நிகழ்த்துதலும் நாடகப் பிரதியும் எனக்குப் பெரும் ஏமாற்றத்தைத்தான் தந்தன. இந்த நாடகம் இராமானுஜனை எவ்வளவு சாதாரணமாகப் புரிந்துகொண்டுள்ளது என்பதைக் கண்டபோது எனக்கு அவ்வளவு சலிப்பேற்பட்டது.

இராமானுஜனைப் புரிந்துகொள்வதில் உள்ள பெரும் சிக்கல் என்னவென்றால், அவர் வாழ்க்கை குறித்தான பல பிரபலமான கதைகள் பெரும்பாலும் மற்றவர்கள் கண்கள் ஊடாகவே, குறிப்பாக ஜி.ஹச். ஹார்டியின் கண்கள் ஊடாகப் பார்க்கப்படுகின்றன என்பதுதான். இராமானுஜன் குறித்த கனிகலின் மிகச் சிறந்த புத்தகம் (Robert Kanigel, *The Man Who Knew Infinity*) மிக முக்கியமான பங்களிப்பு என்றாலும், அதுவும்கூட இராமானுஜனை ஏன் என்ற கேள்வி கொண்டு புரிந்துகொள்ள உதவுவதாக இல்லை. ஒருவர் குறித்து அர்த்தமுள்ள பதிவுகளோ உரையாடல்களோ இல்லாத போது, அவரது செயல்களையும் நோக்கங்களையும் புரிந்துகொள்ள, அவருடைய பண்பாட்டுப் பின்புலத்திலிருந்து அவரை அணுகுவது பயனுள்ளதாக இருக்கும் என்ற என் அனுமானத்திலிருந்து தொடங்கினேன். இப்படியாகத்தான், என்னுடைய நாடகம் இராமானுஜனுக்குப் பின்னுள்ள அவரது பண்பாட்டுத் தாக்கங்களுக்குக் குரல் கொடுக்கும் ஒரு முயற்சியானது. பண்பாடு ஒரு விதத்தில் தன்னை வெளிப்படுத்திக்கொள்கிறது. இது இராமானுஜன், அவரது மனைவி, அவரது தாய் ஆகியோருடைய

வெளிப்பாடாக இருப்பதோடு இதுவே ஹார்டியின் அறிவியல் பண்பாடாகவும் வெளிப்படுத்திக்கொள்கிறது.

நான் ஹாப்ட்மனின் நாடகத்தைப் பார்ப்பதற்கு முன்னரே, இராமானுஜன் ரயிலின் வண்டி முன் விழுந்து தற்கொலை செய்து கொள்ளும் அளவுக்குக் கொண்டுபோய் விட்டதாகச் சொல்லப்படும் ஓவல்டின் கதை குறித்து எனக்கு எப்போதும் உறுத்தல் இருந்தது. அப்போதுதான் எங்கோ மறைந்துகொண்டிருந்த அவ்வளவு முக்கியமில்லாத ஒரு செய்தி தற்செயலாக என் கவனத்துக்கு வந்தது. அது, ஹார்டியின் தற்கொலை முயற்சி குறித்தது. ஹார்டி, இராமானுஜன் இருவருமே தற்கொலை செய்துகொள்ள முயன்றார்கள் என்ற ஒத்த செயலை நான் அறிந்துகொண்ட அந்தத் தருணத்தில் நாடகம் அதுவாகவே தன்னை எழுதிக்கொள்ளத் தொடங்கியது. தற்கொலைக்கு முயன்றார் என்ற கதை மூலம் பெரும் அநீதி இழைக்கப்பட்டிருப்பதாக நான் கருதும் இராமானுஜனின் குரலை சாத்தியப்படுத்தும் என்னுடைய முயற்சி இந்த நாடகத்தின் வழியாக முற்றிலும் வேறுபட்ட ஒரு வெளிப்பாட்டைக் கண்டுகொண்டது.

இப்படியாக, இந்த நாடகம் என்ன நடந்திருக்கலாம் என்ற கோணத்திலிருந்து ஓவல்டின் சம்பவத்தை மாற்றி எழுதுகிறது. மேலும், இராமானுஜன் கதையில் வரும் மற்றுமொரு குரலற்ற கதாபாத்திரத்துக்கு, அதாவது அவரது தாய்க்கான குரலை உருவாக்கிக் கொடுக்கிறது. பெரும்பாலான பதிவுகளில், இராமானுஜனின் தாயார், மருமகளை நடுங்க வைத்த, அவளைத் தன் மகனிடமிருந்து பிரித்துவைத்திருந்த வில்லிக்கான ஒரு முன்மாதிரியாகவே வெளிப்படுகிறார். இந்த நாடகத்தில் அவரது தாயார் தன்மொழி (monologue) ஊடாக மிக முக்கியப் பங்காற்றுகிறார்.

ஆக, இந்த நாடகம் இந்த எல்லா காரணங்களுக்காகவும் எழுதப்பட்டது என்றாலும், ‘அறிவியல் நாடகங்கள்’ என்று அழைக்கப்படும் இலக்கிய வகைமை மீது திடீரென்று அக்கறை உருவான காலத்தில் இது எழுதப்பட்டது என்பது எதேச்சையாக நடந்த ஒன்றுதான். இத்தகைய நாடகங்கள் சில காலங்களாகச் சுற்றில் இருந்தாலும் பெரிதும் அறிவியல் சமூகத்தின் கவனத்துக்கு இவை அப்போதுதான் வந்தன. அக்காலகட்டத்தில்தான் பெங்களூரு நகரத்தில் அரங்குக் கலை (Theatre) புத்தெழுச்சி பெற்றது. அரங்குக் கலைக்கான ஒரு வெளியாக ‘ரங்க சங்கரா’

அக்காலத்தில் தொடங்கப்பட்டது என்பது இந்த புத்தெழுச்சியை மிகச் சிறப்பாக அடையாளப்படுத்துகிறது. அதே சமயம், இந்திய அறிவியல் சமூகத்தில் வெகுகாலமாக நிலவிவந்த அரசியலையும் இது வெளிப்படுத்துவதாக இருந்தது. அறிவியல் குறித்து அறிவியல் சமூகம் ஏறக்குறைய குறுகிய பார்வையைக் கொண்டிருக்கிறது. சமூகத்தில் மட்டுமல்லாமல், அரசாங்கத்திலும் அறிவியல் கொண்டிருக்கும் அதிகாரம் மற்றும் செல்வாக்கின் மூலம் பொதுநிதியின் பெரும் பகுதியை வெற்றிகரமாகத் தனதாக்கிக்கொள்ள முடிகிறது. இந்தியாவில் அறிவியலுக்குக் கொடுக்கப்படும் சலுகைகளுக்காக சமூக விஞ்ஞானம், மானுடம் தொடர்பான துறைகள் (humanities) போன்றவை பெரும் விலையைக் கொடுக்க வேண்டியுள்ளது. நகைமுரண் என்னவென்றால், இப்போது அறிவியல் நாடகங்கள் போன்ற முன்னெடுப்புகளுக்கு ஊக்கமளிக்கும் விதமாக நிதியுதவி செய்யும் பொறுப்பு இதே அறிவியல் நிறுவனங்களிடம் கொடுக்கப்பட்டிருக்கின்றன என்பதுதான்! ஆனால், இது இறுதியாக என்னவாகிறது என்றால், எத்தகைய அறிவியல் வெளிப்பாடு ஏற்றுக்கொள்ள கூடியது என்பது இவர்களுடைய கோணத்திலிருந்து வழிக் காட்டுவதாகிறது.

நான் இங்கு இதை முன்வைப்பதற்குக் காரணம், நான் எழுதியிருக்கும் ஐன்ஸ்டைன் குறித்த அடுத்த நாடகம் இந்தியாவில் மானுடம் தொடர்பான துறைகள் எதிர்கொள்ளும் பிரச்சினையோடு தொடர்புகொண்டது என்பதனால்தான். 1905 ஆம் ஆண்டு ஐன்ஸ்டைன், நாம் என்றும் மறக்க முடியாத நான்கு கட்டுரைகளை வெளியிட்ட நூற்றாண்டை கொண்டாடும் விதமாக 2005ஆம் வருடம் 'உலக இயற்பியல் ஆண்டாக' அறிவிக்கப்பட்டது. ஐன்ஸ்டைனின் அறிவியலை எல்லா அறிவியல் நிறுவனங்களும் கொண்டாடின.

இந்த ஆண்டை நானும் கொண்டாடவே விரும்பினேன் - வெறுமனே ஓர் இயற்பியல் நிகழ்வாகச் சுருக்காமல். ஐன்ஸ்டைன் தத்துவம் போன்ற துறைகளினால் மிகுந்த தாக்கம் பெற்றவராக இருந்தார். அவர் காந்தியின் மீது பெரும் மதிப்பு வைத்திருந்ததோடு வன்முறை, போர் போன்றவற்றுக்கு எதிராக உறுதியான நிலைப்பாட்டை முன்வைத்தார். ஆனால், எது என்னை பெரிதும் ஈர்த்தது என்றால், பிரின்ஸ்டன் பல்கலைக்கழகத்தில் இருந்தபோதான அவருடைய தனிப்பட்ட வாழ்க்கைதான். தர்க்கவியலாளரான (logician) குர்ட் கோடலுடன் அவர் கொண்டிருந்த மிகவும் சுவாரசியமான உறவைத் தவிர அவர் தன்னை அதிகம் தனிமைப்படுத்திக்கொண்டவராகவே இருந்தார். எனக்கு இயற்பியல்

ஆண்டைக் கொண்டாடுவது என்பது, ஐன்ஸ்டைனின் தனிப்பட்ட வாழ்க்கை அவருடைய பங்களிப்புகளில் எவ்வாறு இயற்பியலாக வெளிப்பட்டது என்பதை அறிந்துகொள்வதாக இருந்தது. அந்த சமயத்தில், ஐன்ஸ்டைன் மகள் குறித்தும் அதைச் சார்ந்த பிற விரும்பத்தகாத விஷயங்கள் குறித்தும் ஒரு புத்தகம் எதேச்சையாக என் கண்ணில் பட்டது. உடனடியாக, மேடையில் ஐன்ஸ்டைன் வெறுமனே ஒரு இயற்பியலாளராக அல்லாமல் ஒரு மனிதராக உயிர் பெறுவதற்கான மையக் கதையாடல் இதுதான் என்பதை உணர்ந்துகொண்டேன்.

இப்படியாகத்தான், 'சாதாரண மனிதர் அல்ல' என்ற நாடகத்தை எழுதினேன். இந்த நாடகத்தில், அவரது மகளை அவருக்கு நினைவூட்டும் விதமாக ஒரு ஜிப்ஸிப் பெண்மணியை ஐன்ஸ்டைன் சந்திக்கிறார். இந்த நாடகம் மேலும் ஒரு கதாபாத்திரத்தைக் கொண்டுள்ளது; அதுதான் கோடல். இது மிகவும் இறுக்கமான உணர்வுபூர்வமான நாடகம். இந்த நாடகம் ஐன்ஸ்டைனை எல்லாவிதத்திலும், குறிப்பாக அவரது முதல் மனைவியோடு அவர் கொண்டிருந்த உறவை, நல்லவிதமாகக் காட்டவில்லை என்பதை ஏற்றுக்கொள்கிறேன். இந்த நாடகத்தை நாங்கள் நிகழ்த்தியபோது, பொதுவாக அறிவியலாளர்களும் ஆண்களும் சங்கடப்பட்டதை என்னால் உணர்ந்துகொள்ள முடிந்தது. அதே சமயத்தில், பல பெண்கள் கோபத்தையும் வருத்தத்தையும் வெளிப்படுத்தினார்கள். என்னால் இந்த நாடகத்தோடு சுமுகமான உறவுகொள்ள முடியவில்லை. ஐன்ஸ்டைனின் முதல் மனைவி குறித்தோ, அவரது இரண்டு மகன்கள் குறித்தோ - அதில் ஒருவன் மனநலக் காப்பகத்தில் இருந்தான் - நான் ஏதும் எழுதியிருக்கக் கூடாது என்ற உணர்வு என்னிடம் எப்போதும் இருந்துகொண்டே இருக்கிறது. அதேசமயம் ஒரு மனிதரின் வாழ்க்கையில், அதிலும் குறிப்பாக எத்தகைய அர்த்தத்திலும் ஒரு அசாதாரணமான மனிதரான அவரது வாழ்க்கையில் காணப்பட்ட மோதல்களை, இந்த நாடகம் மிக உணர்ச்சிபூர்வமாக வெளிப்படுத்துகிறது என்றே நம்புகிறேன்.

மூன்றாவது நாடகம் சமீபத்தில்தான், அதாவது, 2017இல் எழுதப்பட்டது. ஐன்ஸ்டைன் குறித்த என் நாடகத்தை நிகழ்த்துவதற்கு சில நாடகக் குழுக்கள் விருப்பம் தெரிவித்திருந்தாலும் எந்த நாடகக் குழுவும் அதை மேடையேற்றவில்லை. நாடகத்தின் இறுக்கமும் பல ஆண்களைச் சங்கடப்படுத்தக்கூடிய அதன் உட்பிரதியும்தான் அதற்குக் காரணமாக இருக்க வேண்டும் என்றே நான் நம்புகிறேன். ஆனால்

என் நண்பர், 2017இல் கோவாவில் நாடகக் குழு ஒன்றைத் தொடங்கினார். அவ்வளவு கனமில்லாத, நகைச்சுவையான நாடகம் ஒன்றை வேண்டினார் (அவர் சொன்னது: கோவாவுக்கு ஏற்றாற்போல்!). அச்சமயத்தில், சம்பாரண் போராட்டத்தின் நூற்றாண்டை முன்வைத்து கருத்தரங்கம் ஒன்று நடத்தப்பட்டது. அதில் காந்தியின் சத்தியம் என்ற கருத்தாக்கம் குறித்துப் பேசினேன். என் நண்பர் அவரது குழுவுக்காக நாடகம் ஒன்றைக் கேட்டதற்கிணங்க, நான் அனுப்பிய ஐன்ஸ்டைன் நாடகத்தை ரொம்ப 'சீரீயஸாக' இருப்பதாகப் பார்த்தார். அப்போதுதான், காந்தியும் ஐன்ஸ்டைனும் தங்கள் குழந்தைகளோடு ஒரேவிதமான அனுபவத்தைக் கொண்டிருந்தார்கள் என்ற எண்ணம் என்னுள் தோன்றியது. ஆக, உடனடியாக காந்தியையும் ஐன்ஸ்டைனையும் குறித்து ஒரு நாடகம் எழுதும் உந்துதல் பெற்றேன். இருவரும் ஒருவருக்கொருவர் ஆழ்ந்த மதிப்பு கொண்டிருந்தார்கள் என்றாலும் இருவரும் எப்போதும் சந்தித்துக்கொண்டதில்லை என்பதை நான் அறிந்திருந்ததும் காரணமாக இருக்கலாம். இவர்கள் இந்த நாடகத்தில் சந்தித்துக்கொள்வதோடு மட்டுமல்லாமல் இதற்கு முன் சாத்தியமாகியிராத வகையில் தங்கள் குழந்தைகள் குறித்துப் பேசிக்கொள்கிறார்கள். இப்படியாகத்தான் இந்தத் தொகுப்பில் உள்ள மூன்றாவது நாடகம் சாத்தியப்பட்டது.

முதல் இரண்டு நாடகங்கள் தொழில்முறை பயிற்சியில்லாத, நியாஸில் (NIAS) என்னுடன் பணிபுரிகிறவர்களைக் கொண்டு உருவாக்கப்பட்ட நாடகக்குழுவால் நிகழ்த்தப்பட்டது. குறிப்பாக, முதல் இரண்டு நாடகங்களில் வரும் பிரதானப் பாத்திரங்களை ஏற்று நடித்ததோடு மட்டுமல்லாமல் என்னுடைய நாடகப் பரிசோதனைகளுக்குப் பக்கபலமாக இருந்துவரும் அனிந்தியா ஷிங்காவுக்கும் (Anindya Sinha), தன்வந்தி நாயக்குக்கும் (Dhanwanti Nayak) என்னுடைய நன்றியைத் தெரிவித்துக்கொள்கிறேன்! டாக்டர் இராஜா ராமண்ணா காலத்திலிருந்து நாடகக் கலை மீதான எங்களுடைய ஈடுபாட்டுக்கு நியாஸ் பெரும் ஊக்கம் கொடுத்துக் கொண்டிருக்கிறது. இதற்கு நான் கடமைப்பட்டவனாகிறேன். ஐன்ஸ்டைன் - காந்தி குறித்த மூன்றாவது நாடகம், என்னுடைய நண்பர் சீனிவாஸ் பாஷியம் கோவாவில் தொடங்கியிருந்த இமையா ஷோஸ் (Imaya Shows) என்ற நாடகக் குழுவிற்காக எழுதப்பட்டது. 'இரண்டு தந்தையர்' நாடகத்தை படித்துவிட்டு சில யோசனைகளை முன்வைத்ததோடு மட்டுமல்லாமல், அரங்குகலை குறித்து

பலவருடங்களாக என்னுடன் ஆழமாக உரையாடிக் கொண்டிருக்கும் கே.வி. அக்ஷராவுக்கு நான் என்றும் கடமைப்பட்டவனாகிறேன்.

உண்மைதான், முக்கியமான கதாபாத்திரம் ஒன்று மேடையில் தோன்றாமல் இருந்திருந்தால் கால சுழற்சியில், விதிவசத்தால் இந்தத் தொகுப்பில் காணப்படும் நாடகங்கள் நிச்சயமாகக் காணாமல் போயிருக்கும். அந்தக் கதாபாத்திரம் சீனிவாச ராமானுஜம். இந்த நாடகங்கள் மீது நான் கொண்டிருக்கும் நம்பிக்கைக்கும் ஈடுபாட்டுக்கும் சீனிவாச ராமானுஜம் புத்துயிர் கொடுத்ததோடு மட்டுமல்லாமல், பெரும் உற்சாகத்தோடும் திறமையோடும் இந்த நாடகங்களைத் தமிழாக்கம் செய்திருக்கிறார். இவரது அக்கறையும் நட்பும் இல்லாமல், இந்தத் தொகுப்பு சாத்தியப்பட்டிருக்காது!

— சுந்தர் சருக்கை

மொழிபெயர்ப்பாளர் குறிப்பு

ஒரு தத்துவவியலாளராக எனக்கு அறிமுகமான பேராசிரியர் சுந்தர் சருக்கை நாடகக் கலையோடு நெருங்கிய உறவு கொண்டிருப்பார் என்று கனவிலும் நான் நினைத்துப் பார்த்தது கிடையாது. ஹெக்கோடுவில் உள்ள நிநாசத்தில் (NINASAM) 'தத்துவமும் சமூகச் செயல்பாடுகளும்' என்ற தலைப்பில் அவர் ஏற்பாடு செய்திருந்த மூன்று நாள் பயிலரங்கில் கலந்துகொண்டேன். அந்தப் பயிலரங்கில் தத்துவார்த்த ரீதியாக உடல் குறித்தும் நாடகக் கலையில் உடலின் அத்தியாவசியமான பங்கு குறித்தும் விவாதிக்கப்பட்டது. அப்போதுகூட நான் அவரை நாடகக் கலையோடு இணைத்துப் பார்க்கவில்லை. ஒரு முறை அவர் சென்னை வந்திருந்தபோது, கணிதவியலாளர் இராமானுஜன் குறித்துப் பேசிக்கொண்டிருந்தபோது (என் பெயர் கணிதவியலாளர் இராமானுஜன் நினைவாக வைக்கப்பட்ட பெயரா என்று அவர் கேட்டதன் விளைவாக) இராமானுஜன் குறித்து நாடகம் ஒன்று அவர் எழுதியிருப்பதாகச் சொன்னார். அதற்கு முன்பாக ஏறக்குறைய ஒரு வருடமாக அவரோடு பழகிக்கொண்டிருக்கிறேன். அவர் நாடகங்கள் எழுதியிருப்பதாக என்னிடம் ஒருமுறையும் சொன்னதில்லை. நாடகக் கலையோடு அவருக்கு இருக்கும் ஈடுபாட்டை வெளிப்படுத்தியதுமில்லை. நாடகம் எழுதியிருக்கிறேன் என்று அவர் சொன்னது எனக்கு உண்மையில் அதிர்ச்சியாக இருந்தது. பேச்சைத் தொடர்ந்தபோது மேலும் சில நாடகங்கள் எழுதியிருப்பதாகச் சொன்னார். படிக்கக் கிடைக்குமா என்று கேட்டபோது, பெங்களூரு சென்ற பின் அனுப்பிவைக்கிறேன் என்றார். அவர் எழுதியிருந்த மூன்று நாடகங்களை அனுப்பி வைத்தார். இம்மூன்றையும் ஒரே மூச்சில் படித்து முடித்தேன். நான் ஆச்சரியப்பட்டுப்போனேன் என்றுதான் சொல்ல வேண்டும். ஒரு தத்துவவியலாளரான சுந்தர் சருக்கையைக் காட்டிலும் ஒரு நாடக ஆசிரியரான சுந்தர் சுருக்கை எனக்கு நெருக்கமானவரானார். இவற்றை உடனடியாகத் தமிழாக்கம் செய்யும் விருப்பத்தைத்

தெரிவித்தேன். உற்சாகமாக அனுமதி கொடுத்தார். தமிழாக்கத்தை முடிந்தபின் முன்னுரை எழுதிக்கொடுக்க வேண்டும் என்றேன். உடனடியாக எழுதி அனுப்பினார். இப்படியாகத்தான் இந்த நாடகத் தொகுப்பு சாத்தியப்பட்டது.

1

இந்த மூன்று நாடகங்களிலும் சில தனித்த பண்புகளைப் பார்க்க முடிகிறது. அவற்றுள் முக்கியமான இரண்டு விஷயங்களை மட்டும் இங்கு எடுத்துக்கொள்கிறேன். முதலாவதாக, இந்த நாடகங்கள் ஓர் இலக்கை, ஒரு முடிவை நோக்கிப் பயணிக்கும் நாடகங்கள் அல்ல. நாடக மாந்தர்களின் உளவியலை விவரிப்பதோ, வரலாற்றுச் சிக்கலைக் கையாள்வதோ, மனிதர்களுக்கு இடையேயான முரண்களைத் தீர்ப்பதோ இவற்றின் நோக்கமல்ல. ஒரு நாடகராசிரியராக நமக்கு இவர் ஒரு வழிகாட்டியாக இருக்கிறார் என்றாலும், எங்கு போகப்போகிறோம் என்ற தீர்மானம் ஏதும் இவரிடம் இருப்பதுபோல் தெரியவில்லை. எதிர்ப்படும் பாத்திரங்களிடம் வழிகேட்கிறார். அந்தப் பாத்திரங்கள் காட்டும் திசையில் பயணிக்கிறார்; அதில் சலிப்பு கொள்வதில்லை. ஒரே இடத்தைச் சுற்றிக்கொண்டிருப்பது குறித்து அலட்டிக்கொள்வதில்லை. இந்தத் தொகுப்பில் உள்ள மூன்று நாடகங்களும் அசாதாரணமான மனிதர்களைச் சுற்றி இயங்குகின்றன: கணிதவியலாளர் இராமானுஜன், இயற்பியலாளர் ஆல்பெர்ட் ஐன்ஸ்டைன், மோகன்தாஸ் காந்தி. இந்த அசாதரணமான மனிதர்களின் வாழ்க்கைத் தருணங்கள் சாதாரணமாக வெளிப்படுகின்றன. இவர்கள் சாதாரண மனிதர்களோடு கொள்ளும் உறவு அசாதாரணமாக வெளிப்படுகின்றது. இந்த அசாதாரணமான மனிதர்களின் தருணங்கள் மானுட உணர்வு எல்லைக்குள் கொண்டுவரப்படுகின்றன. சாதாரணமான மனிதர்களாக வெளிப்படும் இவர்களுடைய வாழ்க்கைக்கும், இவர்களுடைய அசாதாரணமான பங்களிப்புகளுக்கும் இடையேயான உறவு மிகவும் சிக்கலானது என்றாலும், இவ்விரண்டும் தனித்து வெவ்வேறு தளங்களில் இயங்கக்கூடியவையல்ல. ‘ஐன்ஸ்டைனின் தனிப்பட்ட வாழ்க்கை அவருடைய படைப்புகளில் எவ்வாறு இயற்பியலாக வெளிப்பட்டது’ என்று சருக்கை அவரது முன்னுரையில் எழுதியிருப்பது மிக முக்கியமான பார்வையாகும். காந்தியின் மூத்த மகன் ஹரிலாலை ஐன்ஸ்டைன் சந்திப்பது, ஐன்ஸ்டைன் அங்கீகரிக்க மறுத்த அவருடைய மகள் லீஸரலை காந்தி சந்திப்பது, ஐன்ஸ்டைனும் காந்தியும் சந்தித்துக்கொள்வது,

இராமானுஜனுக்கும் ஹார்டிக்கும் இடையேயான உரையாடல், கோடலுக்கும் ஐன்ஸ்டைனுக்கும் இடையேயான உரையாடல், ஐன்ஸ்டைனுக்கும் ஜிப்ஸி பெண்மணியான லூபிகாவுக்கும் இடையேயான இறுக்கமான உரையாடல், இராமானுஜனின் தாயார் கோமளத்தம்மாளின் நீண்ட தன்மொழி இவற்றிலெல்லாம் இந்த ஆளுமைகள் மனித உணர்வு எல்லைக்குள் இருந்தே தங்களை வெளிப்படுத்திக் கொள்கிறார்கள். இத்தகைய தருணங்கள் தமிழ் நாடகத்தில் புது வெளியை உருவாக்கின்றன. இந்த நாடகங்களில் சாத்தியப்படும் இந்த இலக்கற்ற பயணம் நமக்குப் புதிய அனுபவத்தைக் கொடுக்கிறது. இந்த நாடகங்கள் அசாதாரணமானவர்களை மனிதர்களாக்குகின்றன. இவர்களும் நம்மைப் போன்றவர்கள்தான் என்ற பெருத்த நம்பிக்கையைக் கொடுக்கின்றன.

இரண்டாவதாக, இந்த நாடகங்கள் காலம் குறித்த நேர்கோட்டுத் தன்மையிலான நம்முடைய புரிதலைக் கலைத்துப்போடுகின்றன. ஒரு படைப்பாளி அவரால் படைக்கப்படும் உலகத்தின் முக்காலத்தையும் உணர்ந்திருக்கும்போது, ஏன் நம்முடைய மானுட வாழ்க்கையில் எதிர்காலம் திரண்டு வருவதுபோல் இலக்கியத்திலும் திரண்டுவர வேண்டியுள்ளது? வேறுவிதமாகக் கேட்பதென்றால், நவீன இலக்கியங்கள் ஏன் நேர்கோட்டுத் தன்மையிலான காலம் சார்ந்து படைக்கப்பட வேண்டும்? எல்லாப் பண்பாடுகளும் காலம் குறித்து ஒத்த தன்மையிலான அர்த்தத்தைக் கொண்டிருக்கவில்லை என்பதை நாம் அறிவோம். அப்படியிருக்க படைப்பிலக்கியங்களில் நம்மால் ஏன் காலத்தைக் கலைத்துப் போட முடியவில்லை. முக்காலத்தையும் உணர்ந்த ஒரு படைப்பாளியால், ஒரு குறிப்பிட்ட தருணத்தில், கடந்த காலத்தை முன்வைக்க முடிவதுபோல் ஏன் எதிர்காலத்தையும் அந்தத் தருணத்திலேயே எதிர்கொள்ள முடிவதில்லை என்ற கேள்வியை இந்த நாடகங்கள் என்னுள் எழுப்பின. இந்த நாடகங்கள் காலம் குறித்து நிறைய பேசுவதோடு அதைக் கலைத்தும் போடுகின்றன. இது எனக்குப் புதிய அனுபவமாக இருந்தது. இந்த நாடகங்களில், சில நிகழ்காலத் தருணங்கள் கடந்த காலத்தோடு இணைக்கின்றன என்றால், சில எதிர்காலத்தோடு இணைக்கின்றன. காலத்தைக் கலைத்துப்போடுவதில் ஒரு படைப்பாளி அசாதாரணமான சுதந்திரத்தைப் பெற முடியும் என்று தோன்றுகிறது. இந்தச் சுதந்திரத்தை இந்த நாடகங்களில் அனுபவிக்க முடிகிறது.

2

ஒரு நாடகப் பிரதி 'நிகழ்த்துதல்' ஊடாகவே முழுமையடைகிறது; ஒரு மூலமாகிறது. ஆனால், தமிழ்ச் சூழலில் பெரும்பாலும் நிகழ்த்தப்படுவையே நாடகப் பிரதிகளாகின்றன. நவீன நாடகங்கள் என்ற செயல்பாட்டின் தொடக்ககால நாடகாசிரியர்கள் (உதாரணத்துக்கு ந.முத்துசாமி, இந்திரா பார்த்தசாரதி போன்றோர். அதே சமயத்தில் இதையும் சொல்ல வேண்டியுள்ளது. பம்மல் சம்பந்த முதலியார், அண்ணா, பாரதிதாசன் போன்றோரின் நாடகங்களை நாம் நாடகப் பிரதிகளாக ஏற்றுக்கொள்ளத் தவறினோம்) நிகழ்த்துதலை முன்வைத்துத் தங்களின் நாடகப் பிரதிகளை அவர்கள் படைக்கவில்லை. நாடகப் பிரதிகளின் சுதந்திர இருப்பை ஏற்றுக்கொண்டார்கள். ஒரு நாடகப் பிரதியை 'நிகழ்த்துதலாக்குவது' எது? ஒரு நாடகம் மொழிபெயர்க்கப்படும்போது அது 'நிகழ்த்துதலாகிறது'. இத்தகைய மொழியாக்கத்தை எது சாத்தியப்படுத்துகிறது? ஒரு மூலத்தில் இருக்கும் 'உபரி'யே மொழியாக்கத்தைச் சாத்தியப்படுத்துகிறது என்ற வால்டர் பெஞ்சமினின் கருத்தை நீட்டித்துச் சொல்வதென்றால், ஒரு நாடகப் பிரதியில் உள்ள உபரியே 'நிகழ்த்துதலை' சாத்தியப்படுத்துகிறது. இந்த உபரி ஒரு மூலத்துக்கு அல்லது ஒரு நாடகப் பிரதிக்கு 'அப்பால்' உள்ளது. அதே சமயத்தில் எல்லா நாடகப் பிரதிகளும் உபரியைக் கொண்டிருப்பதில்லை. உபரியைக் கொண்டிருப்பதே ஒரு மூலமாக மாறும் சாத்தியத்தைக் கொண்டுள்ளது. உதாரணத்துக்கு இதை எடுத்துக்கொள்வோம்: ஒரு செடிக்கு மருத்துவ குணம் இருக்கிறது என்று சொல்கிறோம். இந்த மருத்துவ குணம் என்பது குறிப்பிட்ட செடியின் உயிரியல் சுழற்சியில் இல்லை. நாம் அந்தச் செடியை மொழியாக்கம் செய்வதன் ஊடாக அதற்கு மருத்துவ குணம் இருக்கிறது என்கிறோம். அதாவது ஒரு செடியின் மருத்துவ குணம் அதன் உயிரியல் சுழற்சியில் இல்லை என்றால் அது எங்கு இருக்கிறது? அந்தச் செடியின் இருப்புக்கு 'அப்பால்' உள்ளது. இங்கு மருத்துவ குணம் என்பது அந்தச் செடி கொண்டிருக்கும் உபரியாகும். அதை நாம் மொழியாக்கத்தின் ஊடாகவே அர்த்தப்படுத்த முடியும். பிரச்சினை என்னவென்றால், 'நிகழ்த்தப்பட்ட' நாடகங்கள் அல்லது நிகழ்த்துப் பிரதிகள், ஒரு நாடகப் பிரதியாக மாறுவது என்பது நிகழ்த்துதலின் உபரியைச் சார்ந்திருப்பதில்லை. அதாவது ஒரு நாடகப் பிரதி 'நிகழ்த்துதலாக' மொழியாக்கம் பெறுவதுபோல் ஒரு 'நிகழ்த்துதல்' நாடகப் பிரதியாக மொழியாக்கம் பெறுவதில்லை. அது வெறுமனே

‘அச்சாக்கம்’ பெறுகிறது. ஒரு நாடகப் பிரதிக்கு ‘அப்பால்’ உள்ள உபரிதான் அதனைப் பலவிதமாக அர்த்தப்படுத்தவும் பலவிதமாக நிகழ்த்தவும் உந்துகிறது. இந்த உபரி இல்லையென்றால், நாம் அந்த நாடகத்தை நிகழ்த்த முடியாது. ‘மேடையாக்கம்’ பெறுவதெல்லாம் நிகழ்த்துதல் ஆகாது. அதாவது ‘நிகழ்த்துவதற்கான’ பிரதியில் உள்ள உபரியைக் கண்டெடுக்கக் கண்டெடுக்கத்தான் அது மூலமாக, ஒரு நாடகப் பிரதியாகப் பரிணமிக்கிறது. அதனால்தான், மேற்கத்திய சமூகம் ஆசிய சமூகங்களின் நிகழ்த்துதலை, மேடையாக்கத்தை அங்கீகரிப்பதுபோல் நாடகப் பிரதிகளை அங்கீகரிப்பதில்லை. நாடகப் பிரதிகளுக்கான உரிமையைத் தங்களுக்கானதாக வைத்துக்கொள்கிறார்கள். (இது குறித்து G.P. Deshpande விரிவாக எழுதியிருக்கிறார். பார்க்கவும்: *'The Text and The Play'*, pp.118-144, in *'Dialectics of Defeat'*, 2006, Seagull Books. குறிப்பாகப் பார்க்கவும் ப.140-143). ஆனால், நாம் திரும்பத் திரும்ப நிகழ்த்துதல் குறித்துப் பேசுகிறோமே தவிர நாடகப் பிரதிகள் கொண்டிருக்கும் உபரி சார்ந்து விவாதிப்பதில்லை; அதனளவில் அதன் இருப்பை அங்கீகரிப்பதில்லை.

சுந்தர் சருக்கையின் இந்த நாடகங்களை நான் மொழியாக்கம் செய்ததற்கு இதுவே முக்கியமான காரணம். நமக்கு நாடகப் பிரதிகள் தேவை. நமக்கான பிரதிகளை நாம் அடையாளம் காண வேண்டியுள்ளது. இவ்வாறு கண்டெடுக்கப்படும் நாடகங்களை ‘நிகழ்த்துவது’ சாத்தியப்படாமல் போனாலும், அதனளவில் அதன் இருப்பு மிக அவசியமானது என்று நினைக்கிறேன்.

□

இந்தத் தமிழாக்கத்தை அக்கறையோடு, அர்ப்பணிப்போடு, ஆங்கிலத்தோடு ஒப்பிட்டுச் செம்மையாக்கம் செய்துகொடுத்த நண்பர் ஆசைத்தம்பிக்கும், என் எழுத்துகள் எதுவாக இருந்தாலும் உடனுக்குடன் படித்துத் தன் கருத்துகளைப் பகிர்ந்துகொள்ளும் நண்பர் சமஸுக்கும், இராமானுஜன் குறித்த நாடகத்தின் தமிழாக்கத்தைப் படித்து, தன்னுடைய கருத்துகளை உற்சாகமாகப் பகிர்ந்துகொண்ட பேராசிரியர் வாஞ்சிநாதன் (இவர் இராமானுஜன் குறித்து ராபர்ட் கனிகல் எழுதிய புத்தகத்தை தமிழாக்கம் செய்திருக்கிறார்) அவர்களுக்கும், எப்போதும் என்னுடன் உரையாடிக்கொண்டிருக்கும் இராமசாமிக்கும், தமிழாக்கத்தைப் படித்துவிட்டு உற்சாகமாக உரையாடியதோடு மட்டுமல்லாமல் இந்தப் புத்தகத்தைச் சிறப்பாக வடிவமைத்துக் கொடுத்திருக்கும்

ஜீவமணிக்கும், ‘சாதாரண மனிதர் அல்ல’ நாடகத்தை நிகழ்த்த வேண்டும் என்று பெரும் முனைப்புக்காட்டிய தோழர் சதீஸுக்கும், ஷங்கர்ராமசுப்ரமணியனுக்கும், எப்போதும் எனக்கு உறுதுணையாக இருக்கும் பத்மினிக்கும், பாலாஜிக்கும், நாடகப் புத்தகங்கள் அதிகம் விற்காது என்று தெரிந்திருந்தும் இதை வெளியிட முன்வந்திருக்கும் ‘பரிசல்’ செந்தில்நாதனுக்கும் என்னுடைய நன்றியைத் தெரிவித்துக்கொள்கிறேன்.

- சீனிவாச ராமாநுஜம்

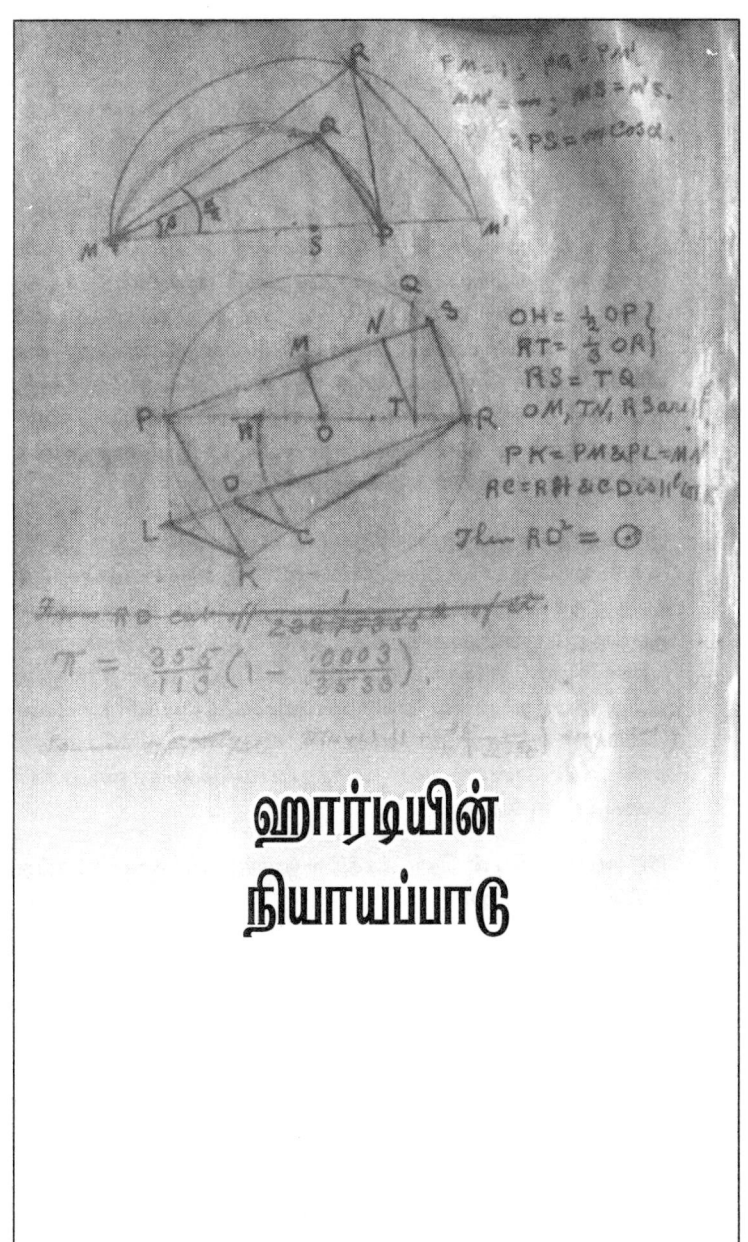

ஹார்டியின் நியாயப்பாடு

உள்ளிருந்து ஒரு குரல்: 1918, ஜனவரி அல்லது பிப்ரவரி மாதத்தில் ஸ்ரீனிவாசன் இராமானுஜன் லண்டன் பாதாள ரயில் முன்னே விழுந்து தற்கொலை செய்துகொள்ள முயன்றதாகச் சொல்லப்படுகிறது. இதற்கான சரியான காரணம் என்னவென்று தெரியவில்லை. ஆனால் நமக்குத் தெரிந்தது எதுவென்றால், தற்கொலை முயற்சிக்குப் பிறகு காவல் நிலையத்துக்குக் கொண்டு செல்லப்பட்ட இராமானுஜனை ஹார்டி காப்பாற்றினார் என்பது மட்டும்தான்.

இராமானுஜன் குறித்து மற்றொரு கதையும் உண்டு. ஒரு முறை அவர் ஓவல்டின் குடித்தபின் அதில் இறைச்சி கொழுப்பு கலந்திருக்கிறது என்று தெரிந்துகொள்கிறார். இதனால் குலைந்துபோன இராமானுஜன் வெளியே ஓடுகிறார். அவர் ரயில் நிலைத்திற்கு அருகாமையில் இருந்தபோது, வான் தாக்குதல் ஒன்று நடந்து அதில் பலர் மரணமடைந்தார்கள். அசைவ உணவை எடுத்துக்கொண்டதற்கு, இது கடவுள் கொடுத்த தண்டனை என்று அவர் அர்த்தப்படுத்திக்கொண்டதாகச் சொல்லப்படுகிறது.

1947 ஆம் ஆண்டின் தொடக்கத்தில் ஹார்டி தற்கொலை செய்து கொள்ள முயன்றார்.

காட்சி - 1

(வயதான, நோய்வாய்ப்பட்ட, நாகரிகமாக உடை அணிந்திருக்கும் ஜி.ஹச். ஹார்டி மேடையில் குறுக்கும் நெடுக்குமாகக் காலைத் தேய்த்துக்கொண்டு நடந்து கொண்டிருக்கிறார். மூலையில் உள்ள ஒரு மேசையில் பெரிய தண்ணீர் குவளையும் கண்ணாடி டம்ளரும் சில புத்தகங்களும் காணப்படுகின்றன. மேசைக்கு முன்னே வசதியான சோபா ஒன்று போடப்பட்டுள்ளது. ஹார்டி கண்ணாடி டம்ளரில் கொஞ்சம் தண்ணீர் ஊற்றிக்கொண்டு, அவரது கோட்டு பாக்கெட்டிலிருந்து சிறிய மருந்துப் புட்டி ஒன்றை எடுக்கிறார். வெளிச்சத்தில் அந்தப் புட்டியைப் பார்க்கிறார். கொஞ்சம் தண்ணீர் குடிக்கிறார். மீண்டும் புட்டியைப் பார்க்கிறார்.)

ஹார்டி: ஆக, இந்த நிலைக்கு வந்திருக்கிறது! புகழ் பெற்ற ஹார்டி தனது கைகளாலேயே தன் உயிரை மாய்த்துக்கொள்ள இருக்கிறான். தர்க்கங்களால் வாழ்ந்த நான் அதனைக் கொண்டே மரணிக்கப்போகிறேன். தற்கொலை ஆழ்ந்த தர்க்கத்துக்கு உட்பட்டது என்பதை நீங்கள் ஒப்புக்கொள்ளத்தான் வேண்டும். எப்போது மரணம் அடையப்போகிறோம் என்பதை ஒருவரால் தர்க்கரீதியாக நிச்சயப்படுத்திக்கொள்ள முடியும். நான் இந்த மாத்திரைகளை எடுத்துக்கொள்கிறேன். இறந்துவிடுகிறேன். சுலபமானது, நேர்த்தியானது, உண்மையானது. அதாவது பெரிதும் கணிதம் போல் என்றுகூட சொல்வதற்குச் சிலருக்கு தோன்றலாம். ஆனால், இல்லை, இன்று கணிதம் குறித்து ஏதும் பேசப்போவது இல்லை. இந்தத் தருணம் எனக்கானது மட்டுமே. நான் அவசரப்படாமல், நிதானமாக சிந்தித்து, மரணம் தானாக வருவதற்காக முடிவேயில்லாமல் காத்திருப்பதைக் காட்டிலும் இப்போது இறப்பது எவ்வளவோ மேலானது என்ற முடிவுக்கு வந்திருக்கிறேன். அவ்வளவு தெளிவுடன் இந்தப் பிரச்சினையில் கால்வைத்திருக்கிறேன். அடுத்த ஒரு மணி நேரத்தில் நான் இறந்து விடுவேன் என்று உறுதியாகத் தெரியும் தருணத்திற்காக ஆவலோடு காத்திருக்கிறேன். ரஸ்ஸலிடம்

என்ன சொன்னேன் என்பது உங்களுக்கு நினைவில் இருக்கும்: 'தர்க்கரீதியாக நீ இன்னும் ஐந்து நிமிடங்களில் இறந்துவிடுவாய் என்று என்னால் நிரூபிக்க முடியும் என்றால், நீ இறந்துபோவதைக் கண்டு நான் வருத்தப்படுவேன் என்றாலும், என் சமன்பாட்டை என்னால் நிரூபிக்க முடிந்த சந்தோஷம் என் வருத்தத்தை மட்டுப்படுத்தும் இல்லையா?' புத்திசாலி, அது நான்தான். அந்த நாட்களில் எனது வாலிபப் பருவத்தில் தெனாவட்டாகவும் புத்திசாலியாகவும் இருந்தேன். ஆனால் இப்போது, வாழ்க்கையின் கடைசி நிமிடங்களில் இருக்கும் என்னால், நீங்கள் எப்போது... மாக விவாதித்துக்கொண்டிருப்பற்கு என்று உடனடியாக சாதுர்யமான ஒன்றையோ, உருப்படியான கருத்துக்களையோ சிந்திக்க முடியாத நிலையில் இருக்கிறேன்.

(அறையில் குறுக்காக நடக்கிறார். ஜன்னல் வழியே பார்க்கிறார்).

இந்தத் தருணம் வரும்போது வாழ வேண்டும் என்ற ஆழ்ந்த ஏக்கத்தினால் பின்வாங்கிவிடுவேனோ என்று பயந்துகொண்டிருந்தேன். இந்த ஜன்னல் வழியே கடைசி முறையாகப் பார்க்கும்போது, பல காலங்களாக எனக்கு ஆறுதல் கொடுத்த இந்தக் காட்சிகள் என்னுடைய முடிவை மாற்றி, வாழ்க்கையைப் பற்றிக்கொள்ள வைத்துவிடுமோ என்று பயந்துகொண்டிருந்தேன். இது ஒரு சோதனை, கேம்பிரிட்ஜ் இறுதித் தேர்வில் அமர்ந்திருப்பது போன்று ஒரு சோதனை. ஆச்சர்யம், நான் இதில் மிக வெற்றிகரமாகத் தேர்ச்சி பெற்றுவிட்டேன். எது ஒன்றையும் நான் உணரவில்லை. எனது நோயுற்ற நிலையினாலும் அழுகிக்கொண்டிருக்கும் இந்த மூளையாலும் நான் ரொம்பவும் சலிப்படைந்துவிட்டேன். எனக்கு எதைக் குறித்தும் வருத்தம் இல்லை, துயரம் இல்லை. சந்தோஷம் இல்லை. ஆச்சரியங்கள் இல்லை, எ-து-வும்--இ-ல்-லை. *(அமைதி)* இது விசித்திரமாக இருக்கிறதா? அல்லது இவையெல்லாம் என் மூளையின் தற்காப்பு உத்திகளா? *(அமைதி)* அல்லது உணர்ச்சிகளுக்கான திறனை இழந்துவிட்டேனா?... அதாவது, எனக்கு எப்போதாவது உணர்ச்சி என்ற ஒன்று இருந்திருக்குமானால். *(சிரிக்கிறார்).* நான் அதிகம் வெறுப்பது இதைத்தான். இறப்பதற்கு முன் குரூரஈர்ப்புடன் உணர்ச்சிவசப்படுதல். ஆனால் நான் அப்படிப்பட்டவன் இல்லை. நான் தயாராக இருக்கிறேன்; மனமுவந்து அதை ஏற்றுக்கொள்கிறேன்.

(புட்டியை எடுத்து அதைப் பார்க்கிறார்).

ஆனால் சற்றுப் பொறுங்கள். என் அத்தியாவசியமான சுயத்தின் சாரத்தைத் தெளிவற்றதாக விட்டுவிட்டு நான் இறந்துபோக முடியாது. நான் உணர்வதற்கான சக்தியை முற்றிலுமாக இழந்துவிட்டேனா? ஆனால் அது எப்படி சாத்தியமாகும்? மிகவும் சமநிலை இழந்து உணர்ச்சிவசப்படக் கூடியவர்கள்தான் தற்கொலை செய்துகொள்வார்கள் என்று நாம் எல்லோரும் அறிந்த ஒன்றில்லையா? மேலும் என்னைப் பற்றிப் பேசும்போது - என்னைப் பற்றிப் பலவிதமாக சொல்லியிருக்கிறார்கள் என்றாலும், உணர்ச்சிவசப்படக் கூடியவன் என்றோ அமைதி குலைந்தவன் என்றோ நிச்சயமாகச் சொல்ல மாட்டார்கள்! நம் எல்லோருக்கும் அறிமுகமான ஒரு மனிதனைப் பற்றிச் சொல்வதைப் போல் அல்ல. பாருங்கள்! மீண்டும் என் நினைவிலிருந்து அவன் தப்பித்துவிட்டான். என் வாழ்க்கையின் நிம்மதியைக் குலைத்ததோடு மட்டுமல்லாமல், நான் சாக இருக்கும் இந்த இறுதி நிமிடங்களிலும் என் நிம்மதியைக் கெடுக்கிறான். ஆமாம், அவன்தான், என் அருமை நண்பன் இராமானுஜன். ஆனால் பாருங்கள், எனக்கு என்ன நடந்தாலும் சரி, இந்தத் தருணத்தில் இராமனுஜன் குறித்து சிந்திக்கப் போவதில்லை என்று எனக்குள் தீர்மானமாக இருந்தேன். ஆனால் இப்போது? அவனிடமிருந்து அவ்வளவு சுலபத்தில் என்னால் தப்பிக்க முடியவில்லை. (சிரிக்கிறார்) என்னால் இப்போது கற்பனை செய்துபார்க்க முடிகிறது. நிதானமாக இன்மையை நோக்கி என்னைக் கொண்டுசெல்லும் இந்த மாத்திரைகளோடு என்னைப் பார்த்திருந்தால் எப்படி ஆச்சரியப்பட்டுப் போயிருப்பான். 'ஹார்டி, இறுதியாக நீங்களும் எங்களைப்போல் ஆகிவிட்டீர்கள் - முழுப் பைத்தியம்!' என்று சொல்லியிருக்கலாம். அல்லது, 'நீங்கள் என்ன நினைக்கிறீர்கள் என்று, இல்லை என்ன **உணர்கிறீர்கள்** என்று எனக்கு நன்றாகத் தெரிகிறது' என்று சொல்வதுபோல் மெல்லிய புன்னகையை வெளிப்படுத்தியிருக்கலாம். அல்லது, நாளை காலை எல்லா செய்தித்தாள்களும் சொல்லப்போவது போல், 'ஹார்டி, என் அருமை ஹார்டி, நாம் இருவருமே தற்கொலைக்கு முயன்றோம் என்ற ஒற்றுமையை நாளைய உலகம் முழுக்க முணுமுணுத்துக்கொண்டிருக்கும்' என்று வெறுமனே சொல்லியிருக்கலாம். இது, வரலாற்றின்

இரண்டு தந்தையர் | 27

குறுகலான சந்துகளில் எங்கள் இருவரையும் இணைக்கும் மற்றொரு கண்ணியாக இருக்குமா? (அமைதி) அல்லது என்னைத் தீர்க்கமாகப் பார்த்து, ஹார்டி, தற்கொலை செய்துகொண்டு இறந்துபோகுமளவிற்கான பைத்தியம் நம் இருவரில் ஒருவருக்குத்தான் இருக்க முடியும் என்றும் சொல்லலாம்.

காட்சி - 2

(இளம் ஹார்டி உள்ளே நுழைகிறார். இராமானுஜன் ஒரு சோபாவில் குறுகி உட்கார்ந்திருக்கிறார்.)

ஹார்டி: எல்லோரும் முணுமுணுக்கிறார்கள்.

இராமானுஜன்: அப்படியென்றால் இப்போது எல்லோருக்கும் அது தெரிந்துவிட்டதா?

ஹார்டி: சீக்கிரத்தில் எல்லோரும் தெரிந்துகொள்வார்கள். ஆனால் அதற்காக நீ கவலைப்பட வேண்டியதில்லை.

இராமானுஜன்: நீங்கள் கவலைப்படுகிறீர்களா?

ஹார்டி: இல்லை. அதனால் நான் ஏன் கவலைப்பட வேண்டும்?

(இருவரும் மௌனமாக உட்கார்ந்திருக்கிறார்கள். திடீரென்று இராமானுஜன் எழுந்துகொள்கிறார்).

இராமானுஜன்: ஆனால் இது எல்லாமே உண்மைக்குப் புறம்பானவை. நான் எப்படி அவர்களுக்குப் புரிய வைக்கப்போகிறேன். நான்... நான் தற்கொலை செய்துகொள்ள முயற்சிக்கவில்லை.

(ஹார்டி அமைதியாக இருக்கிறார்)

ஹார்டி, நான் தற்கொலை செய்துகொள்ள முயற்சிக்கவில்லை என்பதை எப்படி உங்களுக்குப் புரிய வைப்பேன்?

ஹார்டி: நீ **எனக்குப்** புரியவைக்க வேண்டாம், இராமானுஜன். நீ தற்கொலைக்கு முயற்சிக்கவில்லை என்று சொன்னால், நல்லது, அதுவே போதுமானது. நான் உன்னை நம்பத்தான் வேண்டும்.

இராமானுஜன்: நீங்கள் உண்மையிலேயே என்னை நம்புகிறீர்களா?

ஹார்டி: நம்பிக்கையில் உண்மையென்று ஏதும் கிடையாது. நீ நம்புகிறாய் என்றால் அவ்வளவுதான். அதற்கு மேல் ஏதுமில்லை.

இராமானுஜன்: நீங்கள் நம்புவதுபோல் தெரியவில்லை. என் கணிதத் தீர்வுகளைப் பார்க்கும்போது அவநம்பிக்கை கொள்வதுபோல் நான் சொல்வதன் மீதும் அவநம்பிக்கை கொள்கிறீர்கள். நீங்கள் என்ன நினைக்கிறீர்கள் என்று எனக்குத் தெரியும். நான் சொல்வதற்கு நிரூபணம் என்ன என்றுதானே நினைக்கிறீர்கள். நிரூபணம் - எங்கே?

ஹார்டி: என் அருமை நண்பனே, தற்கொலைக்கான உன் முயற்சி ஒன்றும் நிரூபிக்கப்படவேண்டிய அல்லது வேண்டாத கணிதக் கருதுகோள் அல்ல. நீ தற்கொலைக்கு முயன்றது என்பது அதைப் பார்த்தவர்களால் ஊர்ஜிதப்படுத்தப்பட்ட ஓர் உண்மை.

இராமானுஜன்: சரி, அப்படி நான் முயன்றதை யாரெல்லாம் பார்த்தார்கள்?

ஹார்டி: ரயில் நிலையத்தில் இருந்த காவலாளிகள், போலீஸ் காரர்கள், கூக்குரல் எழுப்பிய பெண்கள்...

இராமானுஜன்: ஆனால், இவர்கள் எல்லோரும் நான் தற்கொலை செய்துகொண்டதைப் பார்த்தார்களா?

ஹார்டி: இப்படி நீ சாதிப்பதுபோலவே வைத்துகொள்ள வேண்டும் என்றால், நீ தற்கொலை செய்துகொண்டதை அவர்கள் பார்க்கவில்லை என்பதை ஒப்புக்கொள்கிறேன். வந்து கொண்டிருந்த ரயிலின் முன் நீ விழுவதை மட்டுமே பார்த்தார்கள். அதனால் ரயில் உன் மீது ஏறட்டுமென நீ திட்டமிட்டிருக்க வேண்டும் என்று அவர்கள் நினைத்தார்கள். அதனால் நீ தற்கொலைக்கு முயன்றதாக முடிவுக்கு வருகிறார்கள்.

இராமானுஜன்: ஹா! இதில் தர்க்கரீதியான பிழை இருக்கிறது. அவர்கள் நான் ரயில் முன்னே விழுந்ததை மட்டுமே பார்த்தார்கள். தற்கொலை செய்துகொள்ள வேண்டும் என்றால், நான் முதலில் இறந்துபோக முடிவு செய்திருக்க

வேண்டும். மேலும், ரயிலுக்கு முன் விழுந்தால் நான் செத்துப்போவேன் என்று நான் நம்பியிருக்க வேண்டும். ஆனால் நான் அப்படியெல்லாம் நினைக்கவில்லை.

ஹார்டி: என்ன நினைக்கவில்லை? நீ இறந்துபோவாய் என்று நினைக்கவில்லையா அல்லது ரயில் முன் விழ வேண்டும் என்று நினைக்கவில்லையா?

இராமானுஜன்: நான் ரயிலின் முன் விழுந்தேன், ஆனால் அதை நான் திட்டமிட்டுச் செய்யவில்லை. நான் இறந்துபோக வேண்டும் என்பதற்காக அதைச் செய்யவில்லை.

ஹார்டி: அப்படியென்றால், ஒருவேளை விளையாட்டாகத்தான் அதைச் செய்தாயோ?

இராமானுஜன்: **இல்லை.** எனக்கு மயக்கம் வந்ததால்தான் ரயில் முன் நான் விழுந்தேன்.

ஹார்டி: ஹா! நீ மயங்கி விழுந்தாய்.

இராமானுஜன்: ஆமாம், நான் மயங்கி விழுந்தேன்.

ஹார்டி: நெரிசலான ரயில் நிலையத்திற்குப் போக முடிவெடுக்கிறாய், ரயில் வருவதற்காக நடைமேடையில் காத்திருக்கிறாய், பிறகு வந்துகொண்டிருக்கும் ரயில் முன் தண்டவாளத்தில் மயங்கி விழுவது என்று முடிவெடுக்கிறாய். அப்படி அது உன் மேல் ஏறியிருந்தால் அடிபட்டு நசுங்கிச் செத்திருப்பாய்.

இராமானுஜன்: **இல்லை.** நீங்கள் காரணம் கற்பிப்பதுபோல் நான் அப்படியொரு முடிவை எடுக்கவில்லை. தவறான இடத்தில் அல்லது தவறான தருணத்தில் மயங்கி விழ வேண்டும் என்று நான் முடிவெடுக்கவில்லை. நான் மயங்கி விழுந்தபோது ரயில் நிலையத்தில் இருந்தேன் என்பதும் அப்போது ரயில் வந்துகொண்டிருந்தது என்பதும் எதேச்சையாக நடந்தவை.

ஹார்டி: ஓ, இப்போது புரிகிறது. தவறாக எடுத்துக்கொள்ள வேண்டாம், அப்படியே நீ சொல்வதுதான் உண்மை என்றாலும், ஏன் உனக்கு மயக்கம் வரவேண்டும் என்று யாராவது கேட்கலாம் அல்லவா!

இராமானுஜன்: ஆமாம், அப்படித்தான் கேட்கவேண்டும்.

(அமைதி. இராமானுஜன் அமைதியாக இங்கும் அங்கும் என்று நடந்து கொண்டிருக்கிறார்)

ஹார்டி: என்ன சொல்கிறாய்?

இராமானுஜன்: ஆமாம், அப்படித்தான் கேட்பார்கள்.

ஹார்டி: நான் கேட்கிறேன்.

இராமானுஜன்: நான் நோய்வாய்ப்பட்டவன் என்பதை ஒருவேளை நீங்கள் மறந்திருக்கலாம் ஹார்டி.

ஹார்டி: நீ இங்கு வந்ததிலிருந்து அப்படித்தான் இருக்கிறாய். ரொம்பவும் மோசமாகிவிட்டதா என்ன?

இராமானுஜன்: எனக்குத் தெரியவில்லை. *(அமைதி)* நான் தற்கொலைக்கு முயன்றேன் என்று ஏன் நினைக்கிறீர்கள்?

ஹார்டி: நான் அவ்வாறு நினைக்கவில்லை, இராமானுஜன். நீதான் அப்படிச் செய்வதற்கு முடிவெடுத்தாய். பொய் சொல்லி காவல் நிலையத்திலிருந்து உன்னை வெளியே எடுத்துவர வேண்டிய நிலைக்கு நான் தள்ளப்பட்டேன்.

இராமானுஜன்: எப்படிப்பட்ட அவமானம்! நான் இந்த அவமானத்தோடு என் மிச்ச வாழ்க்கையை எப்படிக் கழிக்கப் போகிறேன்? போலீஸ்காரர்களால் விசாரிக்கப்பட்டது, தற்கொலை செய்துக்கொள்வது எவ்வளவு பெரிய குற்றம் என்று எனக்குப் பாடம் எடுக்கப்பட்டது... இந்த அவமானத்துக்காக இப்போது வேண்டுமானாலும் நான் தற்கொலை செய்து கொள்ளலாம்.

ஹார்டி: இப்படி நாடகத்தனமாகப் பேசுவதை நிறுத்து.

இராமானுஜன்: நாடகத்தனமா? அசுத்தமான போலீஸ்காரர்களால் தூக்கி நிறுத்தப்பட்டேன்; காவல் நிலையத்திற்கு அழைத்துச் செல்லப்பட்டேன். பூமிக்கு அடியிலிருந்து வந்த ஏதோ ஒரு ஜந்து போல் எல்லோராலும் உற்றுப் பார்க்கப்பட்டேன். இதையெல்லாம் உங்களால் ஏற்றுக்கொள்ள முடியுமா சொல்லுங்கள்? நான் ரயில் தண்டவாளங்களை நாசம் செய்திருப்பேன் என்று ஒரு போலீஸ்காரன் சொன்னதை உங்களால் ஏற்றுக்கொள்ள முடியுமா சொல்லுங்கள்?

இங்கிலாந்து மகாராணியின் ரயில்வே திட்டத்தை அழிக்க வந்தவன் என்றா நான் என்னைப் பற்றி நினைத்துக் கொண்டிருந்தேன், சொல்லுங்கள்?

ஹார்டி: இராமானுஜன், இப்போது கொஞ்சம் நிதானமாய் இரு.

இராமானுஜன்: நான் ஏதோ இந்தியாவிலிருந்து தப்பித்து வந்த பைத்தியக்காரக் கூலி போல் என்னை அவர்கள் வெறித்துப் பார்த்தபோது எனக்கு எப்படி இருந்திருக்கும்? ரயில் நிலையத்தில் இருந்த குழந்தைகள் என்னைப் பார்த்து அஞ்சி ஓடினார்கள். அவர்களை நான் பார்த்தாலே அழுதுவிடுவார்கள் போல். அப்போது எனக்கு எப்படி இருந்தது தெரியுமா?

ஹார்டி: அமைதியாக இரு, அமைதியாக இரு. உனக்கு எப்படி இருந்திருக்கும் என்று என்னால் நன்றாகவே புரிந்துகொள்ள முடிகிறது. எல்லாவற்றையும் அப்படியே விட்டுவிட்டு நான் போலீஸ் ஸ்டேஷனுக்கு ஏன் ஓடி வந்தேன் என்று நினைக்கிறாய்? உன்னை வெளியே எடுப்பதற்கு நான் போலீஸிடம் பொய் சொல்லவும் செய்தேன். நீ எஃப்.ஆர்.எஸ் என்று சொன்னபோது, நான் அப்படி சென்னது பொய் என்று அந்த ஸ்காட்லாண்ட் யார்ட் இன்ஸ்பெக்டருக்குத் தெரியாது என்றா நினைக்கிறாய்? நீ ஃபெலோ ஆஃப் ராயல் சொஸைட்டி இல்லை என்று அவருக்குத் தெரியும் என்று நான் நிச்சயமாக நம்புகிறேன். மேலும் எஃப்.ஆர்.எஸ்ஸைக் கைதுசெய்வதிலிருந்து விலக்கு ஏதுமில்லை என்று அவருக்குத் தெரியும் என்றே நம்புகிறேன். இருந்தும் அவர் மிக மரியாதையாக நம்மை அனுப்பி வைத்தார். இதிலிருந்து என்ன தெரிகிறது?

இராமானுஜன்: பொய்கள் எவ்வளவு கோரமான உண்மைகளாக முடியும் என்பதுதான் இதிலிருந்து தெரிகிறது. இவையெல்லாம் பத்திரிகைகளில் வெளிவந்து என் குடும்பத்தார் படிக்க நேர்ந்தால் என்னவாகும்? என் அம்மா என்ன சொல்வாள்? என் பொண்டாட்டி இதை எப்படி எதிர்கொள்வாள்?

ஹார்டி: அவ்வளவு தூரம் போகாது. நான் சொல்வதை நம்பு. உன் பெயருக்கு எத்தகைய களங்கமும் வராமல் நாங்கள் உன்னைப் பாதுகாக்கிறோம்.

இராமானுஜன்: என்னைப் பாதுகாக்கிறீர்கள்! போலீஸிடமும், ரயில் நிலையத்தில் இருந்த மக்களிடமும், நீங்களே உங்களிடமும் உண்மையைச் சொல்வதுதான் அதற்கான ஒரே வழியாக இருக்க முடியும். அதாவது நான் தற்கொலைக்கு முயலவில்லை என்ற உண்மை.

ஹார்டி: நல்லது. நீ சொல்வதை நான் ஏற்றுக்கொள்கிறேன். அது ஒரு விபத்து.

இராமானுஜன்: உங்கள் சந்தேக தொனியை சற்றே மட்டுப்படுத்தி அதைச் சொல்லலாமே.

ஹார்டி: நடந்தது ஒரு விபத்துதான்.

இராமானுஜன்: இதைச் சொல்லும்போது உங்களுக்குப் புன்னகை வருகிறது.

ஹார்டி: ஓ, இராமானுஜன், நீ எனக்கு ரொம்பவும் எரிச்சலூட்டுகிறாய். (அமைதி) நம்முடைய மூளையை இதைவிட முக்கியமான விஷயங்கள் பக்கமாகத் திருப்புவோம்.

இராமானுஜன்: எனக்குப் புரிகிறது, என் உயிரைக் காட்டிலும் முக்கியமான விஷயங்கள்.

ஹார்டி: மறுபடியும் முதலிலிருந்து தொடங்காதே.

இராமானுஜன்: மன்னிக்கவும். விளையாட்டாகத்தான் சொன்னேன். (அமைதி. ஒரு நோட்டுப்புத்தகத்தை எடுக்கிறார்) பைக்கான (Pi) புதிய தொடர் விரிவு (series expansion) உங்களிடம் காட்ட வேண்டும் என்று இருந்தேன். இது சரியானது என்று எனக்குத் தெரியும் என்றாலும், இது விசித்திரமாக இருக்கிறது என்றுதான் நீங்கள் நிச்சயம் சொல்வீர்கள்.

ஹார்டி: நான் வேறு என்னவெல்லாம் சொல்வேன் என்றும் உனக்குத் தெரியும். இது அவ்வளவு விசித்திரமாக இருப்பதனாலே இது உண்மையாகத்தான் இருக்க வேண்டும், ஏனெனில் இது உண்மை இல்லை என்றால், இதைக் கண்டுபிடிப்பதற்கான கற்பனையும் யாருக்கும் இருந்திருக்காது.

இராமானுஜன்: உங்களுடைய புத்திசாலித்தனமான கூற்றுகளை எல்லாம் நீங்கள் எழுதிவைத்துக்கொள்வீர்கள் என்று

நம்புகிறேன். நாம் போன பிறகு மக்கள் இவற்றையெல்லாம் உற்சாகமாக மேற்கோள் கொடுப்பார்கள்.

ஹார்டி: நாம் செய்வதெல்லாம் நமக்கானதே அல்ல என்று நான் சில சமயங்களில் நினைப்பதுண்டு. மற்றவர்கள் முயன்று பார்ப்பதற்கான விஷயங்களை அவர்களுக்குக் கொடுப்பதுதான் நம் பணி. நான் எழுதும் ஒவ்வொரு கணிதத் தீர்வும் இன்னும் பிறக்காத, முன்பின் தெரியாதவர்களுக்கான சவால் என்றே நினைக்கிறேன். (அமைதி) ஹ்ம்.

இராமானுஜன்: நான் ஏற்றுக்கொள்கிறேன். என்னுடைய கணிதம் என்பதே மற்றவர்கள் தங்கள் உழைப்பை அதில் செலுத்துவதற்காகத்தான். விரிவாக நிரூபிப்பதற்கு என்னிடம் நேரம் இல்லை. உங்களைச் சந்திக்கும் வரை, நான் வெறுமனே ஆயிரக்கணக்கான கணிதத் தீர்வுகளை எழுதி வைக்க வேண்டும் என்றும் மற்றவர்கள் அவர்களுக்குத் தேவையென்றால் அவற்றையெல்லாம் நிரூபித்துக்கொள்ளட்டும் என்றும் நினைத்திருந்தேன்.

ஹார்டி: இப்போது யார் கூலி?

இராமானுஜன்: நீங்கள் இல்லை ஹார்டி. எப்போதும் நீங்கள் இல்லை. இதோ இங்கு ஒரு சமன்பாடு(நோட்டுப் புத்தகத்தைக் காட்டுகிறார்) பார்த்தீர்களா, இது தவறாக இருக்க முடியுமா? அதன் அழகைப் பாருங்கள்!

ஹார்டி: எனதருமை நண்பனே, தற்பெருமை அடித்துக்கொள்ளும் மனநிலையில் நான் இல்லை. ஆனாலும் இது பார்ப்பதற்கும்... கேட்பதற்கும் அவ்வளவு அழகாக இருக்கிறது (அதை ஆழ்ந்த கவனத்துடன் பார்த்துக்கொண்டே விரல்களால் ஏதோ கணக்குப் போடுகிறார்).

இராமானுஜன்: இந்தத் தீர்வை நான் போன வாரம் கண்டுபிடித்தேன். உங்களுக்கு திருப்தி தருமளவிற்கு அதை நிரூபித்துக்காட்ட வேண்டும் என்று முயற்சித்துக்கொண்டிருந்தேன். அதை முடிக்கும் வரை உங்களிடம் காட்டக் கூடாது என்ற வைராக்கியத்தோடு இருந்தேன்.

ஹார்டி: பின் ஏன் இந்த திடீர் மனமாற்றம்?

இராமானுஜன்: ஹார்டி, நான் உங்களிடம் ஒன்று கேட்க வேண்டும் என்று நினைக்கிறேன். இதுபோல் ஒரு கணிதச் சமன்பாட்டை எழுதக்கூடிய ஒரு மனிதன், அவனது உயிரைக் காட்டிலும் மேலானதாகக் கணிதத்தை நேசிக்கும் ஒரு மனிதன் தற்கொலை செய்துகொள்வானா? இந்தக் கணிதச் சமன்பாட்டைக் காட்டிலும் என் உயிர் எனக்கு முக்கியமானதா? கணிதம் செய்வதற்கான ஓர் ஊடகம் என்பதற்கு மேலாக ஏதேனும் தகுதி இந்த உயிருக்கு இருக்கிறது என்று உண்மையிலேயே நினைக்கிறீர்களா? மாய்த்துக்கொள்வதற்கு இது ஒன்றும் என்னுடைய உயிரில்லையே. இப்போதாவது என்னை நம்புகிறீர்களா?

(ஹார்டி அமைதியாக இருக்கிறார். கணிதச் சமன்பாட்டையும் பிறகு இராமானுஜனையும் வெறித்துப் பார்க்கிறார்.)

ஹார்டி: உண்மையிலேயே, நீ சொல்வதை நான் நம்ப வேண்டும் என்று நினைத்தால், முதலில் நீ ரயில் நிலையத்தில் என்ன செய்துகொண்டிருந்தாய் என்று என்னிடம் சொல்ல வேண்டும்.

இராமானுஜன்: ரயில் நிலையத்தில் என்ன செய்துகொண்டிருந்தேன்? நான் என்ன செய்துகொண்டிருந்தேன்? *(பதற்றதோடு அங்கும் இங்கும் நடை போடுகிறார்).* ஆமாம், நான் ரயில் நிலையத்திற்குள் ஓடினேன். நான் ஏன் ரயில் நிலையத்திற்குள் ஓடினேன்? இது சுலபமானது. நான் நிலையம் உள்ள சாலையில் நடந்துகொண்டிருந்தேன். அப்போது நான் ஏன் நிலையம் இருந்த சாலையில் நடந்துகொண்டிருந்தேன் என்று நீங்கள் தெரிந்துகொள்ள வேண்டுமா? இதுவும் மிகவும் சுலபமானது.

ஹார்டி: மன்னிக்க வேண்டும் இராமானுஜன். நான் கேட்டதை மறந்துவிடு. நீ பதற்றமடைகிறாய்.

இராமானுஜன்: இல்லை, இல்லை. இது அவ்வளவு சுலபமானது அல்ல. ஒன்றை நிரூபிக்க வேண்டும் என்றால் பதற்றமடையத்தான் வேண்டும். துயரப்படத்தான் வேண்டும். வலியை அனுபவிக்கத்தான் வேண்டும். நிரூபணங்கள் குறித்து நீங்கள் எனக்குச் சொல்லிக்கொடுத்த பாடங்கள்தான் இவை. ஆமாம், நான் பதற்றமாக இருக்கிறேன். ஆனால், நான் உங்களுக்கு ஒரு விஷயத்தை நிரூபிக்க வேண்டும். ஆகையால் தயவுசெய்து என்னைத் தடுக்காதீர்கள்.

ஹார்டி: என்னை மன்னித்துக்கொள்.

இராமானுஜன்: ஆக, நான் ரயில் நிலையத்திற்கு வெளியே இருந்தேன். சொல்லப்போனால் மூன்று தெருக்கள் தள்ளி அங்கு ஒரு பிரபலமான ஓட்டல்... ஓ, என்னை மன்னிக்கவும், நீங்கள் அதை டீக் கடை என்று அழைப்பீர்கள், ஒன்று இருக்கிறது. நான் அதன் வழியே நடந்துகொண்டிருந்தபோது ஆண்ட் க்ளாரீ ஸ் பன்ஸ் (Aunt Clarie's Buns) என்ற பெயர்ப் பலகையை பார்த்தேன். அங்கு பன்னும் டீயும் எவ்வளவு அற்புதமாக இருக்கும் என்று நீங்கள் சொன்னது என் நினைவுக்கு வந்தது. ஆகையால் நான் அந்தக் கடைக்குள் நுழைந்தேன். ஹார்டி, நான் உள்ளே நுழைவது என்பது, நீங்கள் உள்ளே நுழைவதிலிருந்து வேறானதாகும். நீங்கள் சீமான்போல் இருக்கிறீர்கள். ஆனால், நான் பிச்சைக்காரன்போல் இருக்கிறேன் என்பதோடு... அதை விட்டுத்தள்ளுங்கள். ஆனாலும், நிரூபணங்கள் போலவே, உண்மைகளும் புரிந்துகொள்வதற்கும் ஜீரணம் செய்வற்கும் கேடுகெட்ட அளவிற்குக் கடினமானவை என்பதை மறந்துவிடலாகாது. நான் இதைச் சொல்வதற்கு நீங்கள் என்னை மன்னிப்பீர்கள் என்று நம்புகிறேன். நான் அந்த டீக்கடைக்குள் நுழைகிறேன். வரிசையில் நிற்கிறேன். ஆனாலும் எனக்கு யாரும் பரிமாற முன்வரவில்லை. வருகிறவர்கள் என்னைக் கடந்து போகிறார்கள். என்னுடைய முறை வரும் என்ற நம்பிக்கையில் நான் நாசூக்காகவும் புன்னகையோடும் அவர்களை எதிர்கொள்கிறேன். ஆனால் என் முறை வரவேயில்லை. மற்றவர்களுக்கு எல்லாம் பரிமாறப்படுகிறது. இதில் ஏதேனும் விஷயம் இருக்குமோ என்று யோசிக்கிறேன். அதாவது என்னை யார் இங்கு வரச்சொன்னது. ஒரு கப் டீ சாப்பிடுவதற்காக இந்த ஹோட்டலுக்குள் நுழையக்கூட தகுதியற்றவன் - நான். ஹார்டி, நான் உங்களோடே இங்கு இருப்பதினால், வெளியே உள்ளவர்கள் என்னை எவ்வாறு பார்ப்பார்கள் என்று எனக்குத் தெரிந்திருக்கவில்லை. அவர்களுக்கு நான் கணிதவியலாளன் அல்ல. புகழ்பெற்ற ஹார்டியின் மாணவன், அவருடன் கூட்டுப்பங்களிப்பாளன் என்ற மரியாதையெல்லாம் எனக்கு தரப்படுவதில்லை. அவர்களுக்கு நான் வெறுமனே கட்டை குட்டையாக இருக்கும் ஒரு வயதான இந்தியன். உங்களிடம் இருப்பதுபோல் எங்களிடம்... அந்த நயம் இல்லை.

ஹார்டி: இராமானுஜன், இதனாலெல்லாம் உன் மனது இவ்வளவு மோசமாகப் புண்பட்டிருப்பது குறித்து நான் வருத்தப்படுகிறேன். எனக்குத் தெரியாது...

இராமானுஜன்: ஆக நான் அங்கு என்னுடைய தைரியத்தை எல்லாம் வரவழைத்துக்கொண்டு நின்றுகொண்டிருந்தேன். அப்போது எனக்கு பின்னால் இருந்த யாரோ ஒருவன், பிச்சைக்காரர்களை எல்லாம் இங்கு அனுமதிப்பார்கள் என்று எனக்குத் தெரியாமல் போய்விட்டது என்கிறான். நான் கோபமாக அந்த மனிதனைத் திரும்பிப் பார்க்கிறேன். ஆனால் அவன் முகத்தைத் திருப்பிக்கொள்கிறான். நான் ஒன்றும் பெரிய மனிதன் இல்லை என்றாலும், சாதாரணப் பிச்சைக்காரன் இல்லை என்று அவனிடம் சொல்லத்தான் நினைத்தேன். ஆனால், உங்களையும் என்னிடம் அன்பாக இருக்கும் - உங்கள் எல்லோரையும் நினைத்துக்கொண்டேன். அவனது முட்டாள்தனத்துக்காக அந்த மனிதனை நான் மன்னித்தேன். அந்த டீக்கடையை விட்டு வெளியேறினேன். ஆனாலும் என் இதயம் காட்டுத்தனமாக அடித்துக்கொண்டது, வயதான கிழவிபோல் என் கண்கள் கண்ணீரால் மறைக்கப்பட்டுக் கிடந்தன என்பதை நான் இங்கு ஒப்புக்கொள்ளத்தான் வேண்டும். நான் தெருவில் இறங்கியவுடன், உம்மென்று இருந்த வெள்ளை முகங்கள் அவர்களுடைய நிலையத்தில் நான் எப்படி இருக்கலாம் என்று கேட்பதுபோல், நீ இங்கு என்ன செய்துகொண்டிருக்கிறாய் என்று கேட்பதுபோல் தெரிந்தன. நான் என்ன செய்கிறேன் என்று தெரியாமல் பேருந்து நிறுத்தத்தை நோக்கி நடந்தேன். பேருந்து நிறுத்தத்தில் நின்றுகொண்டிருக்கும்போது திடீரென்று என் குடும்பத்தை நினைத்துக்கொண்டேன். (அவர் அமைதியாக உடைந்துபோகிறார்) அவர்கள் எப்படி என்னை முற்றிலுமாக மறந்துவிட்டார்கள்! அவர்களும் என்னை எப்படி ஒதுக்கிவைத்துவிட்டார்கள்! ஹார்டி, என்னால் கட்டுப்படுத்திக்கொள்ள முடியவில்லை. கண்ணீர் வழியத் தொடங்கியது. என் அருகில் இருந்த பெண்மணி ஒருவர் அவருடன் இருந்தவரிடம், நாம் போலீசுக்குச் சொல்வது நல்லது என்றார். நான் எழுந்து ஓடத் தொடங்கினேன். அப்போது எச்சரிக்கைச் சங்கு ஒலிக்கத் தொடங்கியது. என்னைச் சுற்றிலும் மக்கள் பீதியில் அலறியபடி இங்கும் அங்கும் ஓடத் தொடங்கினார்கள். ரயில் நிலையத்துக்குள் போங்கள் என்று யாரோ ஒருவர்

கத்திக்கொண்டிருந்தார். அதனால் மற்றவர்களோடு சேர்ந்து நானும் நிலையத்துக்குள் ஓடினேன். நிலையத்துக்குள் நுழைந்த பிறகு பெருமூச்சு வாங்கி நின்றேன். சுற்றிலும் பார்த்தேன். வெள்ளை முகங்கள் என்னை முறைத்துக்கொண்டிருப்பதைப் பார்த்தேன். நான் அவர்களிடமிருந்து விலகிப் போனேன். சிவந்த கண்களும், கண்ணீர் வழியும் முகமுமாய் நான் பார்ப்பதற்கு எப்படி இருந்திருப்பேன் என்று எனக்குத் தெரியும். என்னைச் சுட்டிக்காட்டி யாரோ ஒருவர் ஏதோ சொன்னார். ஒரு போலீஸ்காரன் கையில் லத்தியுடன் என்னை நோக்கி வரத் தொடங்கினான். நான் அவனிடம், நான் அப்பாவி என்றும், என்ன இருந்தாலும் நான் கணிதவியலாளன் என்றும், புகழ் பெற்ற ஹார்டியுடன் வேலைபார்ப்பவன் என்றும் சொல்ல நினைத்தேன். ஆனால், யாருடைய இதயத் துடிப்பு என்னுடையதாக இருக்கிறதோ அதாவது என் அம்மா, என் மனைவி, என்னைச் சார்ந்திருக்கும் என் சகோதரர்கள், இவர்களைத்தான் என்னால் நினைக்க முடிந்தது. போலீஸ்காரன் என்னை நோக்கி முன்னேற முன்னேற நான் பின் நகர்ந்துகொண்டே இருந்தேன். அப்போது யாரோ ஒருவர் எனக்குப் பின்னால் எதையோ சுட்டிக்காட்டிக் கத்தினார். எனக்கு இந்த உலகம் மங்கலாகிப்போனது. நான் இந்தியாவில் விட்டு வந்திருக்கும் உறவுகளையும் நான் திரும்பி வருவேன் என்று நம்பிக்கையோடு எனக்காக காத்திருப்பவர்களையும் என் நிலத்தின் ஒலிகளையும், அதன் வாசனையையும் நினைத்துக்கொண்டே ஏதோ ஒரு புண்ணியத்தில் கண்களை மூடிக்கொண்டேன். (அமைதி) நான் கண் விழித்தபோது ஒரு காவலாளியும் ஒரு போலீஸ்காரரும் குனிந்து என்னைப் பார்த்துக்கொண்டிருப்பதைப் பார்த்தேன். நான் சுற்றிலும் பார்த்தேன், அதிர்ச்சியடைந்த முகங்கள் எல்லாம் ஒரே விஷயத்தைத்தான் சொல்லிக்கொண்டிருந்தன: தற்கொலை செய்துகொள்ள முயன்ற மனிதன். ஹார்டி, இப்போது உங்களுக்குப் புரிகிறதா?

(அமைதி)

ஹார்டி: இராமானுஜன், என் நாட்டு மக்களின் முட்டாள்தனத்துக்காக நான் கோரும் மன்னிப்பைத் தயவுசெய்து ஏற்றுக்கொள். உனக்கு மிக நன்றாகத் தெரியும், இவர்கள் மீதெல்லாம் எனக்கு எந்த நம்பிக்கையும் கிடையாது. பொதுவாக, நான்

மனிதர்களையே வெறுக்கிறேன். நீ முன்பு சொன்னதை நான் நம்பாததற்கு என்னை மன்னித்துவிடு.

(அவர்கள் இருவரும் மௌனமாக அமர்ந்திருக்கிறார்கள்).

ஹார்டி: இதற்கெல்லாம் நான்தான் காரணம். நீ இவ்வளவு தனிமையாய் உணர்கிறாய் என்பதை நான் அறியாமல் போய்விட்டேன்.

இராமானுஜன்: நான் கணிதம் போடும்போது தனிமையை உணர்ந்ததேயில்லை, ஹார்டி. அது எப்போது என்றால்... என் மனசு அலைபாயும்போதுதான்.

ஹார்டி: நிச்சயமாக. உண்மைதான். இந்தப் பிரச்சினை எல்லோருக்கும் இருக்கிறது.

இராமானுஜன்: ஆனால் உங்களுக்கு இருக்கவே இருக்கிறது உங்களுடைய கிரிக்கெட் விளையாட்டும், ரகசிய கிளப்பும்...

ஹார்டி: நான் ஏதோ மேட்டுக்குடியைச் சேர்ந்தவன் என்பதுபோல் அல்லவா பேசுகிறாய்.

இராமானுஜன்: அப்படித்தானே நீங்கள். இது உங்களுக்குத் தெரியும். உங்களைப் பொறுத்தமட்டில் மற்ற மக்கள் சுவாரசியமில்லாத ஜந்துக்கள். நான் கணிதம் செய்வதால், அதுவும் நல்ல கணிதம் செய்வதால்தான் நீங்கள் என்னை ஏற்றுக்கொண்டிருக்கிறீர்கள்.

ஹார்டி: நான் பலமுறை உன்னிடம் சொல்லியிருக்கிறேன் - நீ மாபெரும் கணிதவியலாளன்.

இராமானுஜன்: (உற்சாகத்தோடு) அதற்குக் காரணம் நான் மாபெரும் மனிதனின் கால்களுக்கடியில் இருந்து கற்றுக் கொண்டிருக்கிறேன்.

ஹார்டி: இரண்டும் உண்மையில்லை. நீ ஒன்றும் என் காலடியிலும் இல்லை நானும்...

இராமானுஜன்: பார்த்தீர்களா, நாம் கணிதம் குறித்துப் பேசும்போது எல்லாம் நல்லபடியாக இருக்கிறது. நான் மற்றதையெல்லாம் மறந்துவிடுகிறேன்.

ஹார்டி: உண்மைதான், நாம் இந்த உலகத்தையும், நம்மை போன்று இல்லாத மனிதர்களையும் எதிர்கொள்ள வேண்டியிருப்பது துரதிர்ஷ்டவசமானதுதான்.

இராமானுஜன்: நம்மைப் போல்! நிச்சயமாக நான் உங்களைப் போல் இல்லை. ஒரே ஒரு விஷயத்தைத் தவிர...

ஹார்டி: அது ஒன்று போதும் இல்லையா?

இராமானுஜன்: இல்லை. நீங்கள் இளவரசர், நான் வக்கற்றவன், இல்லையா? உங்களிடம் கவர்ச்சி, நாகரிகம் எல்லாம் இருக்கிறது. நீங்கள் அழகாகவும் இருக்கிறீர்கள். என்னைப் பாருங்கள். *(சங்கடத்தோடு சிரிக்கிறார்)*.

ஹார்டி: இவை யாவுமே எனக்கு முக்கியமில்லாதவை. உன் உலகத்தில் நீ வாழ்ந்துகொண்டிருப்பது போல் என் உலகத்தில் நான் வாழ்ந்துகொண்டிருக்கிறேன். மற்ற எல்லாமே அர்த்தமில்லாதவை, அவசியமில்லாதவை.

இராமானுஜன்: *(அமைதி)* உங்களுக்கு வேண்டுமென்றால் அப்படி இருக்கலாம். ஆனால் என்னைப் பொறுத்தமட்டில்... நான் எவ்வளவு முயன்றாலும்... என் குடும்பத்தை என்னால் மறக்க முடியவில்லை.

ஹார்டி: உண்மைதான், துரதிர்ஷ்டவசமான மனித வாழ்க்கையின் நிலைமை இதுதான். இருக்கிறது. நீ ஒருவேளை இந்தியாவில் பிறக்காமல் இருந்திருந்தால், இதை நீ கடந்து வந்திருக்கலாம்.

இராமானுஜன்: *(உணர்ச்சி மேலோங்க)* போன வருடம் முழுக்க ஹார்டி, போன வருடம் முழுக்க, என் வீட்டிலிருந்து ஒரு கடிதம் கூட வரவில்லை.

ஹார்டி: *(சிரித்துக்கொண்டே)* முட்டாள் மனிதா, வீடுகள் கடிதம் எழுதாது. *(இராமானுஜன் உரக்க சிரிக்கிறார்)*.

இராமானுஜன்: என் கடிதங்களுக்கு அவள் ஏன் பதில் எழுதவில்லை? அல்லது அங்கு என்ன நடந்துகொண்டிருக்கிறது என்று ஏதும் எழுதுவதில்லை? இந்த அசிங்கம் பிடித்த முகத்தை அவள் மறந்துவிட்டாளா?

ஹார்டி: நீ கணிதச் சமன்பாடுகள் எழுதுவதுபோலவே பேசுகிறாய் - புதிர்களாக. நீ சொல்லும் 'அவள்' உன்னுடைய மனைவி என்று எடுத்துக்கொள்கிறேன்.

இராமானுஜன்: ஆமாம், ஆமாம். அவள் அவ்வளவு அழகாக இருப்பாள். நானோ இப்படி இருக்கிறேன். யாரும் என்னைப் பற்றி கவலைப்படுவதில்லை. போன வருடம் முழுக்க நான் நோயுற்று செத்துக்கொண்டிருந்தேன். அப்போதுகூட, வீட்டி... என் குடும்பத்தாரிடமிருந்து ஒரு கடிதமும் இல்லை. ஜானகியை இங்கு அனுப்பி வைக்குமாறு என் அம்மாவுக்கு கடிதமும் எழுதி இருந்தேன்.

ஹார்டி: அப்படியா? நல்ல யோசனை. (கவனம் பிசகிப்போய்) அப்படியென்றால், அவள் இங்கே வந்திருந்தாளா? (அமைதி) என்னை மன்னிக்க வேண்டும், என் கவனம்...

இராமானுஜன்: இதுபோல் என் வாழ்க்கையின் அற்பமான விஷயங்களைச் சொல்லி உங்களை சலிப்புற வைப்பதற்காக நீங்கள்தான் என்னை மன்னிக்க வேண்டும். கணிதம் தவிர வேறு எதுகுறித்தும் பேசுவது காலவிரயம்.

ஹார்டி: இல்லை, இல்லை. தயவுசெய்து மேலே தொடர்ந்து சொல்லு. ஏறக்குறைய நீ இன்று இறந்துபோயிருக்கக்கூடிய நிலைக்கு உன்னைக் கொண்டுவந்துவிட்டதற்கு நான் குற்றவுணர்வு அடைகிறேன்.

இராமானுஜன்: (முணுமுணுக்கிறார்) எனக்குச் சொல்ல விருப்பமில்லை என்றாலும், நான் சில சமயங்களில்... (நிறுத்துகிறார்)

ஹார்டி: சில சமயங்களில்?

இராமானுஜன்: சில சமயங்களில் கணிதம் ஏதும் நான் செய்யக் கூடாது என்று நினைத்துக்கொள்கிறேன்.

ஹார்டி: இது சகஜமானதுதான். (அமைதி) ஒருவேளை, நீ இந்தியாவுக்கு திரும்பிப் போக வேண்டும் என்பதை இப்படிச் சொல்கிறாயா?

இராமானுஜன்: கடவுளுக்குப் புண்ணியமாகப் போகட்டும்! இல்லை ஹார்டி, இன்னும் நிறைய செய்ய வேண்டும் என்று விரும்புகிறேன்... என் உடல்நலம் மட்டும் சற்று ஒத்துழைத்தால் நன்றாக இருக்கும்.

இரண்டு தந்தையர் | 41

ஹார்டி: இராமானுஜன், இந்த 'விபத்துக்கு' பிறகு நீ வீட்டிற்குத் திரும்ப வேண்டும் என்று மேலும் பலர் சொல்லப் போகிறார்கள் என்பதில் எனக்கு எந்தச் சந்தேகமும் இல்லை. உடல்நலமில்லாமல் இருப்பது ஒன்றும் பிரச்சினையில்லை. உன் நாட்டில் அது போதுமான அளவுக்கு இருக்கிறது. ஆனால் ரயில், அது ஏறி பயணம் செய்வதற்கா அல்லது அடியில் விழுவதற்கா என்ற தெரியாத அளவிற்கு நீ உடல்நலமில்லாமல் இருப்பது சற்று அதிகமாகத்தான் படுகிறது (பழிப்பதுபோல்) நீ இந்தியாவிற்குத் திரும்பி, உன் குடும்பத்தாரின் அன்பான கவனிப்பால் தேற வேண்டும் என்ற குரல் மேலோங்கி வரத்தான் செய்யும்.

இராமானுஜன்: சத்தியமாகச் சொல்கிறேன், எனக்குத் திரும்பிப் போக விருப்பமில்லை. சகலவிதமான குடும்பச் சிக்கல்களிலும் அகப்பட்டுக்கொண்டு...

ஹார்டி: நீ இப்போதே இந்தியாவிற்கு திரும்ப வேண்டும் என்று நான் சொல்லவில்லை. நான் என்ன சொல்ல வருகிறேன் என்றால், உன்னுடைய... இந்த சம்பவம் குறித்து மற்றவர்கள் தெரிந்துகொள்ளும்போது, நான்தான் உன்னை சாகடிக்கிறேன் என்று அவர்கள் என்னைக் குறை கூறுவார்கள்.

இராமானுஜன்: நீங்கள் அப்படி ஏதும் செய்யவில்லையே.

ஹார்டி: அது **நமக்குத்** தெரியும், இல்லையா? ஆனால் என் சுயநலத்திற்காக உன்னைச் சுரண்டுகிறேன் என்று மற்றவர்கள் சொல்வதை எப்படித் தடுக்க முடியும்.

இராமானுஜன்: மற்றவர்கள் என்ன சொல்கிறார்கள் என்பது அவ்வளவு முக்கியமா? (அமைதி இழந்து) ஒருவேளை, இனிமேல் கணிதத்தில் பங்காற்றுவதற்கு என்னிடம் ஏதுமில்லை என்று உங்களுக்கே உரிய கண்ணியமான முறையில் சொல்லவில்லை என்றால், என்ன நடந்தாலும் நான் இங்கிருக்கவே விரும்புகிறேன். ஒருவேளை, இதுதான் நான் திரும்பிப் போக வேண்டும் என்பதை உங்களுடைய நாகரிகமான பண்பு இப்படிச் சொல்ல வைக்கிறதா?

ஹார்டி: அறிவுகெட்டதனம்! சில சமயங்களில் உன்னை என்னால் புரிந்துகொள்ளவே முடியவில்லை. இந்த அர்த்தமில்லாத பேச்சை இத்தோடு நிறுத்திக்கொள்வோம். நீ சூடாக ஏதாவது

குடித்தால் நல்லது என்று நினைக்கிறேன். வாங்கி வருவதற்கு சுமைத்தொழிலாளியை அனுப்புகிறேன்.

இராமானுஜன்: இல்லை ஹார்டி, என்னை விட்டுப் போகாதீர்கள் *(ஹார்டியின் கையைப் பிடித்துக்கொள்கிறார். ஆனால் இந்தத் தொடுகையினால் ஹார்டி சங்கடப்பட, இராமானுஜன் சட்டென்று கையைப் பின்னுக்கு இழுத்துக்கொள்கிறார்)* என்னை மன்னிக்க வேண்டும். நான் ரொம்பவும் உரிமை எடுத்துக்கொள்கிறேன். *(இராமானுஜன் தட்டுத் தடுமாறி நடக்கிறார்).*

ஹார்டி: டீயைக் காட்டிலும் நீ வேறு ஏதாவது காட்டமாகக் குடிப்பது நல்லது. ஓவல்டின் குடிக்கிறாயா?

இராமானுஜன்: **இல்லை.**

ஹார்டி: ஓ... ஓவல்டின் ஒன்றும் சாராயம் இல்லை...

இராமானுஜன்: அது எனக்கு மிக நன்றாகத் தெரியும். ஆனால் ஓவல்டின்னில் இறைச்சி கொழுப்பு கலந்திருக்கிறது என்பதை மறந்துவிட்டீர்கள். என்னால் அதைக் குடிக்க முடியாது.

ஹார்டி: இப்படி வறட்டுப் பிடிவாதம் பிடித்து நீ சாகத்தான் போகிறாய். நான் உனக்கு டீ போடுகிறேன்.

இராமானுஜன்: எனக்கு குடிக்க ஏதும் வேண்டாம். பை (pi) குறித்த என்னுடைய தொடர் விரிவு நிரூபணம் குறித்துச் சொல்ல விரும்புகிறேன். நான் முடிக்கவில்லை என்றாலும்...

ஹார்டி: *(இராமானுஜனை உட்காருமாறு சைகை செய்கிறார்)* ஏதும் பேசாதே. அமைதியாக உட்கார்ந்திரு.

(ஹார்டி டீ போடப் போகிறார். இராமானுஜன் அமைதியாக உட்கார்ந்திருக்கிறார்).

ஹார்டி: அந்த நிரூபணம் குறித்து...

இராமானுஜன்: *(அதே சமயத்தில்)* தனிமையைக் கட்டிலும் கொடூரமானது...

ஹார்டி: மன்னிக்க வேண்டும், என்ன சொல்கிறாய்.

இராமானுஜன்: *(அதே சமயத்தில்)* மன்னிக்க வேண்டும், என்ன சொல்கிறீர்கள்.

ஹார்டி: நீ முதலில்.

இராமானுஜன்: சொல்லப்போனால், அந்த நிரூபணம் எதைச் சார்ந்திருக்கிறது என்றால்...

ஹார்டி: நீ இதைச் சொல்ல வரவில்லை.

இராமானுஜன்: இல்லை, நான் சொல்ல வந்தது உங்களுக்குப் பிடிக்காது.

ஹார்டி: பிடிக்கும். முயற்சித்துப்பார்.

இராமானுஜன்: **இல்லை.**

ஹார்டி: நல்லது. *(அமைதியாகிறார்)*

இராமானுஜன்: ஹார்டி, எனக்குப் பைத்தியம் பிடித்துவிட்டது என்று நினைக்கிறீர்களா?

ஹார்டி: எனதருமைத் தோழனே, ஏன் அப்படி நீ நினைக்க வேண்டும்?

இராமானுஜன்: நல்லது, அந்த போலீஸ்காரன் அப்படித்தான் சொன்னான். ரயில் நிலையத்தில் இருந்த மக்கள் அப்படித்தான் முணுமுணுத்தார்கள். எல்லோரும் என்னை பைத்தியம் என்றுதான் நினைக்கிறார்கள்.

ஹார்டி: நீ பைத்தியக்காரன் என்றால், நானும் பைத்தியக்காரன்தான். கேம்பிரிட்ஜில் இருப்பவர்களில் பாதிக்கு மேல் பைத்தியக் காரர்கள்தான்.

இராமானுஜன்: இது அது போன்ற பைத்தியமில்லை, ஹார்டி. நீங்கள் சொல்லும் புரொபசர் வகையான பைத்தியம் இல்லை. இது பைத்தியக்கார ஆஸ்பத்திரிக்குப் போக வேண்டிய பைத்தியம்.

ஹார்டி: நிரூபிக்க முடியாத கருதுகோள்கள் குறித்து சிந்திப்பதில் உன் சக்தியை இதற்கு மேலும் வீணடிக்காதே.

இராமானுஜன்: நாளை பத்திரிகைகள் எல்லாம் என்னைப் பைத்தியம் என்று சொல்லும். பிறகு வரலாற்றுப் புத்தகங்கள் அப்படிச் சொல்லும். எல்லோரும் என்னை புத்திகெட்டவன் என்று சொல்வார்கள். புத்திகெட்டவர்கள், பைத்தியக்காரர்கள் இவர்கள்தான் தற்கொலை செய்துகொள்ள முயற்சிப்பார்கள்.

இது விபத்து என்று எவரும் நம்பப்போவதில்லை. நீங்களே இதை நம்பவில்லை!

ஹார்டி: மறுபடியும் முதலிலிருந்து தொடங்காதே இராமானுஜன். உண்மையாக நடந்த கதையை நான் சொல்வேன். நீ உடல்நலமில்லாமல் இருந்ததால் மயங்கி விழுந்துவிட்டாய் என்று மற்றவர்களிடம் நான் சொல்வேன். எப்படியிருந்தாலும், உன் வரலாற்றைத் தொகுக்கப்போகிறவன் நான்தான். வருங்காலம், உன்னை நியாயமாக நடத்தும். நீ தற்கொலைக்கு முயற்சிக்கவில்லை என்று அது தெரிந்துகொள்ளும்.

இராமானுஜன்: மிக்க நன்றி ஹார்டி. நீங்கள்தான் என்னுடைய உண்மையான சகோதரன்.

(ஹார்டி அமைதியாக இருக்கிறார். இருவருக்கும் டீ கொண்டுவருகிறார்).

ஹார்டி: நல்லது, வரலாறு நான்தான் உன்னைப் பைத்தியமாக்கினேன் என்று சொன்னாலும் அது ஒன்றும் பெரிய விஷயமில்லை.

இராமானுஜன்: அப்படி யாரால் சொல்ல முடியும்! அப்படி யாராவது சொல்வார்கள் என்றால், உங்களுடைய வரலாற்றை நான் எழுதுகிறேன்.

ஹார்டி: நீ? அது யாருக்குப் புரியும்? நீ என்ன சொன்னாலும், அது நல்லதோ, கெட்டதோ உனக்கு நடந்த எல்லாவற்றிர்க்கும் நானே பொறுப்பு என்று தீர்ப்பெழுதத்தான் போகிறார்கள்.

இராமானுஜன்: நல்லதுகளுக்கு எல்லாம், ஆமாம், நல்லதுகளுக்கு எல்லாம்.

ஹார்டி: இராமானுஜன், நீ அளவுக்கு அதிகமாகத் தன்னடக்கமானவன் என்று எல்லோருக்கும் தெரியும். நான் உன்னிடம் கடுமையாக நடந்துகொண்டாலும், நீயே என்னிடம் மன்னிப்புக் கேட்பாய்!

இராமானுஜன்: என் நடத்தையில் ஏதேனும் தவறு இருந்தால் அதற்காக நான் வருந்துகிறேன்.

ஹார்டி: தவறேதும் இல்லை! மக்கள் என்னையும் உன்னையும் எவ்வாறு பார்ப்பார்கள் என்றே சொல்ல வருகிறேன். ஒருவேளை, கணிதத் துறையைப் பற்றியும் அவ்வாறே சொல்லக்கூடும்.

இராமானுஜன்: நல்லவேளையாக மக்கள் என்ன நினைக்கிறார்கள் என்பதைச் சார்ந்து கணிதம் இல்லை.

ஹார்டி: அப்படியென்றால், என்னுடைய சுயநலத் தேவைக்காக நான் உன்னை மோசமாக நோய்வாய்ப்பட வைத்தேன் என்ற முடிவுக்கு அவர்கள் வரக்கூடும். ஏற்கனெவே சிலர் அப்படித்தான் முணுமுணுக்கிறார்கள் என்று உனக்குத் தெரியாதா? மற்றவர்கள் நினைப்பதுபோன்று நான் ஒன்றும் கணிதவியளான் இல்லை என்று அவர்கள் சொல்ல விரும்புகிறார்கள். உன்னுடைய கணிதப் படைப்புகளை வைத்துத்தான் நான் வாழ்ந்துகொண்டிருக்கிறேன் என்றும் கூடச் சொல்ல விரும்புகிறார்கள்.

இராமானுஜன்: ஹார்டி, அப்படியெல்லாம் சொல்லத் துணிந்தவர்கள் யார்? இது அவ்வளவு முட்டாள்தனமானது. யாரோ ஒருவன் உங்களைக் குறித்து இவ்வாறு சொல்ல முடியும் என்று நினைத்துப் பார்ப்பதே எனக்கு வலியைக் கொடுக்கிறது, உங்கள் ஒளியின் கீழ் மலர்ந்துகொண்டிருக்கும் மலர் நான். நான் சந்திக்கும் ஒவ்வொருவரிடமும் இதைச் சொல்லிக் கொண்டிருக்கிறேன் என்று உங்களுக்குத் தெரியும்.

ஹார்டி: இது மனித இயல்புதானே. யார் சாதிக்கிறார்களோ அவர்களிடம் குறை காண்பதில் நாம் வல்லவர்கள்.

இராமானுஜன்: ஆனால் அது தவறானது மட்டுமல்ல. அது... அவ்வளவு அதர்மமானது.

ஹார்டி: இப்போது நடந்தது குறித்து அவர்களுக்குத் தெரிந்திருக்கும் என்பதால், உன்னை இந்த அளவு மோசமாக நோயுற்ற நிலைக்குத் தள்ளிவிட்டது நான்தான் என்றும், அதுதான் உன்னை மயக்கமுறச்செய்து, ஓடும் ரயிலின் முன்பாக விழவைத்தது என்றும் சொல்லத்தான் போகிறார்கள்.

இராமானுஜன்: ஹார்டி, இது அபத்தம். எவருமே என்னைக் கண்டு கொள்ளாதபோது, நீங்கள்தான் என்னை அடையாளம் கண்டீர்கள். இந்த உலகத்தில் எனக்கு நீங்கள்தான் எல்லாமும். *(பதற்றத்தோடு இங்கும் அங்கும் நடக்கிறார்)* இல்லை, அவர்கள்... நான் தற்கொலை செய்துகொள்ளத்தான் முயற்சித்தேன் என்று சொன்னால் அவர்களால் இப்படி எல்லாம் பேச முடியாது இல்லையா?

ஹார்டி: நல்லது, அதை விட்டுத்தள்ளு. ஏனெனில் நீதான் அதற்கு முயற்சிக்க...

இராமானுஜன்: இல்லை, இல்லை, நான் சொல்லவருவது அதுவல்ல. நான் என்ன சொல்லவருகிறேன் என்றால், உங்களோடு தொடர்புப்படுத்த முடியாத காரணங்களுக்காக நான் தற்கொலை செய்துகொள்ள முடிவெடுத்தேன் என்று சொன்னால், அதாவது எனக்குப் பைத்தியம் பிடித்ததால்தான் இவ்வாறு செய்தேன் என்று சொன்னால், நீங்கள் என்னை நோய்வாய்ப்படும் நிலைக்கு தள்ளிவிட்டதால் இல்லை என்று அவர்கள் புரிந்துகொள்வார்கள்தானே.

ஹார்டி: இது, இன்னும் மோசம். நான்தான் உனக்குப் பைத்தியம் பிடிக்க வைத்தேன் என்றே சொல்வார்கள்.

இராமானுஜன்: மனிதர்களை எவரும் பைத்தியம் பிடிக்க வைக்க முடியாது. பைத்தியத்தன்மை அவர்களிடம் முன்னரே இருக்க வேண்டும் இல்லையா, நீங்கள் என்ன நினைக்கிறீர்கள்?

ஹார்டி: அப்படியென்றால், அது நம் எல்லோரையும் உள்ளடக்கியதாக இருக்கும்.

இராமானுஜன்: சிந்தியுங்கள் ஹார்டி, தீவிரமாகச் சிந்தியுங்கள் (பதற்றத்தோடு சிரிக்கிறார்) நான் தற்கொலை செய்துகொள்ள முயற்சித்ததற்கான காரணத்தை உங்களால் நிச்சயமாக யோசிக்க முடியும்.

ஹார்டி: (உற்சாகம் பெற்றவராய்) என்னையோ அல்லது கணிதத்தையோ உள்ளடக்காத ஒரு காரணம்.

இராமானுஜன்: மிகச் சரி.

ஹார்டி: இல்லை பொறு. இது உனக்கு நியாயம் செய்வதாக இல்லை. உன் வாழ்க்கை முழுக்க உன் முகத்தில் கரிபூசியதுபோல் ஆகிவிடும். உன்னைப் பார்க்கும், பேசும் ஒவ்வொரு முறையும் யாரோ ஒருவர் - உரக்க வெளியே சொல்லக்கூடாத ஏதோ ஒன்று என்பதுபோல் - பாவப்பட்டவன், தற்கொலைக்கு முயற்சித்தான் என்று அதுகுறித்து முணுமுணுக்கக்கூடும். அவர்கள் உன்னை அக்கறையோடு பார்ப்பதுபோல் அவர்கள் உன் மேல் பரிதாபப்படுகிறார்கள், உன்னைக் கேலி செய்கிறார்கள் என்று உன்மனதுக்குத் தெரியும்.

இராமானுஜன்: அதனால் என்ன, பரவாயில்லை, ஹார்டி. நான் வாழ்வதற்கென்று என் உலகம் இருக்கிறது. என்னுடைய எண்கள் என்னைப் பரிகசிக்காத வரையில், அவற்றின் ரகசியங்களிலிருந்து என்னை வெளியே தள்ளிக் கதவை அடைத்துக்கொள்ளாத வரையில், இந்த உலகத்தைக் குறித்து எனக்கு எந்தக் கவலையும் இல்லை.

ஹார்டி: இதைக் கேள்விப்பட்டால் உன் குடும்பம் எப்படி எடுத்துக் கொள்ளும்?

இராமானுஜன்: தியாகங்கள் ஹார்டி, தியாகங்கள். கணிதம் செய்வதற்கு நம்மிடமிருந்து எதிர்பார்க்கப்படுவது இதுதானே. சரியா? உங்களுடைய கவலைகளை எல்லாம் மறந்துவிடுங்கள். கேள்வி இதுதான், நம்முடைய அக்கறைகளைக் காப்பாற்றும் விதமாக நாம் ஒரு நல்ல கதையை எப்படி ஜோடிப்பது?

ஹார்டி: நல்லது. நீ உறுதியாக இருந்தால் சரி.

இராமானுஜன்: நான் உறுதியாக இருக்கிறேன்.

ஹார்டி: அப்படியென்றால், மறந்துவிடாதே, இது உன்னுடைய தீர்மானம், என்னுடையது அல்ல.

இராமானுஜன்: அப்படித்தான் ஹார்டி. சரி, எனக்குச் சொல்லுங்கள். நான் ஏன் தற்கொலை செய்துகொள்ள முயன்றேன்?

ஹார்டி: நீ நோயுற்று இருந்தாய்.

இராமானுஜன்: இல்லை.

ஹார்டி: உனக்கு அதிக வேலைப் பளு. அதனால் நீ மருட்சியடைந்து விட்டாய்.

இராமானுஜன்: இல்லை.

ஹார்டி: உன்னை இழிவுபடுத்திய ஆங்கிலேயர்கள் மத்தியில் ஒரு அந்நியனாக உணர்ந்தாய்.

இராமானுஜன்: இல்லை.

ஹார்டி: நல்லது. நீ... நீ... தற்கொலைக்கு முயற்சிக்கக் காரணம், உன் மதம் அடிப்படையிலானது.

இராமானுஜன்: என்னுடைய மதத்தை இங்கு கொண்டுவர வேண்டிய அவசியமில்லை.

ஹார்டி: உன்னுடைய வேடிக்கையான பழக்கவழக்கங்கள்?

இராமானுஜன்: ஒரு நாளைக்கு ஒரு முறையேனும் குளிக்க வேண்டும் என்பது போன்றா? சரிதான், ஆங்கிலேயர்களுக்கு அது வேடிக்கையான ஒன்றாகத்தான் இருக்கும்.

ஹார்டி: குத்தலாகப் பேசுகிறாய் இராமானுஜன்! எச்சரிக்கையாக இரு, இல்லை என்றால் கூடிய விரைவில் நீயும் எங்களைப் போல் ஆகிவிடுவாய்! நீ அன்று குளிக்கவில்லை என்பதால் தற்கொலைக்கு முயன்றாய் என்று என்னால் சொல்ல முடியாது. அது கொஞ்சம் அளவுக்கு மீறியதாக இருக்கும்.

இராமானுஜன்: இருக்கவே இருக்கிறது மாமிச உணவுகள் மீதான என் அசூயை.

ஹார்டி: நிச்சயமாக அது இருக்கிறது. ஆனால் நீ மாமிச உணவு சாப்பிடுவதில்லை என்பதால் ஏன் தற்கொலை செய்துகொள்ள முயற்சிக்க வேண்டும்?

இராமானுஜன்: ஒருவேளை...

ஹார்டி: ஆமாம், எதிர்பாராதவிதமாக நீ மாமிச உணவைச் சாப்பிட்டதாக வைத்துக்கொண்டால்?

இராமானுஜன்: இல்லை, இல்லை. அதை ஒரு காலமும் நான் செய்ய மாட்டேன். மாமிசம் சாப்பிட்டேன் என்பதை விட நான் பைத்தியக்காரனாக இருக்கவே விரும்புகிறேன்.

ஹார்டி: *(சிரிக்கிறார்)* நல்லது, ஒருவேளை மாமிசம் என்று தெரியாமல், நீ சாப்பிட்டுவிட்டிருந்தால்?

இராமானுஜன்: சொல்லுங்கள் ஹார்டி. மாமிசம் சாப்பிடுகிறோம் என்று தெரியாமல் ஒருவரால் மாமிசத் துண்டுகளைச் சாப்பிட முடியுமா?

ஹார்டி: சூப்பில் மிதந்துகொண்டிருக்கும் மிகச் சிறிய அளவிலான மாமிசத் துண்டுகள்.

இராமானுஜன்: நான் **எப்போதும்** வீட்டுக்கு வெளியே சூப் குடிப்பதில்லை என்று உங்களுக்குத் தெரியும்தானே.

ஹார்டி: இது மிக மோசமான, தீர்க்கவே முடியாத பிரச்சினையாகிக் கொண்டிருக்கிறது. கேள்வி இதுதான்: உன்னை அறியாமல் எவ்வாறு நீ மாமிசம் சாப்பிட்டிருக்க முடியும்? (அமைதி. டீ அருந்துகிறார்கள்). இந்த டீயில் இறைச்சி கொழுப்புப் பொருளேதும் கலக்காமல் இருப்பது எனக்கு வருத்தத்திற்குரியதுதான்.

இராமானுஜன்: ஓ... அதுதான். அதேதான். ஹார்டி, நீங்கள் ஒரு மேதை.

ஹார்டி: மேதையாக இருப்பதற்கு வாய்ப்பு மிகவும் குறைவு.

இராமானுஜன்: இல்லை, இல்லை. நீங்கள் விடை கண்டுபிடித்து விட்டீர்கள். நான் இறைச்சி கொழுப்பு கலந்த ஏதோ ஒன்றைக் குடித்துவிட்டேன் என்று வைத்துக்கொண்டால்?

ஹார்டி: முதலில் அப்படி ஒன்றை நீ குடித்திருக்கவே மாட்டாய்.

இராமானுஜன்: ஆனால் குடிக்கும்போது அதுகுறித்து நான் அறிந்திருக்கவில்லை என்று வைத்துக்கொண்டால்? உதாரணத்துக்கு, ஓவல்டின் ஒரு கப் குடித்துவிட்டேன் என்று வைத்துக்கொண்டால்? நிச்சயமாக, ஒரு கப் ஓவல்டின்னில் மிதக்கும் மாமிச துண்டுகள் ஏதும் இருக்கப்போவதில்லை.

ஹார்டி: சற்று நேரத்துக்கு முன் நீயே சொன்னதுபோல், நீ ஓவல்டின் குடிப்பதில்லையே.

இராமானுஜன்: எனக்குத் தெரியும், எனக்குத் தெரியும். ஆனால் சிந்தியுங்கள் ஹார்டி. இறைச்சி கொழுப்பு கலந்திருக்கிறது என்று தெரியாமல் ஓவல்டின்னைக் குடித்துவிட்டேன் என்றும், குடித்த பிறகுதான் அதில் இறைச்சி கொழுப்பு கலந்திருக்கிறது என்பது எனக்குத் தெரியவந்தது என்றும் அதனால் பைத்தியம் பிடித்துத் தற்கொலை செய்துகொள்வதென்று முடிவெடுத்தேன் என்றும் நாம் சொன்னால் என்ன?

ஹார்டி: ஹா! இது புத்திசாலித்தனமான கதை. நீ கணிதம் செய்வதற்குப் பதிலாகக் கதைகள் எழுத ஆரம்பிக்கலாம். இந்த விளையாட்டில் நானும் சேர்ந்துகொள்கிறேன்

என்று வைத்துக்கொள்வோம். இரண்டு கேள்விகள் நம் முன்னே நிற்கின்றன. நீ ஓவல்டின்னை முதல் முறையாகக் குடித்தபோது அது நீ குடிக்கக் கூடாதது என்ற விஷயத்தை நீ அறிந்திருக்கவில்லை. ஆக, முதல் கேள்வி என்னவென்றால், நீ ஓவல்டின்னை எங்கு குடித்தாய்? இரண்டாவதாக, ஓவல்டின்னை குடித்த பிறகுதான் அதில் இறைச்சி கொழுப்பு கலந்திருக்கிறது என்பதை நீ அறிந்துகொள்கிறாய். நீ எவ்வாறு இதை அறிந்துகொண்டாய்?

இராமானுஜன்: நான் ஆண்ட் க்ளாரீ டீக் கடையில் அதைக் குடித்தேன்.

ஹார்டி: அந்த இடத்தில்தான் உன்னை ஒழுங்காக நடத்தவில்லையே.

இராமானுஜன்: இல்லை, இல்லை. அவர்கள் அன்பாக நடந்து கொண்டார்கள். அவர்களில் ஒருவனாக என்னை உணரவைத்தார்கள். ஒரு கிளாஸ் சூடான ஓவல்டின்னை அங்குதான் நான் குடித்தேன்.

ஹார்டி: பிறகு நீ அங்கிருந்து கிளம்பி பேருந்து நிறுத்தத்தை நோக்கி நடந்தாய்.

இராமானுஜன்: ஆமாம், நடந்துகொண்டிருக்கும்போது நான் ஓவல்டின் விளம்பரத்தைப் பார்க்கிறேன். அதில்...

ஹார்டி: ஓவல்டின் மிகவும் ஊட்டச்சத்து கொண்ட பானம், ஏனெனில் அதில் மற்ற ஊட்டச்சத்துக்களோடு மாமிசமும் கலந்து இருக்கிறது என்று...

இராமானுஜன்: அதைப் படித்தவுடன் எனக்குக் குமட்டிக் கொண்டுவருகிறது, தலைசுற்றுகிறது, நான் பாவம் செய்துவிட்டதாக உணர்கிறேன். அந்தப் பாவத்திலிருந்து என்னை விடுவித்துக்கொள்ள நான் சாக வேண்டும்.

ஹார்டி: இல்லை. இது ரொம்பவும் அதீதமாக இருக்கிறது. யாரும் தாங்கள் செய்த பிழைக்காகத் தற்கொலை செய்துகொள்வதில்லை. அது உன்னை மனநோய் கொண்டவனாக்கிவிடும். நாம் வேண்டுவதெல்லாம் கொஞ்சம் போல் நிலையற்ற, அவ்வளவு மோசமில்லாத ஒரு வகையான பைத்தியம். நான் என்ன சொல்ல வருகிறேன் என்று உனக்குப் புரியும் என்று நினைக்கிறேன்.

இராமானுஜன்: சரி, இப்படி சிந்தித்துப் பாருங்கள். நான் ஏன் ரயில் நிலையத்துக்குச் சென்றேன்? நான் சாவதாக முடிவெடுத்திருந்தால் ஏன் பேருந்துக்கு அடியில் விழவில்லை? (அமைதி.)

ஹார்டி: ஆ... இது நல்ல கேள்வி. நிஜக்கதைக்கு வருவோம், நீ ஏன் ரயில் நிலையத்தில் இருந்தாய்? ஏனெனில் எச்சரிக்கை சங்கு ஒலியைக் கேட்டதால், மற்றவர்களோடு ஓடினாய். சரி, நாம் திரும்பவும் தொகுத்துக்கொள்வோம். நீ ஓவல்டின் குடித்த பிறகு, அதில் இறைச்சி கொழுப்பு கலந்திருக்கிறது என்று தெரிந்துகொள்கிறாய். நீ நிலைகுலைந்துபோகிறாய். அப்போது வான் தாக்குதல் தொடங்குகிறது.

இராமானுஜன்: நான் மற்றவர்களோடு சேர்ந்து ரயில் நிலையத்துக்குள் ஓடுகிறேன். பிறகு ரயில் வரும்போது அதன் முன் விழுகிறேன். நான் செய்த பாவத்தினாலேயா?

ஹார்டி: இல்லை, இல்லை. இது வலுவாக இல்லை. நீ பாவம் செய்துவிட்டதாக உணர்கிறாய். ஆனால், ஒரு கப் ஓவல்டின் குடிப்பது ஒன்றும் அவ்வளவு பெரிய பாவம் இல்லை. அதுவும், அதை நீ ஏதும் அறிந்து செய்யாதபோது. இது மிக முக்கியம். குறிப்பாக ஒரு கிறிஸ்தவ மனதுக்கு. ஆக, இந்தச் சாதாரணப் பிழைக்காக நீ தற்கொலைக்கு முயற்சித்தாய் என்று சொன்னால் நீ அபாயகரமான பைத்தியக்கார வகையைச் சேர்ந்தவன் என்ற தவறான முடிவுக்கே அவர்கள் வருவார்கள் என்பதால்...

இராமானுஜன்: ஆக, நீங்கள் எதிர்பார்ப்பது இன்னும் தீவிரமான ஒரு பாவம்...

ஹார்டி: வரும் நூற்றாண்டுகளுக்கு மக்களுடைய கற்பனையில் நிலைத்திருக்கக்கூடிய ஏதோ ஒன்று. நம் இருவரைப் பற்றியும் மற்றவர்கள் பேசும்போது நாம் ரோஜா மலரைப்போல் மணக்க வேண்டும். அதாவது, உனக்குப் பிடித்திருக்கும் பைத்தியம் வீரம்மிக்க வகையைச் சேர்ந்ததாக இருக்க வேண்டும். ஆமாம், அப்படித்தான் இருக்க வேண்டும். வீரம்மிக்க வகையிலான பைத்தியம். உதாரணத்துக்கு, மற்றவர்களைக் காப்பாற்றுவதற்காக நீ உன்னையே பலிகொடுத்துக்கொள்கிறாய். சுயநலமில்லாத பைத்தியம். நீ உன்னையே மாய்த்துக்கொள்ள காரணம் என்பது நீ உனக்கு

எதிராக ஏதோ ஒரு பாவத்தைச் செய்துவிட்டாய் என்பதால் அல்ல. இந்த மொத்த உலகத்துக்கும் எதிராக நீ ஏதோ பாவம் செய்துவிட்டதாய் என்பதால்தான் நீ உன்னையே மாய்த்துக்கொள்ள முயற்சிக்கிறாய்.

இராமானுஜன்: அப்படிப்பட்ட ஒரு பாவம் நான் ஓவல்டின் குடித்ததால் உருவானதா?

ஹார்டி: ஆமாம், நிச்சயமாக. நீ ஓவல்டின் குடித்து முதல் பாவத்தைச் செய்தாய் (அமைதி) வான் தாக்குதல் நீ செய்த பாவத்தின் விளைவுதான் என்று நீ நினைப்பதாக எடுத்துக்கொண்டால்?

இராமானுஜன்: அது சாத்தியமா? நான் செய்த பாவத்தினால்தான் வான் தாக்குதல் நடந்தது என்பதை மக்கள் ஏற்றுக்கொள்வார்களா?

ஹார்டி: இராமானுஜன், நீ ஆங்கிலோ-சாக்ஸன் குற்றவுணர்வின் இயல்பைப் புரிந்துகொள்ளவில்லை. நீ பாவம் செய்துவிட்டால் எது வேண்டுமென்றாலும் சாத்தியம்.

இராமானுஜன்: சரி, நான் ஒரு பாவம் செய்தேன். அதன் விளைவாக வான் தாக்குதல் நடந்தது.

ஹார்டி: இல்லை. நீ செய்த பாவத்தினால் வான் தாக்குதல் நடந்ததாக நீ **நினைத்துக்கொள்கிறாய்.** நினைவில் வைத்துக்கொள், இது **உன்னுடைய** எண்ணம்.

இராமானுஜன்: ஹா! எனக்குப் புரிந்துவிட்டது, புரிந்துவிட்டது. (உற்சாகத்தோடு) வான் தாக்குதலுக்கு நான் செய்த பாவம் காரணமாகிவிட்டது. மக்கள் மடிகிறார்கள். இறைச்சி கொழுப்பு கலந்திருக்கும் ஏதோ பானத்தை நான் குடித்துவிட்டேன் என்ற முட்டாள்தனமான காரணத்திற்காக அல்லாமல், இத்தனை மரணங்களுக்கு நான் காரணமாகிவிட்டேன் என்ற குற்றவுணர்விலிருந்து என்னை விடுவித்துக்கொள்வதற்காகவே நான் என்னை வீரத்தோடு மாய்த்துக்கொள்ள முயற்சிக்கிறேன்!! அற்புதம், ஹார்டி. இது அற்புதம். நீங்கள் மேதைதான்.

ஹார்டி: இல்லை இராமானுஜன். மற்ற எல்லாவற்றையும் போலவே, இது உன்னுடைய கற்பனையும் அதனுடன் என் பங்களிப்பு இணைந்ததன் விளைவும்தான்.

இராமானுஜன்: நீங்கள் ரொம்பவும் தன்னடக்கம் கொண்டவர். ஆக, நாம் அடுத்து என்ன செய்வது?

ஹார்டி: உலகத்துக்கு இந்தக் கதையைத்தான் சொல்லப்போகிறோம். இந்தக் கதை உன்னை பைத்தியக்கார மேதையாக இல்லாமல், இளகிய மனம் கொண்டவனாகவும், மனிதர்கள் மீது அக்கறை கொண்டவனாகவும் காட்டும். என்னை நம்பு, கணித உலகத்தில் ஒரே நேரத்தில் மேதையாகவும் மனிதர்கள் மீது அக்கறை கொண்டவர்களாகவும் இருப்பவர்கள் அவ்வளவாகக் கிடையாது!

(ஹார்டி வெளியேறுகிறார். அமைதி)

இராமானுஜன்: *(தனக்குள்)* நான் தற்கொலைக்கு முயற்சித்தேன் என்று என் குடும்பத்தார் தெரிந்துகொள்ள நேர்ந்தால் என்ன சொல்வார்கள் என்று எனக்குக் கவலையாக இருக்கிறது. ஜானகி பற்றி எனக்குக் கவலையில்லை. இது அவளுடைய காதுகளுக்குப் போகுமா என்பதுகூட சந்தேகம்தான். ஆனால் என் அம்மா, நான் சொல்கிறேன், என் அம்மா, அவளுக்கு எல்லாம் தெரியும். அவள் என்ன சொல்லப்போறா என்று எனக்குக் கவலையாக இருக்கிறது...

(ஒளி மங்குகிறது)

காட்சி - 3

(சிறிது உயர்த்தப்பட்ட மேடையின் மீது ஒளி பாய்கிறது. அதில் முப்பத்தைந்திலிருந்து நாற்பதுக்கு இடைப்பட்ட வயதுடைய இராமானுஜனின் தாயார், கோமளத்தம்மாள் அமர்ந்திருக்கிறார். மரபான ஒன்பது கஜம் புடவை கட்டியிருக்கிறார். பல்வேறு செயல்களை, அதாவது வெற்றிலை மடிப்பது, விசிறியால் வீசிக்கொள்வது போன்று செய்துகொண்டே இந்த தன் – உரையாடலை நிகழ்த்துகிறார்.)

கோமளத்தம்மாள்: முட்டாள்தனம். *(வெற்றிலை மடிக்கிறார்)* முட்டாள்தனம். *(வெற்றிலை போட்டுக்கொள்கிறார்)*. சின்னச்சாமி தற்கொலை செய்துகொள்ள முயற்சித்தானா? இந்தக் கதையை யாரிடமிருந்து நாம் கேட்கிறோம் தெரியுமா? ஹார்டி என்று அழைக்கப்படும் மனிதரிடமிருந்து. அவர் பெரிய மனிதர், அதில் எந்தச் சந்தேகமும் இல்லை. எப்படியென்றால், என் மகனின் மேதமையை மற்ற எவரும் அடையாளம்

காணாதபோது அதைக் கண்டுபிடித்தவர் அவர்தான். ஆனால் இதுபோன்ற விஷயங்களை அவர் ஏன் சொல்கிறார் என்று எனக்குப் புரியவில்லை. என் மகன் சாவதாக இருந்தால், அது எங்களோடு, இந்த வீட்டில்தான் நடக்கும். ஓடும் ரயிலின் முன் குரங்குபோல் விழுந்தல்ல. இதை யாராவது நம்புவார்களா? ம்ம்...? வாஸ்தவம்தான், அவன் விழுந்ததைப் பலர் பார்த்ததாகச் சொல்கிறார்களாம். அந்த பலர் யார்? அவர்கள் எல்லாம் யார்? (அமைதி) எங்களைப் பற்றி அவர்களுக்கு என்ன தெரியும்? என் செல்லம் இராமானுஜன், இன்னும் குடும்பப் பொறுப்புகள் இருக்கின்றன என்று தெரிந்திருந்தும் தற்கொலைக்கு முயற்சித்திருப்பானா? அவன் அம்மாவை மறந்துவிட்டான் என்று வைத்துக்கொண்டாலும், அவனையே நம்பி இருக்கும் கூடப்பிறந்தவர்களையும், மனைவியையும் மறந்திருப்பானா? மூத்த பையனாக அவனுடைய பொறுப்புகளை நன்றாக உணர்ந்திருந்தான். அந்தப் பொறுப்பு ஏதோ தூர தேசத்தில் செத்துப்போவது என்பதில்லை. ஆனால் என்னை யார் நம்பப்போகிறார்கள்? என்ன இருந்தாலும் நான் எழுதப்படிக்க தெரியாதவள்தானே, இந்த உலகத்தைப் பற்றி ஏதும் அறியாதவள்தானே! (அமைதி) எல்லாக் கதைகளிலும் வருவதுபோல், என் மகன் வாழ்க்கையில் வந்த கொடியவள்தானே நான் - சூர்ப்பணகை போல, கைகேகி போல். எப்படியிருந்தாலும் ஒரு மாமியாராக நான் செய்கிற எல்லாமே தப்பும் தவறுமானதாகத்தான் பார்க்கப்படும். என் மகனுடைய எல்லாப் பிரச்சினைகளுக்கும் நான்தான் காரணம் என்று கூடிய சீக்கிரத்தில் என் காதுபட மற்றவர்கள் சொன்னாலும் ஆச்சரியப்படுவதற்கு ஏதுமில்லை. (அமைதி) ஆனால் என்னைக் கேட்டீர்கள் என்றால், உண்மையில் எனக்கும் ஆச்சரியமாகத்தான் இருக்கிறது. ரயில் முன்னாடி விழுந்தவன் எப்படி சாகாமல் இருந்தான்? என்ன இருந்தாலும், அவன் ஒரு மேதை என்று நமக்குத் தெரியும். எப்போது ரயில் வருகிறது என்றோ, எப்போது ரயில் முன்னால் விழவேண்டும் என்றோ அறியாத அளவுக்குக் குழம்பிப்போனவனா அவன்? மாடுகளுக்கும் பன்றிகளுக்கும் கூட எப்படி ரயில் மோதி சாக வேண்டும் என்று தெரிந்திருக்கிறது! இப்போது என் மகன் பைத்தியக்காரன் மட்டுமல்ல, மாடுகளைக் காட்டிலும் பன்றிகளைக் காட்டிலும் முட்டாளாகவும் இருக்கிறான்! ஹா, இந்த வாழ்க்கையில் நாங்கள் எங்கு வந்து நிற்க வேண்டியுள்ளது. (சுற்றிலும் பார்க்கிறார். மேடைக்கு வெளியே

பார்க்கிறார்). அவரைப் பாருங்கள்! மாபெரும் இராமானுஜனின் தந்தை. தனது கனவுகளோடு கட்டிலில் படுத்திருக்கிறார். எதை இப்படி முறைத்துப் பார்த்துக்கொண்டிருக்கிறார்? "உங்களால் எதையும் பார்க்க முடியாதபோது எதற்காகக் கண்களைத் திறந்து வைத்துக்கொண்டிருக்கிறீர்கள்?" என்று ஒரு முறை கேட்கவும் செய்தேன். கேட்டால் வெறுமனே சீறுகிறார். கண் பார்வை இழந்ததை இராமானுஜனுக்காகச் செய்த தியாகம் என்பதுபோல் நடிக்கிறார். அவன் இங்கிலாந்து போனவுடனே என்னுடைய கண் பார்வை போய்விட்டது என்றும் நமக்கு ஒன்றைக் கொடுக்கும்போது ஒன்றை எடுத்துக்கொள்வது தெய்வத்தின் செயல் என்றும் திரும்பத் திரும்பச் சொல்லிக் கொண்டிருக்கிறார். என்னமோ இவர் கண் பார்வை இழந்ததினால்தான் இராமானுஜனின் மேதமை எல்லாம் சாத்தியப்பட்டது என்பதுபோல்! இப்படிப்பட்டவர்களிடம் நாம் என்ன சொல்ல முடியும்?

(அவரிடம் உரக்கச் சொல்கிறார்)

ஏண்ணா, நீங்க ஸ்னானம் பண்ணத் தண்ணி சூடா இருக்கு.

(பார்வையாளர்களிடம்)

உடனடியாகக் குளிக்கப் போக மாட்டார். முதலில் குளிக்கச் சுடுதண்ணி வேண்டும் என்பார். பிறகு, சூடு தணிய அரை மணி நேரம் காத்திருப்பார், அப்புறம், நிதானமாகக் குளிக்கப் போவார். இதையெல்லாம் யாரால் புரிந்துகொள்ள முடிகிறது? நான் என்னவெல்லாம் படவேண்டியுள்ளது என்று யாரால் புரிந்துகொள்ள முடிகிறது? வருங்காலங்களில் இராமானுஜனின் தாயார் அவ்வளவு மோசமானவள் என்றுதான் சொல்வார்கள், இல்லை அப்படியெல்லாம் எதுவும் சொல்ல மாட்டார்கள் என்று சொல்லாதீர்கள். வாழ்க்கை இப்படியாகத்தானே இருக்கிறது. அவனுக்காக நான் என்னவெல்லாம் தியாகங்கள் செய்ய வேண்டி இருந்தது என்று எவரும் பேச மாட்டார்கள். எப்படியெல்லாம் அவனுக்கு நம்பிக்கை கொடுத்தேன் என்றோ உலகத்தில் யாரும் அவனுக்குத் துணையாக நிற்காதபோது நான் மட்டும் எப்படியெல்லாம் துணையாக நின்றேன் என்றோ அவனது மேதமை மேல் நான் எவ்வளவு நம்பிக்கை கொண்டிருந்தேன் என்றோ எவரும் பேச மாட்டார்கள்.

என் மருமகளுக்கு என்ன செய்திருக்க வேண்டும் என்பதை மட்டுமே மனதில் வைத்திருப்பார்கள். இவையெல்லாம் யாருடைய கதைகள்? *(அமைதி)*. இராமானுஜன் ஒரு முறை கடிதம் எழுதியிருந்தான். அவன் போன புதிதில் அடிக்கடி கடிதங்கள் போட்டுக்கொண்டிருந்தான், ஆனால் இப்போது என்ன நடக்கிறது பாருங்கள். என்ன சொன்னேன்? இராமானுஜன் ஒரு முறை எழுதியிருந்தான், ஒரு சின்னப் பொண்ணை அவன் கல்யாணம் செய்துகொண்ட விஷயத்தைக் கேட்டு அங்கிருக்கிறவர்கள் எல்லாம் ஆச்சரியப்பட்டுப் போனார்களாம். இல்லாத கதையை எல்லாம் இப்போது அவனுக்குச் சொல்லிக்கொடுக்கிறார்கள். அவனுக்கு அங்கு மனைவியோடு ஒன்றாக இருக்க வேண்டுமாம்! திடீரென்று ஜானகி ஒரு வெள்ளைக்காரப் பெண்ணாக மாறிவிட்டாள் என்று நினைக்கிறானா? *(அமைதி)*. என்னைப் பற்றி குறை சொல்லும் நீங்கள் எல்லோரும் எப்படி நடந்துகொள்கிறீர்கள் என்று நினைத்துப் பார்த்தீர்களா? உங்களைப் பெற்றவளோடு, மனைவியோடு, கணவனோடு, இல்லை குழந்தைகளோடு எப்படி நடந்துகொள்கிறீர்கள்? (பதற்றத்தோடு) மற்றவர்களுக்கு எல்லாம் என்ன தெரியும்? எல்லோரும் பைத்தியக்காரன் என்று நினைக்கும் ஒரு மேதையை மகனாக பெற்றிருக்கும் கஷ்டங்கள் பற்றி, பெத்த மகனை எப்படி பெரும் மனிதனாக்குவது என்ற சிந்தனை இல்லாத கணவனைப் பெற்றிருப்பதைப் பற்றி, வாய்க்கும் வயிற்றுக்கும் போதாத மாதசம்பளத்தைக் கொண்டுவந்து கொடுப்பதற்கு அப்பால் வேறு பொறுப்புகள் ஏதுமில்லை என்று நினைத்துக்கொண்டிருக்கும் கணவனைக் கொண்டிருக்கும் கஷ்டங்கள் பற்றி எல்லாம் உங்களுக்கு என்ன தெரியும்? இராமானுஜனுக்காக, அது அவனது பள்ளித் தலைமையாசிரியரிடம் மன்றாடியதாகட்டும் அவனுக்குக் கல்யாணம் செய்துவைத்ததாகட்டும் நான் என்னவெல்லாம் பாடுபட்டேன் என்பதுபற்றி மற்றவர்களுக்கு எல்லாம் என்ன தெரியும்? *(புன்னகைக்கிறார்)*. அவரைப் பாருங்கள் கண் பார்வையோடு சேர்ந்து காதும் போய்விட்டது போல் நடிக்கிறார். இதையெல்லாம் அவர் கேட்க விரும்பவில்லை. ஏதோ பெரிய ஜமீன்தார் போல் ஆட்டம் போடுவார்! அவர் சொல்வதை எல்லாம் நாங்கள் செய்ய வேண்டும், இல்லையென்றால் வெறிபிடித்தவர் போல் ஆட்டம் போடுவார். என்ன செய்வது? இராமானுஜன் கல்யாணத்தைக்கூட நான்தான் முடித்துவைக்க வேண்டியிருந்தது. உங்களுக்குத்

தெரியுமா, இந்தப் பெரிய மனுஷன் கல்யாணத்துக்குப் புறப்படும்போது, இராமானுஜனுக்குக் கல்யாணம் செய்து வைக்கக் கூடாது என்றும் அதனால் நான் வரமாட்டேன் என்றும் பிடிவாதமாக இருந்தார். இந்தச் சமயத்தில் உங்களால் எப்படி இதுபோல் நடந்துகொள்ள முடிகிறது என்று நான் கேட்டதற்கு, இன்னொரு வாழ்க்கை வீணாவதை என்னால் பார்த்துக்கொண்டிருக்க முடியாது என்று இந்த மனுஷன் பதில் சொன்னார். அப்புறம், இராமானுஜனுக்கு என்ன ஐவேசு இருக்கு? வேலை இல்லை, பட்டம் இல்லை, பாதிப் பைத்தியம் போல் திரிந்துகொண்டிருக்கிறான் என்று என்னிடமே சொல்கிறார். நினைத்துப்பாருங்கள்! பெற்ற தகப்பன் இப்படிப் பேசுவதை. *(அமைதி)*

இதையெல்லாம் மீறி நான் கல்யாணத்தை நடத்தி முடித்தேன். உண்மைதான், தகப்பன் ஏன் வரவில்லை என்று எல்லோரும் சந்தேகத்தோடு முணுமுணுத்துக்கொண்டிருந்தார்கள். அவருக்கு ஏதோ மிக மோசமான வியாதி - டிபி, இல்லை தொழுநோய் இருப்பதாகக் கூட நினைத்தார்கள். நான் அமைதியாக இருந்துவிட்டேன். பெண் வீட்டார் கவலைப்படுவது ஒரு விதத்தில் நல்லதுதான். அவர்கள் ஒழுங்காக நடந்துகொள்வார்கள் பாருங்கள். நான் இதையெல்லாம் இராமானுஜனுக்காகத்தான் செய்தேன் என்று அந்தக் கடவுளுக்குத் தெரியும். வேலை இல்லை, எல்லோரும் அவனை இளக்காரமாகப் பேசினார்கள். குண்டாக இருக்கிறான், பார்க்க அசிங்கமாக இருக்கிறான், அப்படிப்பட்டவனுக்கு இப்படிப்பட்ட ஒரு அழகான பெண்ணை நான் கேட்கிறேன் என்றெல்லாம் கூடப் பேசிக்கொண்டார்கள். ஆனால் பாருங்கள் நான் ஓர் அழகான பெண்ணை அவனுக்குப் பார்த்துக் கொடுத்தேன். அதில் அவனுக்கு எவ்வளவு சந்தோஷம்! கல்யாணத்துக்கு முன்னாடியே, காளை மாடு போல் நடந்துகொள்ளாதே என்று சொல்லும் அளவுக்கு நிதானமில்லாமல் மாட்டு வண்டிக்குள் குதிப்பதும் நெளிவதும் உளறுவதுமாக இருந்தான்.

(சிரிக்கிறார்).

ஏண்ணா, கேட்டேளா?

(பார்வையாளர்களிடம்)

இப்போது அவருக்கு வாய்பேச முடியாமலும் போய்விட்டது.

(மேடைக்கு வெளியே எதையோ கேட்கிறார்).

ம், வேணா, வேணா, எழுந்துக்காதீங்கோ. வேட்டியை நான் கொண்டுவந்து தரேன். கொஞ்சம் பொறுமையா இருங்கோ.

(மேடைக்கு உள்ளே செல்கிறார். உள்ளிருந்து).

ப்பா! என்ன அவசரம், ஏதோ முக்கியமான வேலை இருக்காப் போல!

(திரும்பி வருகிறார்).

இதற்கெல்லாம் பிறகாவது கல்யாணம் ஒழுங்காக நடந்ததா? ஆ... அதை எனக்கு நினைவூட்டாதீர்கள். அதை நினைத்தாலே கோபம் தலைக்கேறுகிறது. முதலில் ரயில் தாமதமானது. பின்னாடி மாட்டு வண்டியின் அச்சாணி கழன்றுபோனது. இராமானுஜனுக்கு எப்போதும் பசி எடுத்துக்கொண்டு வேறு இருந்தது. வண்டியை நிறுத்தச் சொல்வான். ஒவ்வொரு முறையும் வண்டியை நிறுத்தி, கொண்டுவந்திருந்த பொட்டலத்தைப் பிரித்து எல்லோருக்கும் கொடுக்க வேண்டும். நாங்கள் பெண் வீட்டை அடைந்தபோது நடுராத்திரியாகிவிட்டது. நினைத்துப்பாருங்கள்! பெண்ணின் தகப்பனார் அவ்வளவு தவித்துக்கிடந்தார். ரொம்பக் கோபத்தில் வேறு இருந்தார். ஏற்கெனவே நான் எடுத்த முடிவு சரிதானா என்ற குழப்பத்தில் இருந்தேன். கல்யாணத்தை நிறுத்திவிடலாம் என்று என்னிடம் சொல்லுமளவுக்கு பெண்ணின் தகப்பனாருக்கு தைரியம் இருந்தது. எப்படிப்பட்ட மனிதர் இவர்? என் கணவர் அங்கு என்னோடு இல்லாதபோது என்னிடம் எப்படி இப்படியெல்லாம் பேச முடிகிறது. சரி கல்யாணத்தை நிறுத்திவிடுவோம், அப்புறம் உங்க பெண்ணை யார் கட்டிப்பான்னு கேட்டேன். அஞ்சு பெண்கள் இருக்கிற வீட்டில் யாரும் பெண் எடுக்க விரும்ப மாட்டார்கள் என்று சொன்னேன். ஹா! நீங்க விரும்பப்பட்டால், நாங்கள் கிளம்பிப் போகத் தயாரா இருக்கோம்னு சொன்னேன். என் செல்லம் இராமானுஜன் எதற்கும் தயாராக இருந்தான். நான் கிளம்பலாம்னு சொன்னாலே கிளம்பிப் போய் இருப்பான். உண்மைதான், இதையெல்லாம் பார்த்த பெண்ணோட

இரண்டு தந்தையர் | 59

தகப்பனார், அந்தக் கணமே, நடுராத்திரியில் நிச்சயதார்த்தத்தை நடத்தி முடித்தார். நினைத்துப்பாருங்கள், நடுராத்திரியில்.

(மௌனம். பிறகு அமைதியாக)

எல்லாம் நல்லபடியாக நடக்கட்டும் என்று நம்புகிறேன். இன்னொரு பெண்ணுக்கு, அதான் ஜானகியின் சகோதரிக்கு என்ன நடந்தது பாருங்கள். அதே முகூர்த்ததில்தான் கல்யாணம் நடந்தது. அந்த டிசம்பர் மாதமே இறந்துப்போனாள். ஆனாலும், ஜானகி தகப்பனார் எதாவது பாடம் கத்துக்கிட்டாரா? நான் ஏதும் சொல்லாமல் இருப்பது நல்லது. உடனே நீங்க எல்லோரும், நான் பையனோட தாயார் என்பதால் தான் இவ்வளவு அற்பமாக நடந்துகொள்கிறேன் என்று சொல்வீர்கள். என்னமோ பையன்களுக்குத் தாயார் என்று ஒருத்தி இருக்கவே கூடாது என்பதுபோல். அப்புறம் நீங்கள் ஒரு புதுக் கதையோடு வருவீர்கள். நான் ஜானகியை எப்படியெல்லாம் கொடுமைப்படுத்தினேன் என்றும் எப்படி நான் அவளையும் இராமானுஜனையும் பிரிந்து வைத்தேன் என்றும்! நான் முட்டாளாக இருக்கலாம். ஆனால் என்னிடம் சொல்லுங்கள், என் இருபது வயது மகனிடம் நான் எப்படி நடந்துகொள்ள வேண்டும் என்று ஒன்பது வயதுப் பெண் எனக்கு எப்படிக் கட்டளையிட முடியும்? கல்யாணம் செய்துகொண்டாள் என்ற ஒரே காரணத்துக்காக என் மகன் மீது எல்லா உரிமைகளும் அவளுக்குத்தான் என்றாகிவிடுமா? இது கொஞ்சம் அபத்தமாக இல்லையா? நான் ஏன் இதில் கெட்டவளாகிறேன்? இராமானுஜன் பற்றி என்ன சொல்கிறீர்கள்? எது முக்கியம், எது சரி என்று அவனுக்குத் தெரியாமலா போகும்? நமக்கு ஏதாவது நல்லது நடக்கும்போதெல்லாம் மற்றவர்கள் மோசமான விஷயங்களைப் பேசத்தான் செய்வார்கள் என்பது உங்களுக்குத் தெரியும்தானே. அதற்கு நாம் என்ன செய்ய முடியும்? இப்போது என் மகன் ரொம்பப் பிரபலமாக ஆகிவிட்டான். இங்கிலாந்தில் அவனை எல்லோரும் மேதை என்கிறார்கள். இது பலருக்கு வயிற்றெரிச்சலைக் கொடுக்கிறது. என்ன இருந்தாலும் இது சகஜம்தானே. ஆனால் அவர்களுக்கு நாங்கள் பட்ட கஷ்டங்கள் பற்றி என்ன தெரியும்? கையில் சல்லிக்காசில்லாமல் இருந்தது, வயிற்றை நிரப்பிக்கவே சம்பாதிக்க முடியாமல் இராமானுஜன் கஷ்டப்பட்டது. இத்தனை காலமும் அவனுக்காக எவ்வளவு பிரார்த்தனை

செய்திருக்கிறேன். எல்லாவிதத்திலும் துணையாக இருந்தேன். இதெல்லாம் அவர்களுக்கு எப்படித் தெரியும்? ஆனால், இப்போது இந்த பெண் வீட்டிற்குள் நுழைந்தவுடனே எல்லாக் கதைகளும் அவளுடையதாகிவிடுகின்றன! நாராயணா! இதெல்லாம் எப்படித்தான் சாத்தியமோ? (அமைதி) நிச்சயமாக அவளுடைய புருஷனுக்கு கடிதம் எழுத வேண்டும் என்று விரும்பினாள். நானும் நல்லது அவனுக்கு எழுது என்றேன். அவனுக்கும் அது நல்லதுதானே. அவள் எழுதியிருந்ததை தபாலில் போடும் முன் ஒரு முறை எதேச்சையாக நான் பார்க்க நேர்ந்தது. நாராயணா! இப்படியெல்லாம் கூட ஒருவரால் எழுத முடியும் என்பதை என்னால் நம்பவே முடியவில்லை. எப்படியிருந்தாலும், அவளுக்கு என்ன வயதிருக்கும்? 13 அல்லது 14. இது போன்ற கடிதங்களை இராமானுஜன் படிக்க நேர்ந்தால் அவன் மனது எங்கு இருக்கும்? வீட்டின் மேல் ஏக்கம் கொண்டு கணிதத்தின் மீதான கவனத்தை இழக்க மாட்டானா? என்ன இருந்தாலும் இது மனித இயல்புதானே. அவன் உழைத்துப் பேர் எடுக்க இங்கிலாந்து போயிருக்கும்போது, காதல் கதைகளில் அவன் தன்னை இழப்பதை நான் விரும்பவில்லை. இவளுடைய கடிதங்களை அவனுக்கு அனுப்பாததால்தான் அவனால் கணிதத்தில் முழு கவனத்தைச் செலுத்த முடிந்தது. அதனால்தானே இப்போது அவனைப் பற்றி எல்லோரும் பேசுகிறார்கள். எது முக்கியமானது? இப்போது நீங்கள் எல்லோரும் அவனைப் பற்றி பேசுகிறீர்கள் என்றால் அவனுடைய கணித மேதைமையினால்தானே. பைத்தியக்காரத்தனமாக, ஏதோ காதலை நினைத்துக்கொண்டு எல்லாவற்றையும் விட்டுவிட்டு அவளிடம் திரும்ப வந்து, ஒரு ரயில்வே கிளார்க்காக ஆகியிருந்தால் என்ன நடந்திருக்கும்? இப்படியாக நடந்திருக்க வேண்டும் என்று நீங்கள் எல்லோரும் விரும்புவீர்களா? ஆனால் இதையெல்லாம் அவளால் எப்படிப் புரிந்துகொள்ள முடியும்? மற்றவர்கள் பேச்சையெல்லாம் கேட்டு நான் என்னமோ அவள் வாழ்க்கையைப் பாழடித்துவிட்டதாக நினைக்கிறாள். மற்றவர்கள் எல்லாம் வெறுமனே புறம் மட்டுமே பேசுவார்கள் என்று அவளுக்குத் தெரியவில்லை. அவனுக்கு உதவி தேவைப்பட்டபோது நீங்கள் யாரும் அவனுக்கு உதவி செய்ய முன்வரவில்லை. என் மகனை பெரிய மனிதனாக்குவதற்கு நீங்கள் யாரும் அவனுக்கு உதவி செய்ய முன்வரவில்லை. இப்போது அவன் பெரும்

புகழ்பெற்ற மனிதனான பிறகு நீங்கள் எல்லோரும் வசதியாக உட்கார்ந்துகொண்டு என்னைப் பற்றிக் கிசுகிசு கதைகளைப் பேசிக்கொண்டிருக்கிறீர்கள். என் மகன் புகழ் பெற்ற கணிதவியலாளராக வர வேண்டும் என்பதற்காக நான் செய்த தியாகங்களை உங்களால் எல்லாம் புரிந்துகொள்ள முடியுமா? ஆனால் நீங்கள் எல்லோரும் என்னை ராட்சஸி என்கிறீர்கள்! அவன் புகழோடும் பணத்தோடும் ஒரு நாள் திரும்பி வருவான் என்று உங்களால் உணர முடியவில்லையா? அவன் இங்கு பேராசிரியராக இருப்பான். உலகத்தின் எல்லா மூலைகளிலிருந்தும் அவனைப் பார்க்க வருவார்கள். இந்த உலகத்திலேயே அவன் எப்படிப்பட்டவனாக ஆவான் என்று யாரால் சொல்ல முடியும். ஆனால் இது எதுவுமே எதேச்சையாக நடந்ததல்ல. இராமானுஜன் இன்று இந்த நிலையில் இருக்கிறான் என்றால் அதற்குக் காரணம் அவன் கணித மேதை என்பதால் மட்டும் அல்ல, நான் அதை அடையாளம் கண்டு வளர்த்தெடுத்தேன் என்பதால்தான். ஜானகி இதைப் புரிந்துகொள்ள மாட்டாள். அவளுக்கென்ன, அவனோடு சேர்ந்து இன்னும் எவ்வளவோ காலம் வாழப்போகிறாள். அவர்கள் இருவரும் அவர்களுடைய வாழ்க்கையை ஒன்றாகக் கழிக்க முடியும். ஆனால் ஜானகியின் கிறுக்கல்களை நான் தபாலில் போடவில்லை என்பதைப் பற்றித்தான் எல்லோரும் பேசிக்கொண்டிருப்பார்கள். அவள் கூடிய சீக்கிரத்தில் அவனை முழுமையாக அவளுக்கே என்று ஆக்கிக்கொள்ளலாம். இனிவரப்போகும் எல்லாக் காலங்களுக்கும்...

(வெற்றிலையை மடித்து வாயில் போட்டுக்கொள்கிறாள். பாடல் ஒலிக்கிறது. ஒளி மங்குகிறது. அடுத்த காட்சி தொடங்கும் வரை பாடல் தொடர்கிறது).

காட்சி - 4

1920. இராமானுஜன் வாழ்க்கையின் கடைசி சில மாதங்கள். நோய்வாய்ப்பட்டுப் படுக்கையில் இருக்கிறார். தலையணை மீது சாய்ந்துகொண்டு ஏதோ வேகமாக எழுதிக்கொண்டிருக்கிறார். ஜானகி சில அடிகள் தள்ளி ஒரு மோடாவில் உட்கார்ந்து அவரைப் பார்த்தப்படியே தலைசீவிக்கொண்டிருக்கிறார். இந்தப் பின்னணியில் பாடல் ஒன்று ஒலித்துக்கொண்டிருக்கிறது. பாடலின் தொடக்கத்தில் ஜானகி அவரைப் பார்த்துக்கொண்டே தலைசீவிக்கொள்கிறார், கையில் பிடித்திருக்கும் கண்ணாடியில் முகத்தைப் பார்த்துக்கொள்கிறார்.

பிறகு திடீரென்று எழுந்து, இராமானுஜன் அருகில் சென்று அவரது தலைமுடியை வாரிவிட முயற்சிக்கிறார். இராமானுஜன் முதலில் அவரைக் கண்டுக்கொள்ளவில்லை. பிறகு எரிச்சலடைகிறார். ஜானகி புன்னகைத்துக்கொண்டே அவரிடமிருந்து விலகி வந்து மீண்டும் மோடாவில் அமர்ந்துகொள்கிறார். இராமானுஜன் தொடர்ந்து ஏதோ எழுதிக்கொண்டிருக்கிறார், திடீரென்று எழுதிக்கொண்டிருந்த காகிதங்களை விட்டெறிகிறார். ஒலித்துக்கொண்டிருந்த பாடல், முடியும் தருவாயில் இருப்பது, சட்டென்று நின்றுபோகிறது.

இராமானுஜன்: இனியும் இதையெல்லாம் செய்ய வேண்டிய அவசியம் எனக்கில்லை!

ஜானகி: *(அவர் அருகில் சென்று)* உஷ்! நீங்க இவ்ளோ உணர்ச்சிவசப் படக்கூடாது.

இராமானுஜன்: நான் இத்தனை நேரம் என்ன செய்து கொண்டிருந்தேன்னு நினைக்கிற? இவ்வளவு நேரமும் நான் தூங்கிக்கிட்டு இருந்தேன்னு நினைக்கிறயா? கணிதம் ஜுரம் போன்றது. இல்லை, அது ஜுரம்தான்.

(ஜானகி சிதறிக்கிடந்த காகிதங்களைப் பொறுக்கி எடுக்கிறார். கண்ணாடியை எடுத்து ராமனுஜனின் முகத்துக்கு முன்னே காட்டுகிறார். இராமானுஜன் முதலில் அவரை ஒதுக்கித்தள்ளுகிறார். பிறகு ஜானகியைத் திரும்ப அழைத்து அவரே கண்ணாடியில் பார்த்துக்கொள்கிறார்.)

இராமானுஜன்: என் முகத்தைப் பாருடீ! எவ்வளவு இங்கிலாந்து குளிராலும் இந்த அசிங்கமான முகத்தை மாற்ற முடியவில்லை. இவ்வளவு அசிங்கமாக இருப்பனை எப்படிக் கல்யாணம் செய்துகொள்ள நீ சம்மதித்தாய் என்பதுதான் எனக்குத் தெரியவில்லை.

ஜானகி: உங்களுடைய அழகெல்லாம் முகத்துக்குப் பதிலாக மூளைக்குச் சென்றுவிட்டது.

இராமானுஜன்: *(கவலையோடு)* உண்மையிலேயே அப்படி நினைக்கிறாயா?

ஜானகி: இல்லண்ணா, விளையாட்டுக்குச் சொன்னேன். *(கண்ணாடியை அவர் முகத்திற்கு அருகில் கொண்டு வருகிறார்)*. எப்படி இருக்கீங்க பாருங்கோ. உங்களுடைய கண்கள் பிரகாசிக்கின்றன. இந்த இருண்ட அறை முழுக்க வெளிச்சத்தைப் பாய்ச்சுகிறது. அவை எவ்வளவு மென்மையாக இருக்கு பாருங்கோ.

முகத்தின் அழகு கண்களில் இல்லை என்றால் வேறெங்கு மறைந்திருக்க முடியும் சொல்லுங்கள்?

இராமானுஜன்: என்னை அறியாமலேயே நான் ஒரு கவிஞரைக் கல்யாணம் செய்துகொண்டிருக்கிறேன்! உன் அருகில் இருக்கும்போது, அதுவும் நோய்வாய்ப்பட்டிருக்கும் இந்த நிலையில், உனக்குத் தகப்பனார் போல் நான் உணர்கிறேன்.

ஜானகி: இல்லை. அப்படிச் சொல்லாதீங்கோ. உங்க அம்மா காதுல என் அப்பா பத்தி ஏதாவது விழுந்தா என்ன நடக்கும் என்று உங்களுக்குத் தெரியும்!

(இருவரும் சிரிக்கிறார்கள். இராமானுஜன் இருமத் தொடங்குகிறார். ஜானகி அவரது மார்பை தேய்த்துவிடுகிறார்.)

இராமானுஜன்: விதி எப்படியெல்லாம் விளையாடுறது பாத்தியா! என்னால் புரிந்துகொள்ளவே முடியவில்லை. இறுதியாக நான் உன்னோடு இருக்க முடிந்தபோது, நோய்வாய்ப்பட்டு செத்துக்கொண்டிருக்கிறேன்.

ஜானகி: இல்லை. நீங்கள் சாகப்போறதில்லை. நீங்கள் சீக்கிரமாவே குணமாகிடுவீங்க.

இராமானுஜன்: உன்னை நீயே ஏமாத்திக்கிட்டு இருக்காதே ஜானகி. நான் உனக்குப் பலமுறை சொல்லியிருக்கிறேன், எனக்குத் தெரியும் அது எப்ப வேணாலும் நடக்கலாம். கடவுள் உண்மையில் நம்மோடு விளையாடிக்கொண்டு...

ஜானகி: உங்களோடும் என்னோடும் விளையாடுவதைத் தவிர கடவுளுக்கு வேறு வேலை எதுவும் இல்லேன்னு நினைக்கிறேளா? இதயெல்லாம் மறந்துடுங்கண்ணா. சீக்கிரம் நீங்க குணமாகத்தான் போறீங்க, அப்புறம்...

இராமானுஜன்: அப்புறம் என்ன? அப்புறம் நான் இன்னும் நிறைய கணிதம் செய்யலாமா?

ஜானகி: நிச்சயமா அது உண்டு. ஆனால் நான் என்ன நினைத்துக் கொண்டிருக்கிறேன் என்றால், அப்புறம்...

இராமானுஜன்: அப்புறம் என்ன? ஒருவேளை நான் திரும்ப இங்கிலாந்து போவதாக இருந்தால், நீயும் கூட வரணும்னு நினைக்கிறயா?

ஜானகி: அடுத்த முறை நீங்க தனியாப் போகப்போறது இல்லை. நீங்க என்னையும் அழைச்சிண்டுதான் போகப்போறீங்க.

இராமானுஜன்: நிச்சயமா அழைச்சிண்டு போறேன். அப்பத்தானே பிரயோசனமா எதுவும் செய்யாம, எல்லா நேரமும் உன்னையே சுத்திக்கிட்டு இருக்க முடியும்.

ஜானகி: நீங்க பேசறதப் பார்த்தா கணிதம் போடறவா எல்லாம் கல்யாணமே பண்ணிக்காம, குடும்பமே இல்லாமா வாழறாப்போல இல்ல இருக்கு.

இராமானுஜன்: ஹார்டிக்குக் குடும்பம் இல்லை.

ஜானகி: எனக்கு இந்த ஹார்டி பேரைக் கேட்டாலே குமட்டீண்டு வறது. இந்தப் பிரச்சனைகளுக்கு எல்லாம் அவர்தானே காரணம்.

இராமானுஜன்: விளையாட்டுக்குக் கூட அப்படி சொல்லாதே ஜானகி. எனக்கு இந்த உலகத்தில் எதாவது மதிப்பு இருக்குன்னா அதுக்கு அவர்தானே காரணம்.

ஜானகி: ஆனா உங்களை முழுக்க நோயாளியாக்கியதும் அவர்தானே. உங்கள் மேல் போதுமான அளவு கரிசனம் காட்டியிருந்தால், இந்த நிலையில இருந்திருப்பீங்களா? என்ன இருந்தாலும் நீங்க இங்கிலாந்தில்தானே இருந்தீங்க. அங்க ரொம்பப் பெரிய டாக்டரெல்லாம் இருப்பதா சொல்லறா...

இராமானுஜன்: ஓ... ஜானகி, நீ இன்னும் குழந்தையாகவே இருக்கடீ. உனக்கு நான் எப்படி புரியவைக்கப் போறேன்?

ஜானகி: நான் ஒண்ணும் குழந்தை இல்லை. எனக்கு ஆன வயசுக்கு, நான்...

இராமானுஜன்: என்னவாகியிருக்க வேண்டும்?

ஜானகி: ஒண்ணுமில்லை.

இராமானுஜன்: என்னவாகியிருக்க வேண்டும்?

ஜானகி: அதான் ஒண்ணுமில்லேன்னு சொல்லறேன் இல்ல.

இராமானுஜன்: பார்த்தாயா? நான் சொல்ல வந்தது இதுதான். தனியாக இருக்கும்போது, என் மனசுல இருக்கிறதை பத்தி மட்டும் நான் கவலைப்பட்டால் போதும். ஆனால் இப்போது உன் மனசில என்ன இருக்குன்னு சேர்த்தும் நான் கவலைப்பட வேண்டியிருக்கு!

(ஜானகி அமைதியாக இருக்கிறார்).

இராமானுஜன்: ஆனால், உனக்குத் தெரியும் உன் மனசைப் புரிந்துக்கொள்வது அவ்வளவு ஒன்றும் கஷ்டமில்லை. எனக்குத் தெரியும். நீ என்ன நினைக்கிறாய் என்று சரியாக என்னால் சொல்ல முடியும். உனக்கு... மனைவியாகும் வயது வந்துவிட்டது என்று நினைக்கிறாய், இல்லையா? இல்லை, ஏற்கெனவே மனைவியாக இருக்கும்போது அப்படி ஏன் நீ நினைக்க வேண்டும்? ஆக, நீ அம்மாவாகும் அளவுக்கு வயதாகிட்டதாக நினைக்கிறாய். ம்ம்... அந்த வயதை நீ கடந்து பல வருடங்கள் ஆகிவிட்டது ஜானகி. ஆனால் கூடிய சீக்கிரத்தில் பாட்டியாகும் அளவுக்கு உனக்கு வயதாகிவிடும். *(உரக்க சிரிக்க முயற்சிக்கிறார்).*

ஜானகி: என்னை கேலி செய்யாதீங்கண்ணா. நான் அம்மாவாக வேண்டும் என்று மட்டுமே சொல்லவில்லை. உங்களுக்கும் குழந்தைகள் வேண்டும். அத்தோடு நமக்கு குழந்தைங்க இல்லேன்னா மத்தவாள்லாம் என்ன சொல்லுவா?

இராமானுஜன்: மத்தவாள்லாம் என்ன சொல்லுவா? அவாள்லாம் என்ன சொல்லணும்னு நினைக்கிறாளோ அதைச் சொல்லட்டும். மத்தவா என்ன சொல்லுவான்னு கவலைப்படாதேன்னு உனக்கு எத்தனை முறை சொல்லியிருக்கேன். நமக்குக் குழந்தை குட்டி பிறக்கணும்ணு இருந்தா நிச்சயம் பெத்துப்போம். மத்தவா என்ன சொல்றா இல்ல சொல்லல எதுவும் முக்கியமில்லை. நீ என்ன சொல்லற அதுதான்டீ முக்கியம்.

(ஜானகியை விளையாட்டாகப் பற்றிக்கொள்ள முயற்சிக்கிறார். ஆனால் உடம்பு படுத்துவதுபோல் இருந்தது).

ஜானகி: *(பதறியபடி அவர் அருகில் சென்று, அவரை மெதுவாகப் படுக்க வைக்கிறார்).* நீங்க என்ன சொல்லறீங்களோ அதத்தான்

நான் சொல்லுவேன். பாருங்க, உங்களைக் கவலைப்பட வச்சிட்டேன். இந்தச் பொம்மணாட்டி சமாச்சாரங்கள் பத்தியெல்லாம் கவலைப்படாதீங்கோ. (மௌனம்).

இராமானுஜன்: நமக்குக் குழந்தை குட்டி இல்லாததுகூட ஒரு விதத்தில நல்லதுதான். தகப்பன் இல்லாம குழந்தைங்க வளர்வதை நினைச்சுப்பார்.

ஜானகி: வேண்டான்னா! நீங்க திரும்பத் திரும்ப இதையே பேசிக்கிட்டு இருக்காதீங்க. இப்படிப் பேச மாட்டேன்னு எனக்கு நீங்க சத்தியம் செய்துகொடுத்தீங்க.

இராமானுஜன்: (திடீரென்று கோபமாக) நான் பேசலேன்னா அது நடக்காமவா இருக்கப் போறது? சாவு என்னை அழைச்சிண்டு போக வீட்டு வாசல்ல கதவுக்கிட்ட காத்துக்கிட்டு இருக்கா இல்லையா? உங்கிட்டயிருந்து, உங்க எல்லார்கிட்ட இருந்தும். இதுதான் ஒரே உண்மை ஜானகி. அத எதிர்கொள்ளக் கத்துக்கோ. நான் செத்துக்கொண்டிருக்கிறேன். சீக்கிரத்தில் நான் போயிடுவேன். உங்களை எல்லாம் விட்டு... (ஜானகியின் கூந்தலை உள்ளங்கையால் பிடித்துக்கொள்கிறார். உடைந்துபோகிறார். கத்துகிறார்.) நான் சாக விரும்பல.

(மௌனம். ஜானகி அவரைப் பிடித்துக்கொண்டிருக்கிறார். மேடைக்கு அந்தப் பக்கம் பாத்திரங்கள் உருளும் சத்தம். ஜானகி, சத்தம் வரும் பக்கம் பார்த்துக்கொண்டே சட்டென்று அவரிடமிருந்து விலகுகிறார்.

ஜானகி கணிதக் காகிதங்களை இராமானுஜனிடம் கொடுக்கிறார். அவர் அதை கிழித்து மீண்டும் விட்டெறிகிறார்.)

இராமானுஜன்: எனக்கு இனிமேலும் கணிதம் செய்வதில் விருப்பமில்லை. நான் போதுமான அளவுக்கு செய்துவிட்டேன். எனக்கு ஓய்வு தேவை. எனக்கு... எனக்கு...

(ஜானகி அவரைத் தாங்கிக்கொள்கிறார். பாடல் தொடங்குகிறது. இராமானுஜனை படுக்க வைக்கிறார். சுடுதண்ணீரில் துணியை நனைத்து அவரது நெற்றியில் ஒத்தி எடுக்கிறார். கால்களைப் பிடித்து விடுகிறார். இராமானுஜன், ஜானகியின் உச்சந்தலையில் கை வைத்து மெதுவாக வருடிக்கொடுக்கிறார். பாடல் முடிகிறது.)

இராமானுஜன்: என் சிலேட்டை எடுத்துக்கிட்டு வாயேன். அதில் எழுத வேண்டும் போல் இருக்கிறது.

(ஜானகி எழுந்து சென்று பெரிய சிலேட்டை எடுத்துவந்து கொடுக்கிறார்).

இராமானுஜன்: *(அதை வாஞ்சையோடு பார்த்து)* எவ்வளவு கணிதம் இதில் நான் போட்டிருக்கிறேன்! என் முழங்கையைப் பாருடீ, தடித்துப்போய் பூஞ்சக்காளான் பூத்ததுபோல் ஆகிவிட்டது. சாப்பாட்டுகே கஷ்டப்பட்டுக்கொண்டிருந்தபோது, ஒரு முறை நான் என்ன சொன்னேன் என்று நினைவிருக்கிறதா? என் முழங்கை என்னை மேதையாக்கும். என்ன சொன்னாலும் சரி, நூறு வருஷங்கள் வாழ்வதைக் காட்டிலும் ஒருசில வருஷங்கள் மேதை என்று அறியப்படுவது மேலானது.

(ஜானகி கண்ணீரோடு ஆமோதிக்கிறார்).

இராமானுஜன்: இருபது வயசுக்குப் பின்னால ஒருத்தரால் மகத்தான கணிதம் செய்ய முடியாது என்று ஹார்டி சொல்வார். என்னால் கொஞ்சம் போல் உபயோகமாக வேலை செய்ய முடிந்ததில் எனக்கு சந்தோஷம்தான். நான் செத்துப்போனால் கூட எனக்குக் கவலை ஏதுமில்லை, உன்னைத் தனியே விட்டுவிட்டுப் போகிறேன் என்பதைத் தவிர... அப்புறம் அம்மா. அவ சமாளிச்சிப்பான்னு எனக்குத் தெரியும், ஆனால் நீ? இருபது வயது. அதற்குள்ளாக விதவை!

ஜானகி: இதுபோல பேசறத நிறுத்துங்கோ. அப்படித்தான் நடக்கப் போகிறது என்றால்கூட தயவுசெய்து அதப்பத்தியே பேசீண்டு இருப்பதை நிறுத்துங்கோ.

இராமானுஜன்: என்ன மன்னிச்சிடு ஜானகி. *(மௌனம்)* ஆனால் எனக்குத் தெரியும் உன்னையும் எல்லோரும் நல்லபடியா பார்த்துப்பா. நான் இப்ப பிரபலமானவன். இந்த நாடே என்னைப் பற்றி பெருமைப்படுகிறது. இங்கிலீஷ்காரர்கள் என்னிடம் கற்றுக்கொள்ள வருகிறார்கள். நான் என்ன சொல்லப்போகிறேன் என்று தெரிந்துகொள்ளக் காத்திருக்கிறார்கள். அதனால் கவலைப்படாத. நீ சௌகரியமா வாழ்வதற்கு உதவி செய்ய பல பேர் முன்வருவார்கள். வருங்காலங்களில் உலகத்தில் உள்ள கணிதவியலாளர்கள் எல்லோரும் என்னுடைய சமன்பாடுகளை நிரூபிப்பதற்காக பாடுபடுவார்கள். அப்படி அவர்கள் ஒவ்வொரு முறை செய்யும்போதும் என் பெயர் அவர்களது நினைவில் வரும். என் ஊடாக நீயும் வருவாய். உனக்கு எல்லா விதத்திலும் உதவி செய்ய அவாள்லாம், தயாராக இருப்பா. உனக்கு உதவி

செய்ய பெரிய மனிதர் ஹார்டியும் இருக்கவே இருக்கிறார். *(மௌனம்)* நான் செய்த ஒரே தப்பு உன்னைக் கல்யாணம் பண்ணீட்டதுதான். நான் கொஞ்சம் பொறுமையாக இருந்திருக்கணும். இங்கிலாந்து போயிட்டு வந்த அப்புறம் கல்யாணம் பத்தி யோசிச்சு இருக்கணும். ஆனா, அப்போ...

ஜானகி: வேண்டாம், அப்படிச் சொல்லாதீங்கண்ணா. வேறு யாரோ ஒருத்தரோடு ஐம்பது வருஷம் வாழ்வதற்கு பதிலா உங்களோடு ஒரு வருடம் வாழ்ந்தாலே எனக்குப் போதுமானது.

இராமானுஜன்: ஹா! இப்போ நீ பொம்பனாட்டி போல பேசக் கத்துண்டேடீ!

ஜானகி: இந்த விஷயத்தில என்னைக் கேலி செய்யாதீங்கேண்ணா.

இராமானுஜன்: குறைந்தபட்சம் நான் உன்னை விட்டுப் போகும் போது, என்னைக் கல்யாணம் செய்துகொண்டதற்காக நீ வருத்தப்படப்போவதில்லை என்ற நம்பிக்கை எனக்கு இருக்கு. போதுமான அளவுக்கு பென்சன் வரும். உன்னிடம் பணம் இருக்கும். அதை வைத்து நீ என்ன செய்ய போகிறாய் என்று யாருக்குத் தெரியும்! உன்னோட இந்த அழகான முகத்துக்கு வாட்டசாட்டமான பையன்கள் வீட்டு வாசப்படியில் காத்துக்கிட்டும் நிக்கலாம் இல்லையா, யாருக்குத் தெரியும்! *(உரக்க சிரிக்கிறார். இருமத் தொடங்குகிறார்).*

ஜானகி: (திகைத்துப்போய்) இவ்வளவு மோசமாகப் பேசுவதற்கு நீங்கள் இன்னும் படத்தான் வேண்டும். *(வெளியேறுகிறார்).*

இராமானுஜன்: (ஜானகியைக் கண்களால் பின்தொடர்ந்தவாறு) கவலைப்படாதே ஜானகி, உன்னை மிக நன்றாகப் பார்த்துக் கொள்வார்கள்.

காட்சி - 5

(மேடையின் நடுவே நாற்காலி ஒன்று போடப்பட்டுள்ளது. ஒளி கடுமையாக இருக்கிறது. ஜானகி உள்ளே நுழைந்து நாற்காலியில் உட்கார்ந்துகொள்கிறார். ஏற்றஇறக்கம் இல்லாமல் சீரான குரலில் பேசுகிறார்.)

ஜானகி: என் கணவர் 1920இல் இறந்துபோனார். நாங்கள் சேர்ந்து வாழ்வதற்கும், அவரை நான் கவனித்துக்கொள்வதற்கும் எங்களுக்கு வெறுமனே ஒரு வருடம்தான் வாய்த்தது.

அவரது மரணத்துக்குப் பிறகு நான் என் சகோதரனோடு இருக்க பம்பாய்க்குச் சென்றேன். தையலும் ஆங்கிலமும் கற்றுக்கொண்டேன். 1931இல் கையில் இருந்த சொற்பப் பணத்தோடு சென்னைக்குத் திரும்ப வந்தேன். என் கணவர் இங்கிலாந்து போவதற்கு முன், அதாவது என்னிடமிருந்து அவரை நிரந்தரமாகப் பிரித்த அந்தப் பயணத்துக்கு முன் திருவல்லிக்கேணியில் எங்கு இருந்தோமோ அதே இடத்துக்குத் திரும்பி வந்தேன். தையல் கற்றுக்கொடுத்துக் கொஞ்சம் போல் பணம் சம்பாதித்தேன். எனக்குக் குறை ஒன்றுமில்லை. உடலால் இல்லையென்றாலும் மனதால் என்னைப் பார்த்துக்கொள்ள என் கணவர் இருக்கிறார். என்னுடைய கணிதம் உன்னை பார்த்துக்கொள்ளும் என்று அவர் அடிக்கடி சொல்வார். அது என்னைப் பார்த்துகொண்டது என்பது நான் செய்த புண்ணியம்தான்.

(திடீரென்று மிக மென்மையாக)

1962இல், அவரது எழுபத்தைந்தாவது பிறந்த நாளன்று அரசாங்கம் அவரது நினைவாகத் தபால் தலை ஒன்றை வெளியிட்டது. அதற்குப் பிறகுதான் திடீரென்று நான் ஒருத்தி இருக்கிறேன் என்பது சிலருக்கு நினைவில் வந்தது. எனக்கு மனக்கசப்புகள் ஏதுமில்லை. மாதாமாதம் ஓய்வூதியம் கொடுத்து என் மீது அக்கறையோடு இருக்கிறார்கள். குறைபட்டுக்கொள்ள ஏதுமில்லை என்றாலும், அவர் உயிரோடு இருந்திருந்தால், திடீரென்று இப்போது அவர் உயிர்த்தெழுவதற்கு முன்வரை எவ்வளவு சீக்கிரம் எல்லோரும் அவரை மறந்துவிட்டிருந்தார்கள் என்பதில் கொஞ்சம் வருத்தப்பட்டிருப்பார். அவரை நினைவில் வைத்திருப்பதுபோல் அவரது கணிதங்கள், சிலேட்... இவற்றையெல்லாம் வைத்து ஒரு நினைவகம் அமைக்க வேண்டும் என்று நீண்ட நாட்களாக நினைத்துக் கொண்டிருக்கிறேன். ஆனால் அதற்கு, ஒருவேளை... மற்றவர்களுக்காக, அதாவது வெளிநாட்டுக்காரர்களுக்காக, என்னைப் பார்க்கவும் அவரைப் பற்றித் தெரிந்துகொள்ளவும் வரும் வெள்ளைக்காரர்களுக்காகக் காத்திருக்க வேண்டும் போலும். இவ்வளவு தொலைவிலிருந்து என்னைப் பார்க்கவும் பேசவும் அவர்கள் வரும்போது, என்னை சுற்றியிருப்பவர்களைப் பார்க்கிறேன், ஏன் இப்படியெல்லாம் என்று... ஆனால் மனக்கசப்பு கொண்டிருப்பதற்கான

தருணம் இல்லை இது. எனக்கு நடந்ததெல்லாம் பார்க்கும் நான் புண்ணியம் செய்தவள்தான். அவரது பெயரை, பெருமையை, நம்பிக்கையை முன்னெடுத்துச் செல்ல வேண்டும் என்ற நம்பிக்கையில்தான் அவர் போன பிறகும் நான் வாழ்ந்துகொண்டிருந்தேன். இந்த நாட்டில் கண்டுகொள்ளப்படாமல் இருக்கும் சின்னஞ்சிறு மேதைகளை அடையாளம் காண்பதற்கு என்னாலான சிறு சிறு முயற்சிகளை செய்துகொண்டிருக்கிறேன்.

(மௌனம். எழுந்துகொண்டு வெளியேற நினைக்கிறார். ஆனால் திரும்பவும் வருகிறார்).

ஹார்டியைப் பொறுத்தமட்டில், அவர் என்னைப் பார்க்க வருவார் என்று காத்திருந்தேன். நீண்ட காலம் வீணாகக் காத்திருந்தேன். என் கணவர் குறித்து என்னிடம் பேச வருவார் என்று காத்திருந்தேன். அவர் வரவேயில்லை. ஹார்டி மீதான பொறாமையில் நான் இப்படி நினைக்கிறேனா என்றுகூட எனக்குத் தெரியவில்லை. எப்படியிருந்தாலும், என் கணவர் என்னோடு இருந்ததைவிட அவரோடுதான் பல ஆண்டுகள் வாழ்ந்திருக்கிறார். ஆனால், இது அது தொடர்பானது அல்ல. அவர் வரவே இல்லை. *(மௌனம்)*. அவர் ஒரு முறைகூட கடிதம் போட்டதில்லை. பெரிய மனிதர் ஹார்டி, என் கணவரின் மிக நெருங்கிய நண்பர் ஹார்டி *(மென்மையாக)* ஒரு முறைகூட எனக்கு எழுதவில்லை, ஒரு முறையும் எழுதவில்லை...

காட்சி - 6

(முதல் காட்சியில் இருந்ததுபோல் ஹார்டி. கால் மேல் கால் போட்டு நாற்காலியில் அமர்ந்திருக்கிறார்.)

ஹார்டி: நான் திருமதி இராமானுஜனைப் பார்க்கப் போகவே இல்லை. போய் என்ன செய்யப்போகிறேன்? எப்படியிருந்தாலும் எனக்கு அவரைத் தெரியாது. உண்மையைச் சொல்ல வேண்டுமென்றால், எனக்கு இராமானுஜனையும் அவ்வளவு நன்றாகத் தெரியாது. நான் போய்ப் பார்த்து அவரிடம் என்ன பேச முடியும்? அத்தோடு இந்தக் குடும்பச் சூழ்ச்சிகள் எல்லாம் கந்தரகோளமானவை. இப்போது தன்னுடைய சகோதரன், அதாவது இராமானுஜன் உயிரோடு இல்லாத காரணத்தால் தனக்கு ஏதாவது வேலைக்கு ஏற்பாடு

இரண்டு தந்தையர் | 71

செய்யமுடியுமா என்று கேட்டு அவனது சகோதரன் எனக்குக் கடிதம் எழுதுகிறான். நினைத்துப் பாருங்கள்! நான், ஹார்டி, இராமானுஜன் சகோதரனுக்காக வேலைகேட்டு ஓர் அரசு அதிகாரிக்குக் கடிதம் எழுத வேண்டுமாம்! நான் அமைதியாக இருந்துவிட்டேன். போனது போனதுதான். என் சக்திக்கு உட்பட்டு என்னால் முடிந்ததை எல்லாம் இராமானுஜனுக்கு செய்தேன். மற்றவர்கள் எவருக்கும் நான் பொறுப்பெற்க முடியாது. குறிப்பாக நாடகத்தன்மையான, உணர்ச்சிவசப்படக்கூடிய அவனது குடும்பத்தாருக்கு நான் பெறுப்பேற்க முடியாது. உண்மைதான், இந்தியனாக இருப்பது என்றாலே அப்படித்தான். இதையெல்லாம் உரக்கச் செல்லியபடியும் எல்லோருக்கும் முன்னால் காட்டிக்கொள்ளும்படியும் இருக்க வேண்டும் போல. இராமானுஜன் படத்துக்கு மாலை எல்லாம் போட்டு அதன் முன் விழுந்து வணங்குகிறார்கள் என்று கேள்விப்பட்டேன். எனக்கு இப்படியெல்லாம் செய்யப்படுமானால், அதை ஏற்றுக்கொள்வேனா என்று எனக்கு சந்தேகமாகத்தான் இருக்கிறது. (மௌனம்) நான் போன பிறகு கேம்பிரிட்ஜில் இப்படியெல்லாம் செய்ய மாட்டார்கள் என்பதில் நான் உறுதியாக இருக்கிறேன். (கோழிச் சிரிப்பு சிரிக்கிறார்). தற்கொலை செய்துகொள்வதற்கு முன், இராமானுஜன் குறித்தோ, கணிதம் குறித்தோ ஏதும் பேசக் கூடாது என்று தீர்மானித்திருந்தாலும், அதைத்தான் செய்து கொண்டிருக்கிறேன். இது மிகவும் முரணாக இருந்தாலும் தர்க்கப்பூர்வமாகவும் கூட இருக்கிறது. என் மீதான அவனுடைய தாக்கம் மிகப் பெரியதாக இருப்பதோடு, சில சமயங்களில் எரிச்சலூட்டக்ககூடியதாகவும் இருக்கிறது. என்னுடைய கண்டுபிடிப்புகளிலேயே ஆகச் சிறந்த கண்டிபிடிப்பு இராமானுஜன் என்று நான் ஒரு முறை சொல்லுமளவுக்குப் பெருந்தன்மை கொண்டிருந்தேன். ஆனால், அதையே திரும்பத் திரும்பக் கேட்க வேண்டியிருப்பது அவ்வளவு சலிப்பூட்டக்கூடியதாக இருக்கிறது! அவனது நிழலில் இருந்து தப்பிக்க என்னால் முடியவில்லை. அவனது தனித் திறன்களிலிருந்து தப்பிக்க வேண்டும், அவனது விசித்திரமான இயல்புகளிடமிருந்து அவனது குரல், நடத்தை என்று எதிலிருந்தும் என்னால் தப்பிக்க முடியவில்லை. செத்துப்போய் பல வருடங்கள் ஆகிவிட்ட அந்த மனிதன் குறித்துப் பேசிக்கொண்டே என் மிச்ச காலத்தைக் கழிப்பதில் எனக்கு விருப்பமில்லை - அவனது கணிதங்களைக் கடவுள்

செய்தாரா போன்ற கேள்விகளுக்குப் பதில் சொல்லிக்கொண்டு. என்ன அபத்தம்! இப்படியான கேள்விகளைக் கேட்பதன் மூலம் இவர்கள் என்ன சொல்ல வருகிறார்கள்? ஆனால் நான் என்ன ஊகிக்கிறேன் என்றால், நாங்கள் எல்லோரும், அதாவது நான், இராமானுஜன், எங்களைப் போன்றவர்கள் எல்லாம் உங்களைப் போன்றவர்களின் கிசுகிசுகளுக்கான தீனிதான். எங்களைக் குறித்துப் பரப்பரப்பான கதைகளைக் கேட்கவே நீங்கள் எல்லோரும் விரும்புகிறீர்கள். நான் எவ்வளவு மோசமான மனிதன் அல்லது இராமானுஜன் எப்படிப்பட்ட பைத்தியமாக இருந்தான் என்பது போன்ற கதைகளை. உங்கள் எல்லோர் மீதும் நான் பரிதாபப்படுகிறேன். மிக ஆழமான பரிதாப உணர்வு.

(மாத்திரைகளை வாயில் போட்டுக்கொண்டு தண்ணீர் குடிக்கிறார்)

போய்வருகிறேன். இப்போது நாங்கள் **இருவரும்** அமைதியாக ஓய்வெடுப்போம்.

(கதவு மிகவும் பலமாகத் தட்டப்படுகிறது. ஹார்டி தரையில் சாய்கிறார்.)

குரல்: ஹார்ட்டி, தற்கொலை முயற்சியிலிருந்து உயிர் தப்பினார் என்றாலும், அந்த வருடத்தின் இறுதி வரை மட்டுமே அவர் உயிரோடு இருந்தார்.

(ஒளி மங்குகிறது.)

●

சாதாரண மனிதன் அல்ல

ஆல்பெர்ட் ஐன்ஸ்டைன் அவருடைய மகன், ஹன்ஸ் ஆல்பெர்டுக்கு எழுதிய கடிதத்தில், தன் "... வாழ்க்கை சாதாரண மனிதனைக் காட்டிலும் கூடுதலான பொறுப்புகளும் கடமைகளும் கொண்டதாக இருக்கிறது. ஆதலினால், ஒரு சாதாரண மனிதனுக்கு உரித்தான எதிர்பார்ப்புகளுக்கும் பொறுப்புகளுக்கும் நான் உட்பட்டவனில்லை" என்று குறிப்பிட்டிருக்கிறார்.

ஐன்ஸ்டைன் நிச்சயமாக சாதாரண மனிதர் அல்ல. ஆனால் அசாதாரண மனிதராக இருப்பதற்கும் படைப்பாற்றலோடு இருப்பதற்கும் ஒருவர் ஏதேனும் விலைகொடுக்க வேண்டியுள்ளதா? ஐன்ஸ்டைனுக்கு அவரது முதல் மனைவி மிலிவாவோடு, திருமணத்திற்கு முன் பிறந்த மகளை வாழ்நாள் முழுக்க அங்கீகரிக்க மறுத்தார். அவரது மகளை அவர் ஒரு முறையேனும் பார்த்ததுகூடக் கிடையாது. மிலிவாவிற்கும் அவருக்கும் பிறந்த அடுத்த இரண்டு மகன்களோடு அவருக்குச் சுமுகமான உறவு இல்லாமல் போனது. அவரது இளைய மகன் அவனது வாழ்க்கையின் பெரும் பகுதியை மனநல மருத்துவமனையில் கழித்தான். மிலிவாவோடு ஐன்ஸ்டைனுக்கு இருந்த சிக்கலான உறவு, மிலிவாவின் வாழ்க்கையின் பெரும் பகுதியைத் தனிமையும் துயரமும் கொண்டதாக்கியது. அவரது தொடக்ககால அறிவியல் ஆய்வுக்கட்டுரைகளில் மிலிவா முக்கியப் பங்காற்றியுள்ளார் என்றும் சொல்லப்படுவதுண்டு. ஆனால் எவரும் அறிந்திராத, ஒதுக்கப்பட்ட அவரது மகள் லீஸரல்தான் நம்முடைய கவனத்தைக் கோருகிறாள். அவளை அறிந்துகொள்ள முயற்சிப்பதன் ஊடாக நாம் ஐன்ஸ்டைன் என்ற மனிதரையும், அசாதாரணமாக இருப்பதன் சுமைகளையும் புரிந்துகொள்ள முயற்சிக்கிறோம்.

காட்சி - 1

(முதியவர் ஐன்ஸ்டைன் அவரது படிப்பறையில் இருக்கிறார். சுத்தமான மேசை. அவர் ஏதோ எழுதிக்கொண்டிருக்கிறார். எழுதிக்கொண்டே இசை கேட்டுக் கொண்டிருக்கிறார். கதவு தட்டப்படுகிறது. ஐன்ஸ்டைன் நிமிர்ந்து பார்க்கிறார். ஒரு பெண்ணின் குரல், அவரது உதவியாளர்.)

உதவியாளர்: புரொபசர், நியூயார்க் டைம்ஸ்லிருந்து இருவர் உங்களைப் பார்க்க வந்திருக்கிறார்கள்.

ஐன்ஸ்டைன்: *(எரிச்சலோடு)* அவர்கள் இங்கு எதற்காக வரவேண்டும்?

உதவியாளர்: நீங்கள்தான் அவர்களுக்கு நேரம் ஒதுக்கியிருந்தீர்கள்.

ஐன்ஸ்டைன்: நான் வேலையாக இருக்கிறேன் என்று உங்களால் சொல்ல முடியாதா? *(தன்னையே குறைசொல்லிக்கொள்வதுபோல் தனக்குள் ஏதோ பேசிக்கொள்கிறார்).*

உதவியாளர்: அப்படிச் சொல்லச் சொன்னால் அப்படியே சொல்லி விடுகிறேன்.

ஐன்ஸ்டைன்: சரி, சரி! அப்படியே சொல்லிவிடு. *(முணுமுணுக்கிறார்)* கறையான்கள். என்னை ஏன் தனியே விடமாட்டேன் என்கிறார்கள்? *(அமைதி)* எல்லோரும் ஏன் என்னை இப்படித் தொந்தரவு செய்கிறார்கள்?

(நிம்மதியற்றுக் காணப்படுகிறார். மேசை மீது உள்ள காகிதங்களைப் படபடப்போடு கையாள்கிறார். இசையின் ஒலியைக் கூட்டுகிறார். உடனே குறைக்கிறார். சுற்றி நடக்கிறார். மேடையில் ஒரு ஓரத்திற்கு சென்று, அறைக்கதவைத் திறந்து உரக்கக் கத்துகிறார்.)

ஐன்ஸ்டைன்: ஹெலன், நான் வெளியே போய்விட்டு வருகிறேன். நீண்ட தூரம். *(முணுமுணுக்கிறார்)* நான் அப்படியே தொலைந்து போனால் எவ்வளவு நன்றாக இருக்கும்!

(ஆழ்ந்த சிந்தனையோடும் எரிச்சலோடும் மேடையின் குறுக்காக நடக்கிறார். மேடையின் மறுமுனைக்குச் சென்று அவரது மேல் கோட்டிலிருந்து சுங்கானை எடுத்து வாயில் வைத்துக்கொள்கிறார். தீப்பெட்டியைத் தேடுகிறார். அது கிடைக்காததில் கோபம் கொள்கிறார்.)

ஐன்ஸ்டைன்: தீப்பெட்டியை மறந்து என் அறையிலேயே விட்டுவிடுமளவிற்கு எனக்கு வயதாகிவிட்டது.

(யாரேனும் தீப்பெட்டியோடு தென்படுகிறார்களா என்று தேடுவதுப்போல் சுற்றிலும் பார்க்கிறார். எதையும் காணவில்லை. எதுவும் கேட்கவில்லை. தனது அறைக்குத் திரும்பிப் போக நினைக்கிறார். திடீரென்று ஜிப்ஸி இசை ஒன்று அவரது காதுகளை வந்தடைகிறது. சுற்றிலும் பார்க்கிறார். இசை வந்த திசையை நோக்கி நடந்தபடியே மேடையை விட்டு வெளியேறுகிறார்.

ஒரு கூடாரத்தின் மேல் ஒளி பாய்கிறது. அதன் நுழைவாயில் படுதாவில் 'மேடம் லூபிகா உங்கள் தலைவிதியைக் கணித்துச் சொல்வார்' என்ற விளம்பரம் காணப்படுகிறது.

ஐன்ஸ்டைன் மேடையில் நுழைந்து அந்தக் கூடாரத்தைப் பார்க்கிறார். இப்போது இசை தெளிவாகவும் சத்தமாகவும் கேட்கிறது. அது கூடாரத்திலிருந்துதான் வருகிறது. அவர் புன்னகைக்கிறார். பிறகு, கூடாரத்தை நெருங்கி, நுழைவாயில் படுதாவை விலக்கி உள்ளே நுழைகிறார். கூடாரம் இருட்டாகவும் புகை மண்டலமாகவும் இருக்கிறது. அதில் உள்ள மேசையில் பளிங்குக் கோளம் ஒன்று காணப்படுகிறது. ஒரு ஜிப்ஸி பெண்மணி அந்த மேசைக்குப் பின்னால் அமர்ந்து ஏதோ புத்தகம் படித்துக்கொண்டிருக்கிறார். அவர் நீண்ட அங்கியும் கொசுவம் வைத்த சட்டையும் அணிந்து தலையில் துண்டு கட்டியிருக்கிறார்.

உள்ளே நுழைந்த ஐன்ஸ்டைன் பளிங்குக் கோளத்தை பார்க்கிறார். பிறகு ஜிப்ஸி பெண்மணியை பார்க்கிறார். அந்தப் பெண்மணி அவரை நிமிர்ந்து பார்த்துவிட்டு மீண்டும் படிக்கத் தொடங்குகிறார். அந்தப் பெண்மணியின் கவனத்தை ஈர்க்க ஐன்ஸ்டைன் தொண்டையைக் கனைத்துக்கொள்கிறார். அந்தப் பெண்மணி நிமிர்ந்து பார்க்கிறார்.)

ஐன்ஸ்டைன்: நான் இசை ஒன்றைக் கேட்டேன். *(லூபிகா மீண்டும் புத்தகத்துள் முழுகிறார்).* இது செர்பிய இசை, இல்லையா? *(லூபிகா மேலும் சற்று ஈடுபாட்டோடு அவரைப் பார்க்கிறார்).* **ஆ...! இது செர்பிய இசைதான். எனக்குத் தெரிந்திருப்பதில் வியப்பென்ன! நான் ஒரு செர்பிய பெண்ணைத்தான் மணம் செய்துகொண்டேன்.**

லூபிகா: *(சற்று இடைவெளி விட்டு)* **அதுதான்.** *(மௌனமாகிறார்)* **உனக்கு வேறு ஏதாவது தேவையா?**

ஐன்ஸ்டைன்: இல்லை, இல்லை. நான் இசையைக் கேட்டதினால்தான் இங்கு வந்தேன்... பிறகுதான் எனக்கு நினைவுக்கு வந்தது...

கடவுளாலும் கைவிடப்பட்ட இந்த இடத்தில் யார் இந்த இசையை வாசிப்பார்கள் என்று யோசித்துப்பார்த்தேன்...

லூபிகா: கடவுளால் கைவிடப்பட்ட ஒரு பெண்மணி.

ஐன்ஸ்டைன்: *(சிரிக்கிறார். பிறகு இருமுகிறார்)* எனக்குத் தீப்பெட்டி வேண்டும் என்று வந்தேன்... என்னுடைய சுங்கானுக்கு. பார்க்கிறீர்கள் அல்லவா.

லூபிகா: ஆமாம், ஆமாம்... தெரிகிறது. புகைப்பிடிப்பவர்கள் தீப்பெட்டி இல்லாமல் இருப்பது நல்ல சகுனம் அல்ல. செர்பியர்கள் ஒரு பழமொழி சொல்வார்கள்...

ஐன்ஸ்டைன்: *(சிரிக்கிறார்)* உங்களைப் போன்றவர்களால் பேச்சுக்கு இடையே பழமொழிகளை உபயோகிக்காமல் இருக்க முடியாது என்தைப் பார்ப்பதற்கு எவ்வளவு மகிழ்ச்சியாக இருக்கிறது.

லூபிகா: உட்காரலாமே...

ஐன்ஸ்டைன்: நன்றி, நன்றி. உட்காருவது நல்லதுதான். அசதியுற்ற இந்தக் கிழவனின் அசதியுற்ற கால்களுக்கு உட்காருவது நல்லதுதான்.

(லூபிகா படித்துக்கொண்டிருந்த புத்தகத்திற்குத் திரும்புகிறார். ஐன்ஸ்டைன் பளிங்குக் கோளத்தைப் பார்த்து அதனைத் தடவிக்கொடுக்கிறார். லூபிகா கண்களை உயர்த்திப் பார்க்க அவர் சட்டென்று கையைப் பின்னுக்கு இழுத்துக் கொள்கிறார்.)

ஐன்ஸ்டைன்: நீங்களும் செர்பியாவைச் சேர்ந்தவரா?

லூபிகா: நீ அப்படி விரும்பினால்.

ஐன்ஸ்டைன்: எனக்கு விருப்பம் இல்லையென்றால்...

லூபிகா: நோவி சாத்தைச் சேர்ந்தவள் என்று நீ சொல்லலாம்.

ஐன்ஸ்டைன்: *(முழுக் கவனமும் பளிங்குக் கோளத்தின் மீது இருப்பதால்)* நீங்கள் என்ன சொன்னீர்கள்?

லூபிகா: ஒன்றுமில்லை.

ஐன்ஸ்டைன்: நீங்கள் செர்பியாவைச் சேர்ந்தவரா இல்லையா என்பது அவ்வளவு முக்கியமா? நான் எங்கிருந்து வந்தவன் என்று உங்களுக்குத் தெரியுமா?

லூபிகா: தெரியாது.

ஐன்ஸ்டைன்: நான் எங்கிருந்து... பொறுங்கள், உங்களுடைய இந்தப் பளிங்குக் கோளத்தால் அதைச் சொல்ல முடியும்தானே? *(செல்லமாகப் புன்னகைக்கிறார்).*

லூபிகா: இது சொல்லும். நீ தெரிந்துகொள்ள விரும்பினால், நீ எங்கிருந்து வந்தவன் என்று உனக்குத் தெரியாது என்றால், இது சொல்லும்.

ஐன்ஸ்டைன்: எனக்கு அது நன்றாகத் தெரியும். எனக்கு எதாவது ஒன்று தெரியும் என்றால், அது நான் எங்கிருந்து வந்தவன் என்பது மட்டும்தான்.

லூபிகா: நீ ஜெர்மனியிலிருந்து வருகிறாய் என்பதைத் தெரிந்து கொள்ள இந்தப் பளிங்குக் கோளம் அவசியமில்லை. நீ ஒரு ஜெர்மானிய யூதன் என்பதை நீ தெரிந்துகொள்ள வேண்டிய அவசியமில்லை.

ஐன்ஸ்டைன்: ம்... உண்மைதான். நாம் தொலைந்துபோனவர்கள் - நான் யூதர்களைச் சொல்லவில்லை, நீங்களும் நானும்.

லூபிகா: நான் தொலைந்துபோனவள் அல்ல. நான் யார், எங்கிருந்து வருகிறேன் என்றும் எனக்குத் தெரியும்.

ஐன்ஸ்டைன்: அப்படியென்றால் நீங்கள் கொடுத்துவைத்த பெண்மணி.

லூபிகா: இல்லை. நான் அப்படியல்ல. நிச்சயமாக அப்படியல்ல.

ஐன்ஸ்டைன்: நான் யார் என்று உங்களுக்கு உண்மையில் தெரியாதா?

லூபிகா: தெரியாது.

ஐன்ஸ்டைன்: எவ்வளவு நிம்மதி!

லூபிகா: ஏன்? நீ அவ்வளவு புகழ் பெற்றவனா அல்லது அவ்வளவு கெட்டபெயர் எடுத்தவனா?

ஐன்ஸ்டைன்: இரண்டும் என்று சொல்லலாம்.

லூபிகா: அப்படியென்றால் நீ யார்? செர்பியப் பெண்ணை மணந்திருக்கும் ஜெர்மானிய யூதனா? கெட்டபெயர் எடுப்பதற்கு அது ஒன்று போதுமே.

ஐன்ஸ்டைன்: மணந்திருந்தேன்.

லூபிகா: இறந்துவிட்டாளா?

ஐன்ஸ்டைன்: பளிங்குக் கோளத்தைப் பார்த்து நீங்கள் ஏன் எனக்குச் சொல்லக்கூடாது?

லூபிகா: உண்மையிலேயே நான் அப்படிச் செய்ய வேண்டும் என்று விரும்புகிறாயா? உனக்குப் பிடிக்காத விஷயங்களை நான் பார்க்க நேரிடலாம்.

ஐன்ஸ்டைன்: எனக்குப் பிடிக்காத விஷயங்களை போதுமான அளவிற்கு நான் பார்த்து விட்டேன். இருந்தும் நான் ஏன் இங்கு வந்து நிற்கிறேன் என்று தெரிகிறதா?

லூபிகா: நான் இந்தக் கோளத்தில் பார்ப்பது உனக்கு அடியோடு பிடிக்காமல் போகலாம். உண்மை எதுவாக இருந்தாலும் அதை எதிர்கொள்ளத் தயாராக இருக்கிறாயா?

ஐன்ஸ்டைன்: உண்மை! எப்படிப்பட்ட முரண்! என் வாழ்க்கை முழுக்க நான் விரும்பாத உண்மைகளை எதிர்கொண்டே கழித்திருக்கிறேன். மேடம், நான் உண்மையை தேடுவதையே என் வாழ்க்கையாகக் கொண்டவன்.

லூபிகா: நீ ஆவலைத் தூண்டுகிறாய். உண்மையில் நான் கோளத்தைப் பார்க்க உனக்கு சொல்ல வேண்டும் என்று...

ஐன்ஸ்டைன்: ஆமாம். ஏன் கூடாது? நான் வழக்கமாகக் உருவாக்கிக் கொண்டிருக்கும் உண்மைகளிலிருந்து (அமைதி) கண்டுபிடிக்கும் உண்மைகளிலிருந்து எனக்கு இது வேறுவிதமான பயிற்சியாக இருக்கும்.

லூபிகா: அப்படியென்றால் சரி. நாம் செர்பியா தொடர்பிலிருந்து தொடங்குவோம். உன் மனைவி, அவள் உயிரோடு இருக்கிறாளா அல்லது இறந்துவிட்டாளா என்று நான்

பார்த்துச் சொல்லவேண்டும் என்று விரும்புகிறாய். இந்தக் கோளத்தின் மீது உன் கையை வை.

(பளிங்குக் கோளத்திலிருந்து ஒளி பாய்கிறது)

ஐன்ஸ்டைன்: *(புன்னகைக்கிறார்)* இது நல்ல தந்திரம்தான்.

லூபிகா: உஸ்... *(கண்களை மூடிக்கொள்கிறார்).*

(இசை படிப்படியாக உச்சத்தை அடைகிறது)

லூபிகா: ஆ! என்னால் பார்க்க முடிகிறது... ஒரு ஜன்னலைப் பார்க்கிறேன். அதற்கு வெளியே சுத்தமான தோட்டம் ஒன்று தெரிகிறது. நான் ஒருவனைப் பார்க்கிறேன். கொழுகொழுவென்று இருக்கிறான்... அவனது கூர்மை அறையைப் பிரகாசிக்கச் செய்கிறது. அவன் அவளது கையைப் பிடித்திருக்கிறான், பலவீனமான கைகள். இந்தக் கைகள்தான் அதன் பிடி நழுவி கீழே விழப்போகின்றன...

ஐன்ஸ்டைன்: அந்த மனிதன், யார் அவன்?

லூபிகா: உஷ்... அவன் யாரையோ அழைக்கிறான். அவனது கண்கள் எனக்கு யாரை நினைவூட்டுகின்றன என்றால்... *(தலையை நிமிர்த்தி ஐன்ஸ்டைன்னைப் பார்க்கிறார்)* ... உன்னை நினைவூட்டுகின்றன. அந்தக் கண்கள் வலியால் நிரம்பியிருக்கின்றன... அவன் கண்களை மூடிக்கொள்கிறான். அசதியாகக் காணப்படுகிறான். இப்போது என்னால் அந்தப் பெண்மணியைப் பார்க்க முடிகிறது. கறுப்பு நிற ஆடை அணிந்திருக்கிறாள். நைந்துபோய் இருக்கிறாள். அவள் ஒன்றும் வசதியானவளாகத் தெரியவில்லை. அவள் இறந்துகொண்டிருக்கிறாள். *(ஐன்ஸ்டைன் சட்டென்று அவரது கைகளை விலக்கிக்கொள்ள, கோபமாக)* கையை எடுப்பதற்கு உனக்கு எவ்வளவு துணிச்சல் வேண்டும். *(ஐன்ஸ்டைனின் கைகளைப் பிடித்திழுத்து மீண்டும் பளிங்குக் கோளத்தின் மீது வைக்கிறார்).* உன் கேள்வியிலிருந்து நீ தப்பித்து ஓட முடியாது. இது உன்னுடைய பொறுப்பு, என்னுடையதல்ல. இப்போது கேள். அந்தப் பெண் இறந்துகொண்டிருக்கிறாள்.

ஐன்ஸ்டைன்: ஆ... என்ன ஒரு நாடகத்தன்மை!

லூபிகா: அவளுடைய உதடுகள் செர்பியக் காதல் பாடல் ஒன்றை முணுமுணுத்துக்கொண்டிருக்கின்றன. அவளுக்கு அருகில் இருப்பவனை ஒரு தாயின் கண்கள் கொண்டு அவள் பார்த்துக்கொண்டிருக்கிறாள். ஹா... அந்த ஆண், அவளுடைய மகன். (அமைதி) அவள் அவனை பெயர் சொல்லி அழைக்கிறாள். எடு...எடுவார்ட்

ஐன்ஸ்டைன்: (கோபமாகக் கையை விடுவித்துக்கொண்டு) இந்த முட்டாள் தனத்தை நிறுத்துங்கள். இந்த நாடகத்தை நிறுத்துங்கள். நான் யார் என்று உங்களுக்குத் தெரியும்,

லூபிகா: தெரிந்திருக்க வேண்டுமா?

ஐன்ஸ்டைன்: நிச்சயமாக. தெரிந்திருக்க வேண்டும். எல்லோரும் தெரிந்து வைத்திருக்கிறார்கள். குறிப்பாக நீண்டகாலமாக என்னைப் பற்றித் தவறாகப் பிரச்சாரம் செய்துகொண்டிருக்கும் செர்பியர்களுக்கு என்னைத் தெரிந்திருக்க வேண்டும்.

லூபிகா: அவர்கள் ஏன் உன்னைத் தெரிந்து வைத்திருக்க வேண்டும்? நீ ஒரு செர்பியப் பெண்ணை மணந்துகொண்டாய் என்பதாலா?

ஐன்ஸ்டைன்: அப்புறம் விவாகரத்தும் செய்தேன். அவளை விட்டுத்தள்ளுங்கள். அவளுடைய பங்குக்கு அதிகமாகவே பணத்தைக் கொடுத்திருக்கிறேன். இருந்தும், எல்லோரும் என்ன பேசுகிறார்கள் என்றால்...

லூபிகா: செர்பியர்கள் நேர்மையான இனத்தவர்கள். அவர்கள் சாதாரண மனிதர்கள். அறம் குறித்துச் சிக்கலான கருத்துகள் எதையும் அறியாதவர்கள். அவர்கள் ஒரு தவறான நடவடிக்கையைப் பார்த்தால் அதைத் தவறு என்று நேரடியாகச் சொல்லக்கூடியவர்கள்.

ஐன்ஸ்டைன்: ஹா! எல்லா இனத்தவர்களும் தங்களைப் பற்றி இப்படித்தான் சொல்லிக் கொள்கிறார்கள். நான் வஞ்சகத்தை அவ்வளவு வெறுக்கிறேன் - இப்போது நீங்கள் என் முன்னே செய்வதுபோல். நான் அமைதி நாடியும் கொஞ்சம் இசை கேட்கவும், சுங்கானைப் பற்ற வைத்துக்கொள்ளவும்தான் இங்கு வந்தேன். ஆனால் நீங்கள் இப்படி நடந்துகொள்கிறீர்கள்!

லூபிகா: இல்லை. பேராசிரியர் ஐன்ஸ்டைன், நீ சொல்வது உண்மையில்லை.

ஐன்ஸ்டைன்: பார்த்தீர்களா! உங்களுக்குத் தெரியும். நான் வந்தபோதே உங்களுக்குத் தெரியும்.

லூபிகா: நான் என்று பிறந்தேனோ அன்றே எனக்குத் தெரியும்!

ஐன்ஸ்டைன்: ஹா! நீங்கள் எல்லோரும் ஒரே மாதிரிதான் இருக்கிறீர்கள்.

லூபிகா: ஆனால் சத்தியமாகச் சொல்கிறேன், அந்த இளைஞனைப் பற்றியோ அந்தப் பெண்மணியைப் பற்றியோ எனக்கு ஏதும் தெரியாது...

ஐன்ஸ்டைன்: மிலிவா. அவளைப் பற்றி ஏதும் தெரியாது என்பது போலவோ அவள் இறந்துகொண்டிருக்கிறாள் என்பது உங்களுக்குத் தெரியாது என்பது போலவோ நடிக்காதீர்கள். சில மாதங்களுக்கு முன் அவள் பக்கவாதத்தால் தாக்கப்பட்டாள். இந்தச் செய்தி எப்போது வேண்டுமென்றாலும் வரலாம் என்று எதிர்பார்த்துத்தான் இருந்தோம். இவையெல்லாம் கூட உங்களுக்குத் தெரிந்திருக்கும் என்று நினைக்கிறேன்.

லூபிகா: தெரியாது. இதைக் கேட்பது அவ்வளவு துயரத்தைக் கொடுக்கிறது. நான் விலகி இருந்தேன். இந்த உலகத்திற்குள் என்னை மறைத்துக்கொண்டு எனக்கானதைத் தேடிக் கொண்டிருந்தேன். இந்தத் தருணத்திற்காகக் காத்திருந்தேன்... உன்னோடு பகிர்ந்துகொள்ளக்கூடிய இந்தத் தருணத்திற்காக.

ஐன்ஸ்டைன்: அத்தோடு அவளோடு இருந்த இளைஞன் என் மகன் எடுவார்ட் என்று உங்களுக்குத் தெரியும். என்னிடம் இப்படி நடந்துகொள்ள நீங்கள் கொடூரமான பெண்ணாக இருக்க வேண்டும்.

லூபிகா: அவன் உன்னுடைய மகன் அல்ல. இது உனக்குத் தெரியும். அவன், அவனது தாயின் மகன்.

ஐன்ஸ்டைன்: ஆமாம், ஆமாம். எனக்குத் தெரியும்... தெரியும். நோயுற்று இருக்கும் அவனை நான் கண்டுக்கொள்ளாமல் விட்டுவிட்டேன் என்று எழுதப்பட்டிருக்கும் கதைகளை எல்லாம் நான் அறிவேன். அவனுக்குப் பைத்தியம் பிடிக்க நான்தான் காரணம் என்று சொல்பவர்கள்கூட இருக்கிறார்கள். பித்தலாட்டம்.

லூபிகா: நீ தள்ளிவிட்டாயா இல்லையா?

ஐன்ஸ்டைன்: நிச்சயமாக அப்படிச் செய்யவில்லை. அது அவன் குடும்பத்திலேயே இருக்கிறது. *(அமைதி)* தாய் வழிக் குடும்பம். அவனது சித்திக்கு, அதாவது மிலிவாவுடைய சகோதரிக்கு இதுபோன்று நோய் இருந்தது உங்களுக்குத் தெரியும் என்று நினைக்கிறேன்.

லூபிகா: ஜோர்காவா? ஆமாம். அவளது அறையில் பூனைகள் சூழ்ந்திருக்க இறந்துபோனாள் என்றும் அக்கம்பக்கத்து வீட்டுக்காரர்கள் பல நாட்கள் கழித்துக் கதவை உடைத்த பிறகே அவள் இறந்து கிடந்ததை அறிந்துகொண்டார்கள் என்றும் கேள்விப்பட்டேன்.

ஐன்ஸ்டைன்: அப்படியா! அவள் எப்போதும் ஒரு மனநலக் காப்பகம் அல்லது இன்னொன்று என்றுதான் காலத்தைக் கழித்தாள். நான் சொல்கிறேன், அது பரம்பரை நோய்.

லூபிகா: நீ அப்படிச் சொன்னால் சரி. ஆனால், ஜோர்கா அவளது இளமைப்பருவத்தில் ராணுவ வீரர்களால் வல்லுறவுக்கும் தாக்குதலுக்கும் உள்ளாக்கப்பட்டாள் என்பதையும் உன்னிடம் சொல்ல வேண்டும்.

ஐன்ஸ்டைன்: சாக்குப்போக்குகள், சாக்குப்போக்குகள்! இந்தச் சாக்குப்போக்குகளைக் கேட்டுக் கேட்டு எனக்குச் சலித்துப் போய்விட்டது. *(எழுந்துகொள்ள முயற்சிக்கிறார்).*

லூபிகா: தயவுசெய்து உட்காருங்கள் புரொபஸர். நாம் இன்னும் முடிக்கவில்லை.

ஐன்ஸ்டைன்: ஆக, இப்போது இந்த வயதானவனை மிரட்டுகிறாய்.

லூபிகா: இல்லை. நான் மிரட்டவில்லை. *(மென்மையாக)* நான் கெஞ்சுகிறேன்.

(இருவரும் ஒருவரை ஒருவர் உற்றுநோக்குகிறார்கள். ஐன்ஸ்டைன் உட்கார்ந்து கொள்கிறார்).

ஐன்ஸ்டைன்: அப்படியென்றால் நல்லது. மிலிவா எப்போது இறந்துபோவாள் என்று சொல்லுங்கள். அருவருப்பான இந்தக் கதை மொத்தமாக ஒரு முடிவுக்கு வரும் என்று நம்புகிறேன்.

இரண்டு தந்தையர் | 85

லூபிகா: அச்சப்பட வேண்டாம். கூடிய விரைவில் நம்மையெல்லாம் விட்டு அவள் போய்விடுவாள். அவளுடைய கவலைகள் எல்லாம், அவளது மகன் குறித்துதான். தனக்குப் பிறகு அவனை யார் பார்த்துக்கொள்வார்கள் என்ற கவலைதான் அவளுக்கு.

ஐன்ஸ்டைன்: எப்போதும் அவள் குழந்தைகளே கதி என்று கிடந்தாள். அவர்கள் என்னை வெறுக்கும்படி செய்துகொண்டிருந்தாள். அவனது சிகிச்சைக்காக என்னிடம் எப்போதும் பணம் கேட்டு நச்சரித்துக்கொண்டே இருந்தாள். எல்லாம் செலவுபிடிக்கும் சிகிச்சைகள். ஐரோப்பாவில் நானே பல போலி மருத்துவர்களை உருவாக்கினேன்.

லூபிகா: உன்னோடு வாழ்வதற்கு நீ அவனை அழைத்து வந்திருக்க வேண்டும்.

ஐன்ஸ்டைன்: எப்படிப்பட்ட முட்டாள்தனமான யோசனை! ஆனால், பிரபலமாக இருப்பது என்றால் என்னவென்றும் தெருவில் போகிற வருகிற ஒவ்வொரு முட்டாளாலும் எடை போடப்படுவது என்னவென்றும் உங்களால் புரிந்துகொள்ள முடியுமா?

லூபிகா: எனக்கெப்படித் தெரியும்? - தெரிந்திருக்க வாய்ப்பிருந்தாலும்.

ஐன்ஸ்டைன்: ஹா! நீங்கள் பெண்கள்... அல்லது மனைவிகள் என்ற ஏமாற்றப்பட்ட உயிரினத்தைச் சேர்ந்தவரா? உங்களுடைய கணவன் பிரபலமாகி உங்களைத் தனியே விட்டுவிட்டு அதற்காக வருத்தப்பட்டுக்கொண்டிருக்கிறாரா? அதனால், உங்களால்தான் அவர் பிரபலமானார் என்று நீங்கள் பின் உரிமை கொண்டாடப்போகிறீர்களா? அப்படிப்பட்ட பெண்மணிகளில் நீங்களும் ஒருவரா?

லூபிகா: மிலிவா தரப்பு நியாயத்தைப் புரிந்துகொள்ள வேண்டும்.

ஐன்ஸ்டைன்: என்ன நியாயம்? அவள் வாழ்க்கையில் நடந்ததிலேயே மிகவும் நல்ல விஷயம் என்னவென்றால், நான் அவளுக்கு கிடைத்ததுதான்.

லூபிகா: உண்மைதான். நாங்கள் இதையெல்லாம் கேள்விப் பட்டிருக்கிறோம். ஒரு முறை, மிலிவா மீது இரக்கப்பட்டுத் தான் அவளைத் திருமணம் செய்துகொண்டேன்

என்று நீ சொல்லவில்லையா? 'மிலிவாவை எவரும் விரும்பமாட்டார்கள், அவள் கோரமாக இருந்தாள், அவள் நொண்டி நொண்டி நடந்தாள், அவளோடு எவரும் எத்தகைய தொடர்பும் வைத்துக்கொள்ள விரும்ப மாட்டார்கள்' என்று நீ சொல்லியிருக்கிறாய்.

ஐன்ஸ்டைன்: நினைவில் வைத்திருந்து அதை மிகச் சரியாகப் பயன்படுத்தும் உங்கள் திறமையை நான் பாராட்டுகிறேன். யார் நீங்கள்? எங்கிருந்து வருகிறீர்கள்? மிலிவா இறுதியாக சொல்ல விரும்பியதை உங்கள் ஊடாகச் சொல்வதற்கு உங்களை அனுப்பிவைத்தாளா?

லூபிகா: நான் இருக்கிறேனா இல்லையா என்பது குறித்து மிலிவாவிற்கு ஏதும் தெரியாது. (அமைதி) தெரிந்திருந்தால் இன்னும் சந்தோஷமாக இறந்துபோவாள்.

ஐன்ஸ்டைன்: அது சாத்தியமே இல்லை. நான் அறிந்த பெண்களிலேயே துயரம் நிரம்பியவள் மிலிவாதான். நான் எது செய்தாலும் அதில் ஏதோ தவறு கண்டுபிடித்துக்கொண்டே இருந்தாள். அவள் அற்பமானவள், பொறாமைக்காரி என்பதோடு...

லூபிகா: இதெல்லாம் எல்லோருக்கும் தெரிந்த விஷயங்கள்தான், இல்லையா? பெண்களின் பொறாமைக் குணம் எவ்வளவு பெரிய குற்றமாகிறது. அவள் கண்முன்னே மற்ற பெண்களோடு நீ உறவு வைத்துக்கொண்டதைத்தான் அவள் வெறுத்தாள்.

ஐன்ஸ்டைன்: திருமணம் என்பதே மிகப் பெரிய தவறு. மானுட சமூகம் செய்த மிகப் பெரிய தவறு இதுதான்.

லூபிகா: இதைவிடச் சிறப்பாக ஒரு முறை நீ சொல்லியிருக்கிறாய்: 'கற்பனா சக்தி இல்லாத பன்றிப்பயல்தான் திருமணத்தைக் கண்டுபிடித்திருக்க வேண்டும்'.

ஐன்ஸ்டைன்: திருமணம் மட்டும் ஒருபோதும் செய்துகொள்ளாதீர்கள். அப்படியே செய்துகொள்ள வேண்டும் என்றால், உங்களுக்குச் சமமானவரையோ, அறிவுஜீவியாகப் பாவனை செய்பவரையோ நிச்சயமாகத் திருமணம் செய்துகொள்ளாதீர்கள் என்றே சொல்வேன்.

லூபிகா: எனக்குத் தெரியும். இந்தப் பாடத்தை ரொம்பவும் பட்டுத்தான் தெரிந்துகொண்டாய். அதனால்தான் மிலிவாவிற்குப் பிறகு நீ

இரண்டு தந்தையர் | 87

உறவு கொண்ட பெண்கள் எவரும் சிந்திக்க மாட்டார்கள் என்ற அடிப்படையில்தானே தேர்ந்தெடுத்தாய்.

ஐன்ஸ்டைன்: *(புன்னகைக்கிறார்)* ஆமாம். அது அப்படித்தான். அது எவ்வளவு சந்தோஷத்தைக் கொடுக்கக்கூடியதாக இருந்தது. மேலும் அதில் சிக்கல்கள் ஏதும் கிடையாது.

லூபிகா: உன்னால் நிராகரிக்கப்பட்ட மிலிவா மற்றும் இரண்டு மகன்கள் தவிர.

ஐன்ஸ்டைன்: இதெல்லாம் முட்டாள்தனமான பேச்சு. மிலிவா வாழ்க்கையில் அவளுடைய குழந்தைகள் மட்டும்தான் இருந்தார்கள். அவள் அடிக்கடி நோய்வாய்ப்பட்டவளாகவும் இருந்தாள். நான் ஆரோக்கியமான இளைஞனாக இருந்தேன். அமைதியாக என்னோடு இருப்பதற்கான வாய்ப்பு அவளுக்கு இருக்கத்தான் செய்தது. மற்ற பெண்களோடு நான் பழகுவதைப் பார்த்து அவ்வளவு குதிக்காமல் இருந்திருந்தால் என் மகன்கள் என்னோடு வளர்ந்திருப்பார்கள்! நான்தான் எரிச்சலும் கோபமும் கொண்டிருக்க வேண்டும். ஆனால் நான் அப்படியா இருக்கிறேன்?

லூபிகா: இல்லை. சொல்லப்போனால் அப்படியாக இல்லை. அவளிடமிருந்து நீ ஏதும் பெரிதாக எதிர்பார்க்கவில்லை. உனக்கு நினைவிருக்கிறதா?

ஐன்ஸ்டைன்: என்ன? மறுபடியும் நான் சொன்னதிலிருந்து ஏதாவது மேற்கோளை எனக்கு எதிராக முன்வைக்கப் போகிறீர்களா?

லூபிகா: இல்லை, இல்லை. நீ சொன்னது எதையும் நான் முன்வைக்கப் போவதில்லை. ஆனால் மிலிவாவுக்கு நீ அனுப்பிய குறிப்பு. அவள் உன்னோடு இருப்பதற்கு நீ முன்வைத்த நிபந்தனைகள். நீ என்ன எழுதியிருந்தாய் என்று நான் உனக்கு நினைவூட்ட வேண்டுமா?

ஐன்ஸ்டைன்: *(சுற்றிலும் பார்த்து)* இல்லை. அது நிச்சயமாக அவசியமில்லை.

லூபிகா: *(குறிப்பைக் காட்டி)* நீ எழுதியிருந்தது இதுதான்:

"A) உன்னுடைய கடமைகள் இவை: (1) என்னுடைய துணிமணிகள் ஒழுங்காக அடுக்கி வைக்கப்பட்டிருக்க

வேண்டும்; *(2)* ஒவ்வொரு நாளும் என்னுடைய அறையில் எனக்கு மூன்று வேளை உணவு பரிமாறப்பட வேண்டும்; *(3)* என்னுடைய படுக்கையறையும் படிப்பறையும் சுத்தமாக வைத்திருக்க வேண்டும். மிக முக்கியமானது என்னுடைய மேசையை என்னைத் தவிர வேறு எவரும் தொடக் கூடாது.

B) என்னோடு தனிப்பட்ட முறையில் எந்த உறவும் வைத்துக்கொள்ளக் கூடாது. வெளி உலக நிகழ்ச்சிகளில் பங்கேற்கும் சமயங்கள் தவிர. அதாவது *(1)* நான் உன்னோடு வீட்டில் நேரம் கழிக்க வேண்டும் என்றோ; *(2)* உன்னோடு வெளியே வர வேண்டும் அல்லது பயணம் செய்ய வேண்டும் என்றோ எதிர்பார்க்கக் கூடாது.

C) என்னோடான தொடர்பில் இந்த விஷயங்களைக் கறாராகக் கடைப்பிடிப்பதாக நீ உத்தரவாதம் கொடுக்க வேண்டும். *(1)* என்னிடமிருந்து எத்தகைய அன்பையும் நீ எதிர்பார்க்கக் கூடாது என்பதோடு அதற்காக என்னைக் குற்றம்காணக் கூடாது; *(2)* நான் உன்னிடம் ஏதாவது கேட்டால் நீ உடனடியாகப் பதில் சொல்ல வேண்டும்; *(3)* நான் உன்னைப் படுக்கையறையை விட்டோ, படிப்பறையை விட்டோ வெளியே போ என்று சொன்னால் எத்தகைய எதிர்ப்பும் காட்டாமல் உடனே நீ வெளியேற வேண்டும்.

D) குழந்தைகளுக்கு முன்னால் வார்த்தைகளாலோ செயல்களாலோ என்னை இழிவுபடுத்த மாட்டேன் என்று சத்தியம் செய்துகொடுக்க வேண்டும். எப்போது பெர்லின் வந்தாயோ அப்போதிலிருந்து நீ ரொம்ப மோசமாகவிட்டாய். மதிப்பிற்குரிய மனிதனின் நடத்தைகள் மீது மக்கள் ஆர்வம் கொண்டிருப்பார்கள் என்பதை நீ புரிந்துகொள்ள வேண்டும்".

மேற்கோள் முடிகிறது. இது உங்களுக்கு நினைவிருக்கிறதா புரொபசர்?

ஐன்ஸ்டைன்: நான் இதை எழுதியிருக்கலாம். அதனால் என்ன? இது எனக்கும் மிலிவாவிற்கும் இடையேயானது.

லூபிகா: புரொபஸர், இது அவ்வளவு எளிமையானதா? உங்களுடைய தனிப்பட்ட வாழ்க்கை எதுவும் எங்களோடு சம்பந்தப்பட்டது இல்லையா?

ஐன்ஸ்டைன்: இது உங்களோடோ மற்றவர்களோடோ எவ்விதத்தில் சம்பந்தப்பட்டது என்று எனக்குத் தெரியவில்லை.

லூபிகா: உனக்கு உன்னுடைய உணர்வுபூர்வமான வாழ்க்கை, உன் அறிவியல் வாழ்க்கையைவிட எவ்விதத்திலும் மேலானதல்ல என்பதைத் தவிர. எளிமைப்படுத்தப்பட்ட, சுலபமாகப் புரிந்துகொள்ளக்கூடிய உலகம்தான் உன் உணர்வுப்பூர்வமான வாழ்க்கையின் மையம் என்று எவ்வளவு சிறப்பாக வெளிப்படுத்தியிருக்கிறாய். உன்னுடைய உணர்வுபூர்வமான வாழ்க்கையில் இந்த உலகம் குறித்தானதே மிக முக்கியமான ஒன்றாக இருக்கிறது என்பதை கற்பனை செய்துப்பார்!

ஐன்ஸ்டைன்: மேடம், நீங்கள் மிகைப்படுத்துகிறீர்கள். என் குடும்பம் எனக்கு முக்கியமானது. ஆனாலும் அது என்னுடைய அறிவியல் செயல்பாடுகளைக் காட்டிலும் முக்கியமானதல்ல. இதைச் சொல்வதில் எனக்குத் தயக்கமேதுமில்லை. மனிதர்கள் அறிந்ததிலேயே உண்மைகளை அடிப்படையாகக் கொண்டதும், தனிப்பட்ட விருப்பு வெறுப்புகளைக் கடந்ததும் அறிவியல் மட்டும்தான். மேலும், உணர்வுகளால் குழப்பமாகிப்போன உங்களுடைய உலகத்தைக் காட்டிலும் அறிவியல் உலகத்தையே நான் விரும்புகிறேன். நான் இதை முன்னரும் சொல்லியிருக்கிறேன், இப்போதும் சொல்கிறேன் - மனிதர்களோடு நேரடி தொடர்பு வைத்துக்கொள்ள வேண்டிய அவசியம் எனக்கு இல்லை.

லூபிகா: இருந்தும் நீயே சமூக அக்கறை கொண்ட மனிதனாக இருக்கிறாய். சமூக நீதிக்காக உணர்வுபூர்வமாகக் குரல் கொடுக்கும் மனிதன்.

ஐன்ஸ்டைன்: ஆமாம், நான் ஏற்றுக்கொள்கிறேன். இது ஒரு புதிர்தான். ஆனால் வாழ்க்கையும் அப்படிப்பட்டதுதானே, குவாண்டம் இயற்பியலும் அப்படிப்பட்டதுதானே!

லூபிகா: புரொபசர் ஐன்ஸ்டைன், நீங்கள் தனிமையில் அறுவடை செய்பவர்களில் ஆகச் சிறந்தவர். "ஒரு கலைப்படைப்பாக இருந்தாலும், மெச்சக்கூடிய அறிவியல் சாதனையாக இருந்தாலும், அது உன்னதமானதாகவும் உயர்ந்ததாகவும் இருக்கிறது என்றால் அது தனிமையில் இருக்கும் ஆளுமையால் தான் சாத்தியப்படுகிறது" என்று நீ சொல்லியிருப்பது உனக்கு நினைவிருக்கிறதா?

ஐன்ஸ்டைன்: தனிமையில் இருக்கும் ஆளுமை. அது நான்தான். இது எனக்கு எதை நினைவூட்டுகிறது என்றால், அழகான உங்களிடமிருந்து நான் ஓடிப்போக வேண்டிய நேரம் வந்துவிட்டது என்பதைத்தான்.

லூபிகா: புரொபசர், நீங்கள் இங்கிருந்து நகரப்போவதில்லை. இங்கிருந்து கிளம்ப உனக்கு விருப்பமும் இல்லை. நீ கேட்க விரும்பியதை, எதைக் கேட்க வேண்டும் என்று இங்கே வந்தாயோ அதை நீ இன்னும் கேட்கவில்லை.

ஐன்ஸ்டைன்: (ஆச்சரியத்துடன்) அது என்னவாக இருக்க முடியும்? இப்போது நீங்கள் என் மனதை வாசித்து எனக்கு என்ன வேண்டும் என்று எனக்கே சொல்கிறீர்கள்! ஒருவேளை, நீங்கள் பிரபலமாக உளநோய் நிபுணர்கள் என்று பழிக்கப்பட்ட கூட்டத்தைச் சேர்ந்தவரா? ஃபிராய்டின் சிஷ்யரா? ஃபிராய்ட் சுத்த ஏமாற்றுப் பேர்வழி என்பதில் எனக்கு எந்தச் சந்தேகமும் இல்லை. எடுவார்ட் பாவப்பட்டவன், ஃபிராய்டிடம் மயங்கிக் கிடந்தான். இந்த ஈர்ப்பினால்தான் அவன் பைத்தியமானான் என்பதில் எனக்கு எந்த சந்தேகமுமில்லை.

லூபிகா: ஆனால், மனநோய் அவன் பரம்பரையில் இருந்தது என்று நீ சொன்னதாக எனக்கு நினைவு!

ஐன்ஸ்டைன்: பரம்பரை, ஆ... நான் அப்படித்தான் நம்புகிறேன். இருந்தாலும், ஃபிராய்டும் அவனது கோட்பாடுகளும்...!

லூபிகா: உண்மை, ஆனால் எடுவார்ட் நோய்க்கு நீ காரணமில்லை என்று நினைக்கிறாயா?

ஐன்ஸ்டைன்: நிச்சயமாக இல்லை. யாரைய்யாவது குறைசொல்ல வேண்டும் என்றால் மிலிவாவைத்தான் சொல்ல முடியும். என் மகன்கள் என்னுடன் இருக்க வேண்டும் என்றே விரும்பினேன் என்றாலும், அதற்கு என்னிடம் கேட்கப்பட்ட விலை என்ன தெரியுமா? மிலிவாவை என்னோடு வைத்துக்கொள்வதா? என்னுடைய நிம்மதியை எல்லாம் தொலைத்துவிட்டு ஏதொன்றும் செய்ய முடியாமல் போவதற்காகவா? பலிகள் என்பவை கொடுக்கப்படத்தான் வேண்டும் என்று உங்களுக்குத் தெரியாதா?

லூபிகா: உண்மைதான், உண்மைதான். 'பிரயோசனமில்லாத விஷயங்களுக்காக மதிப்புமிக்க மனிதர்கள் பலி கொடுக்கப்படக் கூடாது' என்று நீ சொல்லவில்லையா?

ஐன்ஸ்டைன்: நான் அப்படியா சொன்னேன்? நான் அந்த அர்த்தத்திலேயே சொல்லியிருப்பேன்.

லூபிகா: நிச்சயமாக அந்த அர்த்தத்திலேயே சொன்னாய். இதை உன்னுடைய நண்பன் பால் ஈரன்ஃபெஸ்ட்டிடம் (Paul Ehrenfest) சொன்னாய். ஒரு இயற்பியலாளராய் அவரை நீ ரொம்பவும் மதித்தாய்.

ஐன்ஸ்டைன்: ஆமாம், நினைவிருக்கிறது. அவனுக்கு ஒரு மகன் இருந்தான். அவன் மனநல மருத்துவமனையில் சேர்க்கப் பட்டிருந்தான்.

லூபிகா: அவர் மகனுக்கு மனக் கோளாறு ஏதுமில்லை. நரம்பியல் நோய் கொண்டிருந்தான். அத்தோடு அவன் மனநல மருத்துவமனையில் சேர்க்கப்பட்டபோது ஈரன்ஃபெஸ்ட் நிலைகுலைந்துபோனார். அந்தச் சமயத்தில்தான் அவரிடம், 'பிரயோசனமில்லாத விஷயங்களுக்காக மதிப்புமிக்க மனிதர்கள் பலி கொடுக்கப்படக் கூடாது' என்று சொன்னாய்.

ஐன்ஸ்டைன்: அதுதான் உண்மை, இல்லையா? இத்தகைய விஷயங்களுக்கு உணர்ச்சிவசப்படுவதில் எந்தப் பயனுமில்லை. எப்படியிருந்தாலும் சாகப்போகிற மகனுக்காக, அப்படியே வாழ்ந்தாலும் சராசரி வாழ்க்கையை வாழ முடியாத அவனுக்காக பால் தனது பணியையும் வாழ்க்கையையும் ஏன் பலிகொடுக்க வேண்டும்?

லூபிகா: ஆனால் புரொபசர் ஐன்ஸ்டைன், ஈரன்ஃபெஸ்ட் அப்படி நினைக்கவில்லை, இல்லையா? ஒரு நாள் அவரது மகனது அறைக்குச் சென்று அவனைச் சுட்டுவிட்டு தன்னையும் சுட்டுக்கொண்டார்.

ஐன்ஸ்டைன்: இதுபோன்ற விஷயங்களைப் பலர் பலவிதமாகப் பார்க்கிறார்கள். இது உங்களுக்குத் தெரிந்திருக்க வேண்டும்.

லூபிகா: எனக்குத் தெரிந்திருக்க வேண்டும்! ஆனால் தெரிந்திருக்க வில்லை. மதிப்புமிக்கது எது என்று எப்படித் தீர்மானிப்பது என்று நான் தெரிந்துகொள்ள விரும்புகிறேன். உன்னுடைய

அறிவியலா, புகழா அல்லது உன்னுடைய குழந்தைகளா, இதில் எது உன்னை அதிகம் வேண்டி நிற்கிறது? உன் குழந்தைகளுள் ஒன்றான எடுவார்ட் அவனது பெரும்பாலான வாழ்க்கையை மனம்பிறழ்ந்த நிலையில் கழித்தான். மனம் பிறழ்வதும் பெரிய சாக்குப்போக்குதான் இல்லையா? மிக வசதியான சாக்குப்போக்கும் கூட. நான் இப்படிச் சொல்வதற்கு என்னை மன்னிக்க வேண்டும்.

ஐன்ஸ்டைன்: நான் யார் உங்களை மன்னிப்பதற்கு? நீங்கள் விருப்பப்பட்டதைச் சொல்லிக்கொண்டுதான் இருப்பீர்கள். என்னுடைய வாழ்க்கை குறித்து எழுத விரும்புவோர் எல்லோரும், குறிப்பாகப் பாலியல்ரீதியான விஷயங்களை எழுத விரும்புவோர் அவர்கள் விருப்பப்பட்டதைச் சொல்லிக்கொண்டுதான் இருப்பார்கள். ஆனால், நீங்கள் கட்டாயம் தெரிந்துகொள்ள வேண்டும் என்றால் சொல்கிறேன், மனப்பிறழ்வு சாக்குப்போக்கு அல்ல. அது வாழ்க்கையின் கடினமான யதார்த்தம்.

லூபிகா: புரொபசர் ஈரன்ஃபெஸ்ட் மனநோய் கொண்டவர் என்று நினைக்கிறாயா?

ஐன்ஸ்டைன்: அவர் குழம்பிய மனிதனாக இருந்தார். (அமைதி) அவரது ஆசிரியர் போல்ட்ஸ்மனும் (Boltzman) தற்கொலை செய்துகொண்டார் என்று உங்களுக்குத் தெரியுமா?

லூபிகா: நல்லது. இப்போது பரம்பரை நோய் ஆசிரியர் ஊடாகக் கடத்தப்படுகிறது என்றும் நீ சொல்லலாம்.

ஐன்ஸ்டைன்: இல்லை, இல்லை. அது அறிவியல் செய்வதினால், படைப்பூக்கத்தோடு இருப்பதினால், மற்றவர்கள் எவரும் பார்க்காததைப் பார்ப்பதினால் ஏற்படும் இறுக்கம் அது.

லூபிகா: ஹா! இப்போது நாம் அறிவியலைக் குறை சொல்லலாம்.

ஐன்ஸ்டைன்: நான் அறிவியலைக் குறை சொல்லவில்லை. என்னைப் பொறுத்தமட்டில், என்னுடைய அறிவியல் எனக்கு முக்கியம். நான் என்ன செய்துகொண்டிருக்கிறேனோ அது லட்சக்கணக்கான மக்களின் வாழ்க்கையை மாற்றியமைக்கப் போகிறது. அதன் வழியில் நான் ஓரிருவரைப் பலிகொடுக்க வேண்டியிருந்தால் அதனால் என்ன ஆகிவிடப் போகிறது?

லூபிகா: ஆனால், எடுவார்ட் பெரிய அறிவாளியாவதற்கான சாத்தியத்தைக் கொண்டிருந்தான் என்று உனக்குத் தெரியும்.

ஐன்ஸ்டைன்: தெரியும், அவன் பெரிய அறிவாளியாகும் சாத்தியத்தை நிச்சயமாகக் கொண்டிருந்தான். ஆனால், துரதிர்ஷ்டவசமாக அறிவியலில் இல்லை. படைப்பிலக்கியம், ஓவியம், இசை போன்றவற்றில் நல்ல திறமை கொண்டவனாக இருந்தான். இசை... ஆமாம். நானும் முயற்சித்துப் பார்த்தேன்...

லூபிகா: அவனோடு சேர்ந்து இசைக்க, அவன் பியானோவிலும் நீ வயலினிலும். அதுவெல்லாம் உனக்குப் பிரத்யேக தருணங்களாக இருந்திருக்க வேண்டும்.

ஐன்ஸ்டைன்: (உற்சாகத்தோடு) நிச்சயமாக... அப்படித்தான் இருந்தது. ஆனால்... பின்னணியில் மிலிவா இருந்துகொண்டே இருந்தாள். அவனைக் கெடுத்தாள், பலவீனமாக்கினாள். அவர்கள் வாழ்க்கைத் தரத்திற்கு என்னைப் பொறுப்பாக்கினாள். குழந்தைகள் என் குடும்பத்தாரோடு இருக்க வேண்டும் என்பதற்காக எத்தனை முறை அவர்களை பெர்லின் அனுப்பிவை என்று சொன்னேன் தெரியுமா?

லூபிகா: ஆனால் அதுதானே அவளை அச்சத்தில் உறைந்துபோக வைத்தது. உன் குடும்பத்தார் - அதிலும் குறிப்பாக உன் தாயார் - வாழ்க்கையில் எல்லாமுமாக இருக்கும் அவளது குழந்தைகளை அவளிடமிருந்து பறித்துக்கொள்வார்கள் என்று நினைத்தாள்.

ஐன்ஸ்டைன்: என்ன ஒரு நாடகத்தனம்! அப்படியே ஒரு பெண்ணைப் போல்! ஹா... இப்போது என்னைத் தாக்குவதற்கு என்னுடைய மேற்கோள்கள் பல உங்களிடம் இருக்கும் என்று நினைக்கிறேன். ஏதோ புண்ணியம், நாம் எல்லோரும் ஒரு நாள் மரணத்தைச் சந்திக்கும் மனிதர்கள் என்பதால், கூடிய விரைவில் உங்களை எல்லாம் விட்டுச் சென்றுவிடுவேன்.

லூபிகா: எப்படியிருந்தாலும் நீயும் மரணிக்கக்கூடியவன் தானே. உன்னால் சாதாரண மனிதர்களை எப்போதும் ஏற்றுக்கொள்ள முடிந்ததேயில்லை. உன்னுடைய மகன்கள் சாதாரணமானவர்களாக ஆகிவிடுவார்களோ என்ற அச்சம்தான் காரணமா?

ஐன்ஸ்டைன்: இந்த அச்சம் எல்லாப் பெற்றோருக்கும் இருக்கக்கூடிய ஒன்றுதானே?

லூபிகா: எனக்கெப்படித் தெரியும்! எனக்கு என் பெற்றோரையும் தெரியாது, என் பெற்றோருக்கு என்னையும் தெரியாது.

ஐன்ஸ்டைன்: என்ன ஒரு பரிதாபம்! ஆனால் ஒருவேளை அதுவும் நல்லதுக்குத்தான் போல. குழந்தைகளுக்குப் பெற்றோர் என்பவர்கள் நல்ல விஷயமாக எப்போதும் அமைந்துவிடுவதில்லை. (நீண்ட அமைதி) மற்றவர்கள் பற்றித் தீர்ப்பளிப்பது மிக எளிமையானது. நீங்கள் என்ன செய்தீர்கள்? உங்களுடைய குழந்தைகள் எங்கே? அவர்களை நீங்கள் எப்படி நடத்துகிறீர்கள்?

லூபிகா: நானே ஒரு குழந்தைதான். இன்னும் பெண்ணாகவில்லை.

ஐன்ஸ்டைன்: நீங்கள் எனக்குக் குழந்தைபோல் தெரியவில்லையே!

லூபிகா: நம்முடைய கண் நம்மை ஏமாற்றிவிடும். மற்றவர்களைவிட நீ இதை நன்கு அறிந்திருக்க வேண்டும். எல்லாமே சார்புத் தன்மைக் கொண்டதுதானே.

ஐன்ஸ்டைன்: மறுபடியும் இந்த முட்டாள்தனம் வேண்டாம். பளிங்குக் கோள சோதிடர்கள் இப்போது சார்பியல் கோட்பாட்டிலும் அறிஞராகிறார்கள். என்ன சாபக்கேடு!

லூபிகா: ஹா! ஆனால் இதைச் சொல்வதில் உனக்குத்தான் எவ்வளவு சந்தோஷம். என்னைப் போன்ற சாதாரண மனிதர்கள் கூட சார்பியல் கோட்பாடு பற்றிப் பேச முடிகிற அளவிற்கு எத்தனை அறிவியலாளர்கள் சாதாரண மக்களிடம் இதுபோல் அசாதாரணமான தாக்கத்தை ஏற்படுத்தியிருக்கிறார்கள்! உள்ளுக்குள் உனக்கு மகிழ்ச்சிதான் - சாதாரண மனிதர்கள் மனதில் உன் படைப்பு ஏற்படுத்தியிருக்கும் தாக்கம்தான் உன்னுடைய அறிவியலின் வெற்றி.

ஐன்ஸ்டைன்: மீண்டும் அதே சொற்றொடர்! என்னுடைய படைப்புகளைச் சாதாரண மனிதர்களால் என்ன புரிந்துகொள்ள முடியும்?

லூபிகா: மிலிவா புரிந்துகொண்டாள். அதை அப்போது புரிந்து கொண்ட முதல் நபரும் ஒரே நபரும் அவளாகத்தான் இருக்க முடியும்.

ஐன்ஸ்டைன்: என் அறிவியல் கட்டுரைகளில் அவள் சக ஆசிரியராக பங்காற்றியிருக்கிறாள், பங்களிப்புச் செய்திருக்கிறாள், அவளுடைய பங்களிப்பை நான் அங்கீகரிக்கவில்லை என்று, இன்னும் மோசமாக, அவளுடைய கருத்துகளை நான் திருடிக்கொண்டேன் என்றுகூட நீங்கள் சொல்வீர்கள் என்று நினைக்கிறேன்.

லூபிகா: இல்லை, அப்படியெல்லாம் நான் சொல்லவில்லை. மிலிவா கடும் உழைப்பாளி, புத்திசாலி. உனக்கு அவளிடம் பிடித்திருந்தது அவளுடைய அறிவுதான். குறிப்பாக, இந்த உலகம் உன்னை அங்கீகரிக்காதபோது, ஒரு ஆசிரியர் வேலை கூட கிடைக்காதபோது. அவள் உன்னுடைய அறிவியலில் பங்காற்றவில்லை என்றாலும், அவள் இல்லாமல் உன்னுடைய தொடக்ககாலப் பங்களிப்பு சாத்தியப்பட்டிருக்குமா? உன்னுடைய கடிதங்களிலும் கூட நீ 'நம்முடைய' என்றுதானே குறிப்பிட்டிருந்தாய். பெயரளவில் இல்லையென்றாலும் உணர்வளவில் அவள் அதன் பகுதிதானே. ஆனால் பின்னாட்களில் என்ன நடந்தது? இயற்பியல் படிக்க வேண்டும் என்ற ஆர்வம் கொண்டிருந்த நம்பிக்கை தரக்கூடிய மாணவி என்னவானாள்?

ஐன்ஸ்டைன்: உங்களுடைய திருகலான வாதங்களை என்னால் புரிந்துகொள்ள முடியவில்லை! உங்களுடைய வாதங்கள் சரியென்றால், ஒவ்வொரு அறிவியலாளரும் அவரது மனைவியைச் சக ஆசிரியராகக் கொண்டிருக்க வேண்டும்!

லூபிகா: புரொபசர் ஐன்ஸ்டைன், நான் அந்த அர்த்தத்தில் சொல்லவில்லை என்று உங்கள் மனதுக்கு மிக நன்றாகத் தெரியும். (அமைதி). நான் எப்போதும் இது குறித்துச் சிந்தித்திருக்கிறேன்: அவளுடைய பங்களிப்பை நீ ஏன் சமூகத்தின் முன் ஒருபோதும் அங்கீகரிக்கவில்லை? நீ சொல்வதை எல்லாம் கேட்டுக்கொண்டிருந்தாள் என்றே வைத்துக்கொள்வோம், மிகச் சாதாரண கணக்குகளைத்தான் போட்டுக்கொண்டிருந்தாள் என்றே வைத்துக்கொள்வோம், ஆனாலும் ஒரு முறைகூட சமூகத்தின் முன் அவளை நீ ஏன்

அங்கீகரிக்கவில்லை? உன்னுடைய சார்பியல் கோட்பாடு கட்டுரையில் உன் நண்பன் பெஸ்ஸோவுக்கு (Besso) நன்றி தெரிவித்திருந்தாய். ஆனால் அதில் கூட மிலிவா பற்றி எந்தக் குறிப்பும் இல்லை. உன்னுடைய நன்றிக்கு அவள் தகுதியுடையவள் இல்லையா? அல்லது வேறு ஏதேனும் காரணங்கள் இருக்கின்றனவா?

ஐன்ஸ்டைன்: என் நோபல் பரிசுத் தொகையை அவளிடம் நான் கொடுக்கவில்லையா? இதற்கு மேல் அவளுக்கு என்னதான் தேவை?

லூபிகா: ஒருவேளை கொஞ்சம் போல் மதிப்பை எதிர்பார்த்திருக்கலாம். மிகச் சாதாரண இயற்பியல் சிந்தனையாளர் ஆகவேனும் மதிக்கப்பட வேண்டும் என்று எதிர்பார்த்திருக்கலாம்.

ஐன்ஸ்டைன்: கடவுளுக்குப் புண்ணியமாகப் போகட்டும், அவள் என்னுடைய மனைவியாக இருந்தாள். இதைவிட வேறு என்ன பெரிய மதிப்பு அவளுக்கு வேண்டும்.

லூபிகா: ஒருவேளை முட்டாள்தனமாக உங்கள் கண்டுபிடிப்புகளில் சகபங்களிப்பாளராக நினைத்துக்கொண்டிருக்கலாம்.

ஐன்ஸ்டைன்: அது நிச்சயமாக முட்டாள்தனமானதுதான். நாங்கள் இருவரும் எப்படி சகபங்களிப்பாளர்களாக இருக்க முடியும்! திருமணம் செய்துகொண்ட தம்பதியினர் குழந்தைகளைப் பெற்றுக்கொள்வதைத் தவிர வேறு எதில் சகபங்களிப்பாளர்களாக இருக்க முடியும்?

லூபிகா: நல்லது. மேரியும் (Marie) பியர் க்யூரியும் (Pierre Curie) இருந்தார்கள். உன்னுடைய நண்பன் ஈரன்ஃபெஸ்டும் அவருடைய மனைவி தத்யானாவும் (Tatiana) 'இருந்தார்கள். இந்த இரண்டு பெண்மணிகளும் சுதந்திரமான அறிவியல் வாழ்க்கையைக் கொண்டிருந்தார்கள். இதில் எந்த அளவிற்கு அவர்களுடைய கணவன்மார்களின் பங்களிப்பு இருக்கிறது?

ஐன்ஸ்டைன்: என்னுடைய அன்பிற்குரிய பெண்ணே, உனக்கு அறிவியல் படைப்பாக்கம் குறித்து எத்தகைய புரிதலும் இல்லை.

லூபிகா: என்னிடம் இந்த பளிங்குக் கோளம் இருக்கும்போது, அறிவியல் எனக்கு ஏன் தேவைப்படப்போகிறது?

ஐன்ஸ்டைன்: உங்களுடைய இந்தப் பளிங்குக் கோளம் எங்களுக்குத் தேவையில்லை. பித்தலாட்டம் என்ற சொல் இது போன்ற ஏமாற்று வேலைகளைக் குறிக்கத்தான் உருவாக்கப்பட்டது.

லூபிகா: உண்மைதான், பித்தலாட்டம்! நீ கை ஜோசியம் பார்க்கச் சென்றதையும் கை ஜோசியத்தில் ஏதோ இருக்கிறது என்ற உன் நம்பிக்கையையும் நான் உனக்கு நினைவூட்ட வேண்டிய அவசியமில்லை என்று நினைக்கிறேன்.

ஐன்ஸ்டைன்: என்னுடைய ஒவ்வொரு செயலும் விவாதிக்கப்பட்டுத் தீர்ப்பளிப்பதற்கானது அல்ல. என்னுடைய எல்லா நம்பிக்கைகளும் காதல்களும் அதற்கானதல்ல.

லூபிகா: புரொபசர்... மனதார அங்கீகரிக்கவில்லை என்றாலும்கூட நீ பெற்ற ஆகச்சிறந்த காதல் மிலிவாதான். உனக்கு எதிராகப் பொதுவில் அவள் ஒரு வார்த்தை பேசியதில்லை, ஒரு இரகசியத்தை வெளியே சொன்னதில்லை, உன் அறிவியல் மேல் உரிமை கோரியதில்லை... அமைதியாக உட்கார்ந்து இருந்தாள். குழந்தைகள் தவிர வேறெதுவுமே இல்லாமல் துயரம் நிரப்பியவளாய் அமைதியாக உட்கார்ந்து இருந்தாள். நீ அவளிடம் திரும்பி வருவாய் என்று எல்லாக் காலத்திலும் நம்பிக்கொண்டிருந்தாள். அவள் முகம் பிரகாசமாவதற்கு உன் முகத்தைப் பார்ப்பதே போதுமானதாக இருந்தது.

ஐன்ஸ்டைன்: (அமைதியாக) ம்... எனக்கு நினைவிருக்கிறது. ஆனால் என்னால் என்ன செய்ய முடியும்? திருமண சித்திரவதைகளுக்கான மனிதன் நான் அல்ல. நான் சுதந்திர உணர்வு கொண்டவன். என்னுடைய மனசும் விருப்பமும் எங்கெல்லாம் அழைத்துச் செல்கின்றனவோ அங்கெல்லாம் செல்லக்கூடியவன். அவளுக்குத் தேவையானதை என்னால் கொடுக்க முடியவில்லை. அவளோடு மட்டும்... ஏன் எந்த ஒரு பெண்ணோடும் என்னை நான் முழுமையாகப் பிணைத்துக் கொள்ள விரும்பவில்லை... ஒருவேளை என்னைச் சுற்றிலும் உள்ள பைத்தியக்கார மனிதர்களுக்கு மத்தியில் நானும் ஒரு பைத்தியக்காரனாக இருக்கலாம்! மேலும், நான் இதுவரை செய்ததிலேயே மிகவும் பைத்தியக்காரத்தனம் ஒன்று உண்டென்றால், அது என் வாழ்க்கையின் பகுத்தறிவற்ற செயல்கள் குறித்து உங்களோடு உட்கார்ந்து பகுத்தறிவு உரையாடலை நடத்திக்கொண்டிருப்பதுதான்! நான்

ஏற்றுக்கொள்கிறேன், கேள்விக்குரிய சில முடிவுகளை நான் எடுத்திருக்கிறேன். ஆனால் இந்த முடிவுகள் எல்லாம் நான் எடுத்தவை. அதற்கான விளைவுகளோடு வாழ்ந்துகொண்டிருக்கிறேன். இது உங்களோடோ அல்லது மற்றவர்களோடோ எவ்விதத்தில் சம்பந்தப்பட்டது என்று எனக்குப் புரியவில்லை.

லூபிகா: நான் இதற்குப் பதில் சொன்னால் நீ உடனடியாக இங்கிருந்து கிளம்பிவிடுவாய். அப்படி நடக்க நான் விட மாட்டேன். இந்தத் தருணத்திற்காகத்தான் நான் நீண்ட காலம், ரொம்பவும் நீண்ட காலம் காத்துக்கொண்டிருந்தேன்.

ஐன்ஸ்டைன்: நான்தான் முட்டாள். பத்திரிகையாளர்களிடமிருந்து தப்பிக்க என் அலுவலகத்திலிருந்து ஓடிவந்து இங்கு உங்களிடம் அகப்பட்டுக்கொண்டேன். அந்தப் பத்திரிகையாளர்களோடு இருந்திருந்தால் இங்கு இருப்பதை விடச் சந்தோஷமாகவே இருந்திருக்கும்.

லூபிகா: ஹா! நீ மனப்பூர்வமாக இவ்வாறு நினைக்கவில்லை. என்னைப் பார்ப்பதில் உனக்கு விருப்பம் இருக்கிறது. அழகான பெண்களைப் பார்த்தால், அதிலும் கொஞ்சம்போல் முட்டாள்தனத்தோடு இருந்தால், நீ மந்திரித்துவிடப்பட்டவன் போல் ஆகிவிடுவாய், இல்லையா?

ஐன்ஸ்டைன்: *(சிரிக்கிறார்)* நீங்கள் சொன்னது சரிதான். ஆமாம், நீங்கள் அழகாகத்தான் இருக்கிறீர்கள். ஆனால் நான் வயதான கிழவனாக அல்லவா இருக்கிறேன்.

லூபிகா: ஆனால் உன் ஏக்கங்களுக்கு நீ வயதானவனில்லை.

ஐன்ஸ்டைன்: *(உரக்கச் சிரிக்கிறார்)* என்னைச் சரியாகத் தெரிந்து வைத்திருக்கிறாய். ஆணாக இருப்பது என்பதே இதுதான்.

லூபிகா: ஓர் ஆணாய் இருப்பதே இதுதான். எவ்வளவு அருமையாகச் சொல்கிறாய். உன் அற்புதமான அறிவியல் கோட்பாடுகள் போலவே. புரொபசர் ஆல்பெர்ட் ஐன்ஸ்டைனின் ஆண் குறித்தான கோட்பாடு. ஆனால் துரதிர்ஷ்டவசமாக இந்தக் கோட்பாடு சார்பியல் தன்மை கொண்டதாகயில்லை, இல்லையா? ஆண் முற்றும் முழுதுமானவன், பெண்களைக் காட்டிலும் மேலானவன்.

ஐன்ஸ்டைன்: உங்களுடைய சுண்டி இழுக்கும் இந்தக் கண்களுக்காக இந்தக் காயப்படுத்தலை நான் பெரிதாக எடுத்துக் கொள்ளப்போவதில்லை.

லூபிகா: உன்னைக் காயப்படுத்துவதுதான் என் நோக்கம். இது மிலிவா குறித்தோ, எல்ஸா குறித்தோ, உன்னுடைய மகன்கள் குறித்தோ அல்ல. நீ பெண்கள் பற்றி எப்படி நினைக்கிறாய் என்பதைக் குறித்தது. அவர்கள் ஆண்களுக்குச் சேவை செய்ய என்னவெல்லாம் செய்ய வேண்டியிருக்கிறது என்பதைக் குறித்தது.

ஐன்ஸ்டைன்: இப்போது நீங்கள் உண்மையிலேயே என்னைக் காயப்படுத்துகிறீர்கள். மேலும் இது சலிப்பூட்டக்கூடிய அளவிற்கு அரைத்த மாவாகிக்கொண்டிருக்கிறது. இந்த வலைக்குள் சிக்கிக்கொள்ளாத அளவிற்கு நீங்கள் புத்திசாலி என்று நினைத்திருந்தேன். இதுபோல் சீறுகிறவர்களை என்னவென்று அழைப்பது?

லூபிகா: வருங்காலங்களில், மிக விரைவில், இத்தகையவர்கள் பெண்ணியவாதிகள் என்று அழைக்கப்படுவார்கள்.

ஐன்ஸ்டைன்: இப்போது நீங்கள் எதிர்காலத்தைப் பார்த்துக் கொண்டிருக்கிறீர்கள்.

லூபிகா: நான் எப்போதும் எதிர்காலத்தைப் பார்த்துக்கொண்டிருப்பவள். நான் எதிர்காலத்தின் குழந்தை. சதா சர்வகாலமும் எதிர் காலத்தில் வாழ்ந்து கொண்டிருப்பவள். ஆனால் இது என் தொடர்பானது அல்ல. பெண்கள் மீது நீ கொண்டிருக்கும் பார்வை தொடர்பானது. மேரி க்யூரி பற்றி நீ என்ன சொன்னாய் என்று உனக்கு நினைவிருக்கிறதா?

ஐன்ஸ்டைன்: நான் சொன்னதையெல்லாம் என் மீது விட்டெறிவதற்கான நோக்கம் என்ன? நான் சில சமயங்களில் விளையாட்டாகப் பேசியிருக்கிறேன். சில சமயங்களில் உளமார்ந்து பேசியிருக்கிறேன். என் அறிவியலை மட்டுமே என் மீது வீட்டெறிய முடியும். அதில் நான் சொல்லியிருப்பதை நியாயப்படுத்த என்னை நிர்ப்பந்திக்க முடியும். நான் பேசுவதெல்லாம் அறிவியல் கோட்பாடுகள் என்ற ரீதியில் என்னுடைய எதார்த்த வாழ்க்கையை என்னால் வாழ முடியாது. மனிதர்கள் குறித்தும் அவர்களுடனான உறவுகள்

குறித்தும் எத்தகைய நியாயப்பாட்டையும் வழங்க வேண்டிய அவசியம் எனக்கில்லை.

லூபிகா: நான் எத்தகைய நியாயப்பாடுகளையும் எதிர்பார்க்கவில்லை. வரலாற்றை நேர்செய்வதற்கான முயற்சி மட்டுமே இது.

ஐன்ஸ்டைன்: யாருக்காக? எதற்காக? பிற்காலத்தில் வருபவர்கள் என்னை தரங்கெட்ட மனிதன் என்று சொல்வதற்கா?

லூபிகா: நீ தவறாகப் புரிந்துக்கொள்கிறாய். நீ எப்படிப்பட்ட மனிதனாக இருந்தாய் என்றோ எப்படிப்பட்டவன் என்றோ மற்றவர்களுக்குச் சொல்வதோடு எந்தவிதத்திலும் இது தொடர்புகொண்டது அல்ல. இது எல்லாமே எனக்கானது. இப்போது என்ன நடக்கிறதோ அதுவே எதிர்காலத்தில் எனக்கு என்ன நடக்கப்போகிறது என்பதைத் தீர்மானிக்கப் போகிறது. உன்னைச் சந்திக்கும் வரையில் எனக்கு எதிர்காலம் என்று ஏதுமில்லாமல் இருந்தது. ஆனால் இப்போது...

ஐன்ஸ்டைன்: உனக்கு எத்தகைய எதிர்காலத்தையும் கொடுக்க முடியாத கிழவனாக நான் இருக்கிறேன்! நான் கிண்டலாகச் சொன்னவை எல்லாம் உளமார்ந்து சொன்னதாக எடுத்துக் கொள்ளப்படுகிறது. சாதாரணமான மனிதனாக இல்லாமல் இருப்பதற்கு நாம் இதைத்தான் விலையாய்க் கொடுக்க வேண்டியுள்ளது.

லூபிகா: இது, சாதாரணமாக இருப்பது அல்லது அசாதாரணமாக இருப்பது தொடர்பானது அல்ல. நீ சாதாரணமான மனிதனாக இருந்தாலும் உன்னோடு இருப்பது சிரமமாகத்தான் இருந்திருக்கும். உனக்குத் தெரியும், நீ...

ஐன்ஸ்டைன்: நிறுத்துங்கள்! நீங்கள் சொல்வதற்கு முன்னால் நானே உரக்க தெளிவாகவும் சொல்லிவிடுகிறேன். என் நெருங்கிய நண்பனான பெஸ்ஸோவிற்கு நான் பெண்கள் குறித்து கடிதம் எழுதியிருந்தது உண்மைதான். அதை என் வாயாலேயே மேற்கோள் கொடுக்கிறேன்: "மனிதர்களாகிய நாம் பிறரைச் சார்ந்தே வாழ நிர்பந்திக்கப்பட்ட கேவலமான ஜந்துக்கள். நான் இதை யாரிடம் வேண்டுமென்றாலும் சொல்வதற்கு தயாராக இருக்கிறேன். ஆனால், இந்த பெண்களோடு ஒப்பிடும்போது ஆண்கள் ஒவ்வொருவரும் அரசன்தான். ஏனெனில், ஒரு ஆண் ஏறக்குறைய அவனுடைய சொந்தக் கால்களில்

நிற்கிறான். அவனுக்கு வெளியே இருக்கும் ஏதோ ஒன்றைப் பற்றிக்கொள்வதற்காகக் காத்திருப்பதில்லை. பெண்களோ, யாரோ ஒருவன் வந்து அவளுக்கு ஏற்றாற்போல் தன்னைப் பயன்படுத்திக்கொள்ள எப்போதும் காத்திருக்கிறார்கள். அது நடக்கவில்லை என்றால், நொறுங்கித் தூள்தூளாகப் போகிறார்கள்." அடக் கடவுளே, நான் இத்தகைய கடிதங்களை எழுதியிருக்கவே கூடாது. ஆனால் பிரபலமாக இருப்பதற்கான விலை இதுதான்.

லூபிகா: நீ எழுதிய பல கடிதங்கள், குறிப்பாக உன் ஆசைநாயகிகளுக்கு நீ எழுதிய கடிதங்கள் எல்லாம் அழிக்கப்பட்டுவிட்டன என்பதை நாங்கள் அறிவோம். ஆக, உன்னுடைய பிம்பம் பாதுகாப்பாக இருக்கிறது - குறைந்தபட்சம் இந்த விஷயங்களில்.

ஐன்ஸ்டைன்: மேடம், நான் பெண்களோடு வைத்துக்கொண்ட உறவுகளை எப்போதும் மறைத்தது இல்லை என்று உங்களுக்குத் தெரியும். என் மனைவிகளும் அதையெல்லாம் அறிந்திருந்தார்கள். எல்ஸா என்னைச் சரியாகப் புரிந்துகொண்டிருந்தாள். என்னுடைய தேவைகளை ஏற்றுக் கொண்டாள்.

லூபிகா: ஆனால், நான் அந்தக் கடிதங்களைப் பற்றிப் பேசவில்லை. எவ்வாறு நீ வேறொரு விஷயத்தை முற்றாக அழித்தாய் என்பதுக் குறித்துப் பேசுகிறேன்.

ஐன்ஸ்டைன்: என்னதான் அது?

லூபிகா: அது என்னவென்று உனக்குத் தெரியும். உனக்கு மிக நன்றாகத் தெரியும். அந்த ஒரு நினைவை அவ்வளவு கச்சிதமாக அழித்துவிட்டாய். அந்த நினைவுதான் உன்னிடமிருந்து மிலிவாவை முதன்முதலில் துரத்தியடித்தது. அதுதான் அவளுடைய ஆன்மாவைக் குடைந்து எடுத்து, அவ்வளவு துயரத்தை அனுபவிக்க வைத்தது.

ஐன்ஸ்டைன்: மிலிவா என்னிடம் வெறுத்த விஷயங்கள் எவ்வளவோ இருக்கின்றன. அதனால் நீங்கள் எதுவென குறிப்பிட்டுச் சொல்ல வேண்டும்.

லூபிகா: நான் எதைப் பற்றிப் பேசிக்கொண்டிருக்கிறேன் என்று உனக்குத் தெரியும். அது உன் நினைவின் மேல் அடுக்கில்தான் இருக்கிறது. நீ பலகாலமாக அதுகுறித்துச் சிந்தித்திருக்கிறாய். உன் நினைவில் இருக்கும் அந்த முகத்திலிருந்து உன்னால் எப்போதும் தப்பிக்கவே முடியாது.

ஐன்ஸ்டைன்: என்ன முட்டாள்தனத்தை இப்போது பேசிக் கொண்டிருக்கிறீர்கள்? உங்களுடைய அழகு கூட என்னை மேலும் ஒரு நிமிடம் இங்கே இருக்க வைக்காது.

லூபிகா: ஆனால், புரொபசர் ஐன்ஸ்டைன், நீ இங்கிருந்து கிளம்பிப் போக மாட்டாய், இல்லை கிளம்பிவிடுவாயா? இவ்வளவு நேரம் நீ இங்கு உட்கார்ந்து இருந்தது என்பதே நான் என்ன சொல்லப்போகிறேன் என்பதைக் கேட்கத்தான். இல்லையா? குறைந்தபட்சம் இந்த முறையாவது நீ நேர்மையாக இருப்பாயா?

ஐன்ஸ்டைன்: (கோபம் மேலோங்க) இது சுத்த முட்டாள்தனம். உங்களிடமிருந்து நான் எதையும் கேட்க விரும்பவில்லை. கசப்பை உமிழும் உன் உதடுகளிலிருந்து விழும் எந்த வார்த்தையையும் நான் கேட்க இங்கு காத்திருக்கவில்லை. என் நினைவில் எந்த முகமும் இல்லை.

(ஐன்ஸ்டைன் எழுந்துகொள்கிறார். லூபிகாவும் எழுந்துகொள்கிறார். இருவரும் ஒருவரையொருவர் கோபமாக முறைத்துப் பார்க்கிறார்கள். லூபிகா அவரது கையை இறுகப் பிடித்துக்கொள்கிறார்.)

லூபிகா: புரொபசர், நான் உனக்குக் கடைசியாக ஒரு சந்தர்ப்பம் கொடுக்கிறேன். என்னிடம் சொல், என்னிடம் சொல்... தயவுசெய்து சொல், அவ்வளவு கச்சிதமாக உன்னால் அழிக்கப்பட்டதைப் பற்றிச் சொல். அதை அழிப்பதற்கு இந்த மொத்த உலகமும் எவ்வாறு சதி செய்தது என்று சொல், தயவுசெய்து சொல்...

(ஐன்ஸ்டைன் கோபமாக லூபிகாவின் கையை உதறிவிட்டுக் கூடாரத்தை விட்டு வெளியேறுகிறார். லூபிகா அவரது கையைப் பிடித்துக்கொள்ள முயற்சித்து அவரைப் பின்தொடர்கிறார். அவர் கண்களில் கண்ணீர் வழிந்தோடுகிறது.)

லூபிகா: உன் வாழ்க்கையிலிருந்து, மிலிவா வாழ்க்கையிலிருந்து அவளை எப்படி அழிக்க முடிந்தது என்று என்னிடம்

சொல். உன்னால் சவ வாழ்க்கைக்குத் தள்ளப்பட்ட உன் பெண் குழந்தையைப் பற்றிச் சொல். ஒரு முறைகூட அவளை முகத்துக்கு நேராகப் பார்க்கச் சென்றதில்லை என்றாலும் கனவிலும் அவள் முகத்தை நீ பார்த்தது இல்லை என்று தயவுசெய்து சொல். மிலிவா குடும்பத்தாரிடம் அனாதையைப் போல் விடப்பட்ட அந்தக் குழந்தையின் துயரத்தை நீ அனுபவித்ததில்லை என்று தயவுசெய்து சொல். செங்காய்ச்சலால் தாக்கப்பட்டு, எவருடைய மடியிலேயோ படுத்திருந்து, கொஞ்சம் கொஞ்சமாக எரிந்துபோன அந்த குழந்தையைப் பற்றி நீ எப்போதும் நினைத்ததில்லை என்று சொல். தயவுசெய்து சொல், அங்கீகரிக்கப்படாத அந்தப் பெண் குழந்தை லீஸரல் பற்றி, அவள் உடலுக்கு ஒவ்வாத குளிரில் மரித்துப்போகும்படி விடப்பட்ட அந்தப் பெண் குழந்தை லீஸரல் பற்றி ஒரு முறைகூட நீ நினைத்துப் பார்த்ததில்லை என்று சொல். உன்னுடைய இதயத்தில் அவளுக்கு இடம் இல்லாமல் போனது என்று சொல். இந்தக் கதையை இவ்வளவு காலமும் மறைத்து வைத்திருந்ததை மீறி, இந்த உலகத்தின் கண்களுக்கு அவளுடைய இருப்பிற்கான தடயங்களை எல்லாம் அழித்ததை மீறி, அவளை உன் இதயத்திலிருந்து முற்றாக அழிக்க முடியவில்லை என்று மட்டும் சொல்லுங்கள். இதையெல்லாம் என்னிடம் சொல். பிறகு, நான் வந்தது போலவே சென்றுவிடுகிறேன். காலத்தின் ஒரு விபத்து போல.

(ஐன்ஸ்டைன் கோபுரத்தின் உச்சியில் அவளை வேகங்கொண்டு தள்ளிவிடுகிறார். லூபிகா தரையில் விழுகிறார். ஐன்ஸ்டைன் அங்கிருந்து வெளியேறுகிறார்.)

லூபிகா: *(கத்துகிறார்)* உனக்கு ஒரு மகள் இருந்தாள் என்பதை இன்னும் எத்தனை காலங்களுக்கு மறைக்கப்போகிறாய்? ஏன்?

காட்சி - 2

(மேடை இருண்டு காணப்படுகிறது. கோடல் பதற்றத்தோடு நுழைகிறார்.)

கோடல்: போதும், போதும், இத்தோடு நிறுத்தங்கள். இந்த அபத்தங்களை இதற்கு மேல் என்னால் சகித்துக்கொள்ள முடியாது. நான் மிக மோசமான நடிகன் என்றாலும் கூட, இந்த நாடகத்தில் ஐன்ஸ்டைனின் முதல் மனைவி குறித்தோ, அவளது மகள் குறித்தோ ஏதும் பேசப்பட மாட்டாது,

வம்பளக்கப்பட மாட்டாது என்று நாடகாசிரியர் கொடுத்த உத்தரவாதத்தின் பேரில்தான் நடிக்க ஒப்புக்கொண்டேன். ஆனால் முன்னரே இப்படியெல்லாம் நடக்கக்கூடும் என்று நான் அறிந்திருக்க வேண்டும். மிக மோசமான நாடகாசிரியர்கள் இப்படித்தான் செய்வார்கள் - ஒருவர் பிரபலமானவராக இருப்பதனாலேயே அவர் மீது சேற்றைவாரி இறைப்பார்கள். இல்லை, இது சரியில்லை. ஐன்ஸ்டைனின் மாபெரும் பங்களிப்பைக் கொண்டாடுவதற்காகத்தான் இவ்வருடத்தை இயற்பியல் ஆண்டு என்று அறிவித்தார்களே தவிர அவரது அந்தரங்க நடத்தைகளை விமர்சிப்பதற்காக அல்ல. நீங்கள் என்னவாக இருக்க வேண்டும் என்று விரும்புகிறீர்கள் - ஐன்ஸ்டைனாகவா அல்லது சலிப்பூட்டும் சாதாரண மனிதனாகவா? நான் இரண்டும் இல்லை என்றாலும் எனக்கு இது தெரிய வேண்டும்.

மன்னிக்கவும். நான் முதலில் என்னை அறிமுகம் செய்துகொண்டிருக்க வேண்டும். என் பெயர் குர்ட். குர்ட் கோடல். ஐன்ஸ்டைனை இங்கு இந்த நாடகாசிரியர் குழிதோண்டிப் புதைப்பதைப் பார்த்துக்கொண்டிருக்க வரவில்லை. அவரை - நான் ஐன்ஸ்டைனைக் குறிப்பிடுகிறேன், புகழ வந்திருக்கிறேன். நான் இதன் பகுதியாக இருக்கப் போகிறேன் என்றால் இதைச் செய்வதற்கு இதற்கு எனக்கு எல்லா உரிமைகளும் இருக்கிறதுதானே? இருக்கிறதா இல்லையா?

இங்கு பிரச்சினை ஐன்ஸ்டைன் அல்ல. அவரது புகழ்தான் இங்குப் பிரச்சினையாகிறது. அவரது மேதமைதான் அவர் குறித்து இத்தகைய கதைகளை உருவாக்குகிறது. இந்த உலகம் குறித்து நாம் பார்க்காத, நம்மால் பார்க்க முடியாததை எல்லாம் அவரால் பார்க்க முடிந்தது. மனிதர்களையும் அதுபோலவே அவர் பார்த்திருக்கலாம்தானே? அவரது திருமணங்கள் குறித்தும், அவரது மனைவி குறித்தும், அவரது குழந்தைகள் குறித்தும் சரி எது, தவறு எது என்பதை அவர் அறியாமல் இருந்திருப்பாரா? நிச்சயமாக அவர் அறிந்திருந்தார். ஆனால், அவரது கோணம் எப்போதும் வேறாக இருந்தது. நாம் எப்படி எண்ணிக்கொண்டிருந்தோமோ அப்படித்தான் காலமும் வெளியும் உண்மையிலேயே இருக்கின்றன என்று நாம் நம்பியது எவ்வளவு பத்தாம்பசலித்தனம்! இந்த விஷயத்தில் வேறுவிதமாகப் பார்ப்பதற்கு அவரது ஆழ்ந்த

பார்வை தேவைப்பட்டது. அவரது குடும்பம் குறித்தும் அதுபோல்தான் என்று உங்களுக்குத் தோன்றவில்லையா? அவரது தனிமனித உறவுகளும் அதுபோல்தான் என்று உங்களுக்குத் தோன்றவில்லையா? அப்படியென்றால், நான் யார் அவரைப் போற்றுவதற்கு அல்லது தூற்றுவதற்கு? நான் அவருடன் நடந்துகொண்டிருக்கும் ஒரு சக நடையாளிதானே. தினமும் அவரது வீட்டிலிருந்து அலுவலகத்திற்கு அவருடன் நடந்து செல்பவன். *(அமைதி)* பிரன்ஸ்டென் பல்கலைக்கழகத்தில் நாங்கள் எப்படிப்பட்ட ஜோடியாக இருந்திருக்க வேண்டும்!

என்னை அறிந்திராதவர்களுக்காகச் சொல்கிறேன் - உண்மையைச் சொல்ல வேண்டும் என்றால், அவரைப் போல் நான் அவ்வளவு பிரபலமானவன் இல்லை. அப்படி இருக்கவும் எனக்கு விருப்பமில்லை - நானும் அவரைப் போன்ற அவ்வளவு அவப்பெயர் எடுத்தவன்தான் என்றாலும். இயற்பியலில் மக்கள் போற்றிய நம்பிக்கைகளை அவர் தகர்த்தெறிந்தார் என்றால், அதையே நான் கணிதத்தில் செய்தேன் என்று சொல்லலாம். ஆனால் உண்மையில் நான் அவரைப் போன்று இல்லை. நான் சாதாரண மனிதன்தான்.

(ஐன்ஸ்டைன் மேடையில் நுழைகிறார்.)

ஐன்ஸ்டைன்: இல்லை, இல்லை. நீ எதுவாகவும் இருக்கலாம், ஆனால் நிச்சயமாகச் சாதாரண மனிதன் இல்லை.

கோடல்: ஹா, புரொபசர் ஐன்ஸ்டைன்! நீங்கள் நன்றாக இருக்கிறீர்கள் என்பதை அறிந்துகொள்வதில் அவ்வளவு சந்தோஷம். முன்பு நடந்ததை வைத்து நான் மிகவும் கவலைப்பட்டுக் கொண்டிருந்தேன்.

ஐன்ஸ்டைன்: என் அன்பிற்குரிய குர்ட், எல்லாவற்றையும் மறந்து முன்னே நகர்வதில் நான் கொடுத்துவைத்தவன் என்று உனக்குத் தெரியும்தானே!

கோடல்: நான் சாதாரண மனிதன் என்பதையும் மறக்கும் அளவுக்கு!

ஐன்ஸ்டைன்: அன்பிற்குரிய குர்ட், இது தன்னடக்கத்தின் கோரமான வெளிப்பாடு. நாம் - அதாவது நீயும் நானும் யார் என்பதற்கான பொறுப்பை எடுத்துக்கொள்ளத்தான் வேண்டும். நாம் வித்தியாசமானவர்கள்.

கோடல்: புரொபசர், உங்களுக்குத் தெரியும் இதுபோன்ற விஷயங்களுக்கு நான் முக்கியத்துவம் கொடுப்பதில்லை.

ஐன்ஸ்டைன்: குர்ட், நாம் அப்படி நினைத்துக்கொள்ளலாம். ஆனால், அது உண்மை இல்லை. நாம் வித்தியாசமானவர்கள், தனித்துவமானவர்கள் என்ற சிந்தனை, பிறர் பார்க்காததை எல்லாம் முதல் முறையாகப் பார்க்கிறவர்கள் என்ற சிந்தனை நம்மைப் போன்றவர்களுக்கு பெரும் உந்துசக்தி இல்லையா?

கோடல்: எனக்குத் தெரியவில்லை புரொபசர். என்னைப் பொறுத்த வரையில், இதெல்லாம் அவ்வளவு சிக்கலானதாக இல்லை. மற்றவர்கள் பார்க்காததை நான் பார்க்கிறேன். அவ்வளவுதான்.

ஐன்ஸ்டைன்: நிச்சயமாக மற்றவர்கள் பார்க்காததை நீ பார்க்கச் செய்கிறாய். வேறு யாரால் மிகப் பிரபலமான முற்றுப் பெறாமையின் தேற்றத்தினை (Incompleteness Theorem) நிரூபித்திருக்க முடியும்? அதன் முக்கியத்துவத்தைப் புரிந்து கொள்வதற்கே நமக்கு எத்தனை ஆண்டுகள் தேவைப்பட்டது.

கோடல்: நல்லது. அந்த அர்த்தத்தில் நாம் இருவருமே குறும்புக் காரர்கள்தான் இல்லையா? அறிவியலாளர்களும் கணிதவியலாளர்களும் கொண்டிருந்த நம்பிக்கைகளைத் தவறு என்று நிரூபித்தோம்.

ஐன்ஸ்டைன்: அல்லது அவர்கள் நம்ப விரும்பிய விஷயங்கள் என்றும் சொல்லலாம்தானே? எப்படி மக்கள் அவர்கள் கண்முன்னே தெள்ளத்தெளிவாக இருப்பதைப் பார்க்கத் தவறுகிறார்கள் என்பது ஆச்சரியமாக இருக்கிறது, இல்லையா? சார்பியல் கோட்பாட்டிற்குத் தேவையான எல்லாமே அறிவியலாளர்கள் கண்முன்னே இருக்கத்தான் செய்தது. இருந்தும், எல்லோருக்கும் மிகத் தெளிவாகத் தெரியக்கூடிய ஒன்றைப் பார்ப்பதற்கு நான் தேவைப்பட்டேன்.

கோடல்: புரொபசர் ஐன்ஸ்டைன் நீங்கள் சொல்வது ஓரளவுக்குத்தான் உண்மை. உங்கள் படைப்பாக்கச் சக்தியை நீங்கள் அவ்வளவு சுலபமாகக் குறைத்து மதிப்பிடக்கூடாது. உண்மைதான் எல்லாமே நம் கண்முன்னே இருக்கிறது என்றாலும், நாம் அவற்றையெல்லாம் பார்க்கிறோமா? சில கணித உண்மைகள் நிரூபிக்க முடியாதவையாக இருப்பது அவ்வளவு

இரண்டு தந்தையர் | 107

வெளிப்படையாக இருக்கிறது என்றாலும் மக்கள் இதை ஏற்றுக்கொள்ள எப்படியெல்லாம் எதிர்ப்பு காட்டுகிறார்கள்.

ஐன்ஸ்டைன்: உன்னுடைய கணிதக் கண்டுபிடிப்புகளைப் பொறுத்தவரை அப்படி என்ன வெளிப்படையாக இருக்கிறது என்று எனக்குப் புரியவில்லை குர்ட். உன்னுடைய தீர்வுகளை இன்னும் என்னால் முழுமையாகப் புரிந்துகொள்ள முடியவில்லை என்றாலும் அதை என் உள்ளுணர்வு ஏற்றுக் கொள்கிறது. நிரூபிக்க முடியாத உண்மைகள் இருக்கின்றன என்று சொல்வது முரண்பாடாகத்தான் இருக்கிறது.

கோடல்: மறந்துவிட வேண்டாம் புரொபஸர், சில தவறான கணித முன்வைப்புகள் நிரூபிக்கக்கூடியவையாக இருக்கின்றன.

ஐன்ஸ்டைன்: ஹா..! தவறானவற்றை நிரூபிக்க முடியும் என்பதும், உண்மையானதை நிரூபிக்க முடியாது என்பதும்... என்னைச் சற்றே சங்கடப்படுத்தத்தான் செய்கிறது.

கோடல்: புரொபசர் ஐன்ஸ்டைன், உங்களிடம் இருக்கிற ஆழ்பார்வை என்னிடம் இருப்பதாக நான் நினைக்கவில்லை என்றாலும், என்னுடைய இவ்விரண்டு தேற்றங்களும் அவ்வளவு வெளிப்படையானவை என்பதோடு அதை நாம் நம்முடைய வாழ்க்கைக்கும்...

ஐன்ஸ்டைன்: நல்லது குர்ட், அவை நம் வாழ்க்கைக்குப் பொருந்தக் கூடியவையா இல்லையா என்பதைப் பற்றி நாம் கவலைப்பட வேண்டியதில்லை. அறிவியலாளர்களாக நம்முடைய வேலை வாழ்க்கையைப் பற்றி கவலைப்படுவதில்லை. அதை நாம் மற்றவர்களிடம் விட்டுவிட்டு...

கோடல்: சாதாரண மனிதர்களிடமா?

ஐன்ஸ்டைன்: ஹா! நீ நக்கலாகப் பேசுகிறாய். ஆனால், ஆமாம், நீ விருப்பப்படுவதுபோல் சொல்வதென்றால், சாதாரணமான மனிதர்களிடம்தான். இருந்தாலும், உன்னுடைய போலியான தன்னடக்கத்தினால் நீயும் அந்த இனத்தைச் சேர்ந்தவன் என்று சொல்லிக்கொண்டு உன்னை மறைத்துக்கொள்ள முயற்சிக்காதே.

கோடல்: புரொபசர், உங்களுக்கு மிக நன்றாகத் தெரியும், நான் அந்தக் கூட்டத்தோடு சேர நினைத்தாலும் அவர்கள் என்னைச்

சேர்த்துக்கொள்ளப்போவதில்லை. அவர்கள் என்னைப் பைத்தியக்காரன் என்றே நினைக்கிறார்கள்.

ஐன்ஸ்டைன்: என் அன்பிற்குரியவனே, அதற்கான காரணங்கள் அவர்களிடம் இல்லாமல் இல்லை அல்லவா? மற்றவர்கள் பார்க்காததை நாம் பார்க்கிறோம் என்பதே நம்மைப் பிரத்யேக மனிதர்களாக்குகிறது என்று சொன்னாய். ஆனால் உன்னைப் பொறுத்தமட்டில் ஒவ்வொன்றையும் அதன் எல்லைக்குக் கொண்டுசெல்கிறாய். நீ எல்லாவற்றையும் எண்களாகவும் கணக்களாகவும் (sets) பார்ப்பதாகச் சொல்கிறாய். கணிதரீதியான விஷயங்கள் உன்னைப் போல், என்னைப் போல் உண்மையானவை என்று நீண்ட காலமாக வாதிட்டுக்கொண்டிருக்கிறாய். இப்படியெல்லாம் சொன்ன பிறகும் நீ சாதாரண மனிதன் என்று நினைக்கிறாயா?

கோடல்: எனக்குத் தெரிந்து சாதாரணமாக இல்லாமல் இருப்பவர்கள் பைத்தியக்காரர்கள்தான்.

ஐன்ஸ்டைன்: மிகச் சரியானது!

கோடல்: எது மிகச் சரியானது?

ஐன்ஸ்டைன்: மிகச் சரியானது அதுதான். சாதாரணமாக இல்லாமல் இருப்பது பைத்திய நிலைதான். என்னைப் போன்றவர்கள் கொஞ்சம் போல் பைத்தியம் என்றால் உன்னைப் பொறுத்த மட்டில்…

கோடல்: என்ன?

ஐன்ஸ்டைன்: குர்ட், நீ உண்மையிலேயே ரொம்ப விசித்திரமானவன். உன் விசித்திரமான நடத்தைகளில் மிகப் பளிச்சென்று தெரிவது, சக கணிதவியலாளர்களை நீ வெறுப்பதே.

கோடல்: புரொபஸர், வெறுப்பு என்பது பெரிய வார்த்தை. ஒருவேளை அச்சம் என்பது சரியாக இருக்கலாம்.

ஐன்ஸ்டைன்: அவர்கள் உன்னைக் கொலை செய்யப்போகிறார்கள் என்ற அச்சம்.

கோடல்: எது உண்மை என்பது உங்களுக்குத் தெரியும். சிலரால் என்னை சகித்துக்கொள்ளவே முடியாது. அவர்கள்

போற்றிக் காப்பாற்ற விரும்பியதை என் தேற்றங்கள் தரைமட்டமாக்கிவிட்டன என்பது காரணமாக இருக்கலாம் என்று நீங்கள் நினைக்கிறீர்களா?

ஐன்ஸ்டைன்: இரண்டுமே உண்மையில்லை. மனிதர்களைக் கொலை செய்வதில், அது நீயாகவே இருந்தாலும், கணிதவியலாளர்கள் அக்கறை காட்டுவது கிடையாது.

கோடல்: இல்லை, இல்லை, நீங்கள் புரிந்துகொள்ளவில்லை. என்னைக் கொல்வதற்கு அவர்கள் முயற்சி செய்தார்கள்.

ஐன்ஸ்டைன்: அன்பிற்குரியவனே, நான் மேலும் உன்னைத் தொந்தரவு செய்ய விரும்பவில்லை. நாம் வழக்கமாக நடந்து செல்லும் நேரத்துக்கு வராமல் இன்று நீ தாமதமாக வந்தாய். நீ என்னோடு நடந்து வருவதற்கு இல்லை என்றால், அலுவலகம் போவது அவ்வளவு வெறுப்பூட்டுவதாக இருக்கிறது!

கோடல்: உங்களுடைய கருத்துக்களுக்கு நான் எப்போதும் சவால் விடுத்துக்கொண்டிருக்கிறேன் என்ற காரணத்தினால்தானே! நான் எல்லோரையும் போல் சாதாரணமானவன் என்றால் நீங்கள் என்னைத் திரும்பிக்கூட பார்த்திருக்க மாட்டீர்கள்.

ஐன்ஸ்டைன்: நாம், அதாவது நீயும் நானும் அவ்வளவு வேறுபட்டவர்கள் என்றாலும் அதில் அவ்வளவு உறுதியாக இருக்காதே!

கோடல்: நீங்கள் துடிப்போடு வாழ்க்கையை வாழ்பவர். இந்த உலகத்தை அனுபவிப்பவர். நான் வாழ்க்கையை வெறுக்கிறேன்; மனிதர்களை வெறுக்கிறேன்.

ஐன்ஸ்டைன்: குறிப்பாகக் கணிதவியலாளர்களை.

கோடல்: அதிலும் குறிப்பாகச் சிலரை. மேலும், உங்களுடைய பலவீனம் உணவு... அதனால்தான் இந்தத் தொப்பை உண்டாகியிருக்கிறது.

ஐன்ஸ்டைன்: ஆ... அதை எனக்கு நினைவூட்டாதே! எப்போதும் குழந்தைகளுக்கான உணவை எடுத்துக்கொண்டு உன்னால் எப்படி உயிர் வாழ முடிகிறது என்று எனக்குப் புரியவே இல்லை.

கோடல்: என்னுடைய தேவைகள் சொற்பமானவை. உங்களைப் போன்ற அறிவுஜீவிகளுக்கு பொருந்திப்போகக் கூடியவை அல்ல என் தேவைகள். இந்த உலகத்தில் உள்ள எல்லாவற்றையும் குறித்து உங்களுக்குப் பார்வை இருக்கிறது, அரசியல் உட்பட. நான்... நான்... அவற்றைப் பற்றிக் கவலைப்படுவதில்லை. மேலும் நீங்கள் ஒரு கலைஞர்... உளமார இசைக் கலைஞர். உங்களுக்கு, நான் எதை அதிகம் விரும்புகிறேன் என்று தெரியும்...

ஐன்ஸ்டைன்: அதை நாம் இங்கு நினைவூட்ட வேண்டியதில்லை! எப்படி 'ஸ்னோ ஒயிட் அண்ட் செவன் டுவார்ஃப்ஸ்' (Snow White and Seven Dwarfs) உனக்குப் பிடித்த திரைப்படமாக இருக்க முடியும் என்று எனக்கு விளங்கவில்லை.

கோடல்: (அமைதி) இதெல்லாம் அவ்வளவு முக்கியமா?

ஐன்ஸ்டைன்: இல்லை. முக்கியமில்லை. நாம் காட்சிப் பொருட்கள் போன்றவர்கள். அதுபோலவே பேசிக்கொண்டிருக்கிறோம் - ஒருவரின் பைத்தியக்காரத்தனத்தை மற்றொருவருக்கு நினைவூட்டிக்கொண்டு. எல்லாவற்றையும் விட்டுப் போய்விடுவேன் என்று நான் எதிர்பார்த்து...

கோடல்: வாழ்வதன் மீது நான் எவ்வளவு அச்சம் கொண்டிருக்கிறேன்!

ஐன்ஸ்டைன்: (சிரிக்கிறார்) குர்ட், உன் வயதுக்கு நீ அளவுக்கு அதிகமான அச்சங்களைக் கொண்டிருக்கிறாய். சில கணிதவியலாளர்களைக் கண்டு அச்சப்படுகிறாய் - குறிப்பாக மிகவும் சாதித்தவர்களைக் கண்டு. அவர்கள் உன்னைக் கொலை செய்யப்போவதாக நினைத்துக்கொள்கிறாய். ஆவிகள் மீது நம்பிக்கை கொண்டிருக்கிறாய்...

கோடல்: ஆவிகள் இருப்பை என்னால் நிரூபிக்க முடியும்.

ஐன்ஸ்டைன்: நல்லது, இவ்வுலகில் எண்கள் இருக்கின்றன என்று நம்பும் உனக்கு ஆவிகள் இருப்பை நம்புவது ஒன்றும் அவ்வளவு பிரச்சினையாக இருக்காது. இல்லையா?

கோடல்: என்னால் அவற்றைப் பார்க்க முடியும்... எண்களையும் கணங்களையும் நான் பார்ப்பது போல், அவ்வளவு தெளிவாக என்னால் பார்க்க முடியும்.

ஐன்ஸ்டைன்: (உட்கார்ந்துகொள்கிறார்) நாம் அதற்குள் போக வேண்டாமே. அதுவும் இன்று வேண்டாமே. நான் கொஞ்சம் கலங்கிப்போய் இருக்கிறேன். நீண்ட காலங்களுக்குப் பிறகு நான் நிலைதடுமாறிப்போயிருக்கிறேன்... என்னுடைய நினைவுகள், என் குற்றவுணர்வுகள்...

கோடல்: ஆனால் புரொபசர், நான் உங்களை எப்போதும் குற்றவுணர்வுகளுக்கு அப்பாற்பட்ட மனிதராகவே நினைத்திருந்தேன். நீங்கள் அடிக்கடி சொல்வதுபோல், குற்றவுணர்வோடு வாழ்வதில் எந்த அர்த்தமும் இல்லை. நம்முடைய சிந்தனைகளுக்குள் குற்றவுணர்வு ஊடுருவ நாம் அனுமதிப்போம் என்றால், நம்மால் நல்ல அறிவியலாளராக இருக்க முடியுமா?

(ஐன்ஸ்டைன் நிறுத்தும்படி சைகை காட்டுகிறார். எதையோ கேட்பதுபோல் சுற்றிலும் பார்க்கிறார். ஜிப்ஸி இசை மெலிதாகக் கேட்கிறது.)

ஐன்ஸ்டைன்: ஹா, அது உனக்குக் கேட்கிறதா?

கோடல்: எது கேட்கிறதா?

ஐன்ஸ்டைன்: அந்த இசை. அந்த ஜிப்ஸி இசை. அது உனக்குக் கேட்கவில்லையா?

கோடல்: இல்லை. சிந்திக்கும் திறனோடு சேர்த்து, கேட்கும் திறனையும் நான் இழந்திருக்க வேண்டும்.

ஐன்ஸ்டைன்: இல்லை, இல்லை. கவனமாகக் கேளு.

(இருவரும் கேட்கிறார்கள். கோடல் ஏதும் கேட்கவில்லை என்பதுபோல் தலையசைகிறார். ஐன்ஸ்டைன் அவருடைய கையைப் பிடித்துக்கொள்கிறார்.)

ஐன்ஸ்டைன்: என்னோடு வா! இசை எங்கிருந்து வருகிறதோ அங்கு உன்னை அழைத்துச் செல்கிறேன்... அப்போது ஒருவேளை...

(மேடையை விட்டு வெளியேறுகிறார்கள். கூடாரம் தெரிகிறது. இசையின் ஒலியளவு கூடுகிறது. இருவரும் மேடைக்குத் திரும்புகிறார்கள்.)

ஐன்ஸ்டைன்: இப்போது கேட்க முடிகிறதா? சத்தமாகவும் தெளிவாகவும்.

(கோடல் ஒன்றும் புரியாமல் சுற்றிலும் பார்க்கிறார்.)

கோடல்: இல்லை. எனக்கு ஏதும் கேட்கவில்லை.

ஐன்ஸ்டைன்: குர்ட், இது ஒன்றும் விளையாட்டல்ல. இது ஒன்றும் தர்க்கப் புதிர் இல்லை. இது என் வாழ்க்கையோடு சம்பந்தப்பட்டது... என் வாழ்க்கையின் எல்லா ரகசியங்களும்... பார்! கூடாரம். பளிங்குக் கோளம்.

(அவர்கள் பளிங்குக் கோளத்திற்கு அருகில் வருகிறார்கள். இசை நிற்கிறது.)

ஐன்ஸ்டைன்: ம்... சற்று நேரத்திற்கு முன் நான் இங்குதான் இருந்தேன்.

கோடல்: ஹா! புரொபசர். இந்த உலகில் காலத்தின் இருப்பை நம்ப மறுக்கிறவர்கள் நாம் இருவர் மட்டுமே. நான் அதை உங்களுக்கு நிரூபித்தும் காட்டியிருக்கிறேன். நீங்கள் சற்று நேரத்திற்கு முன் இங்கு இருந்திருக்க முடியாது... ஏனெனில் சற்று நேரத்திற்கு முன் என்று சொல்வதற்குக் காலம் என்று ஒன்று இல்லையே.

ஐன்ஸ்டைன்: இல்லை... குர்ட் உன்னால் புரிந்துகொள்ள முடியவில்லை. நான் இங்குதான் இருந்தேன். ஒரு பெண்மணி இருந்தாள்... கருமைகூடிய கண்களோடு அவ்வளவு கவர்ச்சியாக. பெண்... அத்தோடு, அவளிடம் இந்த பளிங்குக் கோளம் இருந்தது. அதில் அவள் மிலிவாவைப் பார்த்து...

கோடல்: புரொபசர், இதையெல்லாம் நீங்கள் உண்மையிலேயே நம்பவில்லை என்று நினைக்கிறேன்! இதுபோன்ற விஷயங்களில் நம்பிக்கை கொண்டவன் நான் மட்டுமே என்று நினைத்திருந்தேன். பளிங்குக் கோளமாம்!

ஐன்ஸ்டைன்: அவள் எடுவார்ட் பற்றிப் பேசினாள்.

கோடல்: கேட்பதற்குச் சங்கடமாக இருக்கிறது. யாரோ உங்களைச் சீண்டிப் பார்த்திருக்கிறார்கள். இன்னும் நம்மை வெறுப்பவர்கள் பலர் இருக்கிறார்கள் என்பது உங்களுக்குத் தெரியும்தானே.

ஐன்ஸ்டைன்: இல்லை. நிச்சயமாக என்னால் சொல்ல முடியும் அதில் வெறுப்பு ஏதுமில்லை. அது விளையாட்டல்ல. அது ஏறக்குறைய எப்படி இருந்தது என்றால்...

கோடல்: எப்படி?

ஐன்ஸ்டைன்: எப்படி இருந்தது என்றால்... இல்லை, நான் அது குறித்துப் பேசப்போவதில்லை. என்னை எவ்வளவு தூண்டிவிட்டாலும் நான் அது குறித்துப் பேசப்போவதில்லை.

கோடல்: நீங்கள் பேசுவதைப் பார்த்தால் அவள் ஆவி போல் தெரிகிறது.

ஐன்ஸ்டைன்: ஒரு விதத்தில் அவள் அதுதான். ஆமாம், என்னால் நிச்சயமாகச் சொல்ல முடியும், அவள் ஆவிதான். அவள் வந்திருந்த இடத்திற்கு வருவதற்கு எத்தகைய உரிமையும் யாருக்கும் கிடையாது... எத்தகைய உரிமையும் கிடையாது.

கோடல்: ஆவிகளில் நம்பிக்கை கொண்டவன் நான் மட்டும்தான் என்று நினைத்துக்கொண்டிருந்தேன்! எனக்கு எப்போதும் தெளிவாகத் தெரிந்திருந்த ஒன்றை நீங்களும் இறுதியாக பார்த்திருக்கிறீர்கள்.

ஐன்ஸ்டைன்: (எரிச்சலடைகிறார்) குர்ட், நீ நம்பும் வகையிலான ஆவி அல்ல இது. இது உண்மையான ஆவி.

கோடல்: எனக்கு எல்லா ஆவிகளும் உண்மையானவைதான். எண்கள் எவ்வளவு உண்மையானவையோ அந்த அளவுக்கு. நீங்களும் நானும் எவ்வளவு உண்மையோ அந்த அளவுக்கு.

ஐன்ஸ்டைன்: போதும் நிறுத்து. நாம் கிளம்புவோம்.

கோடல்: இல்லை, ஒரு நிமிஷம் பொறுங்கள். ஒருவேளை நீங்கள் சொல்வது உண்மையென்றால், இந்தப் பளிங்குக் கோளம்...

ஐன்ஸ்டைன்: ஒருவேளை என்ன? நான் இங்கு வந்திருந்தேன் என்பதை இது காட்டும். ஹா! இதைப் பார், இதை தடவிக்கொடு. இது என்ன சொல்கிறது என்று பார். (அந்தப் பெண்மணி அங்கு இருக்கிறாரா என்று சுற்றும் முற்றும் பார்க்கிறார்).

(கோடல் பளிங்குக் கோளத்தோடு விளையாடத் தொடங்குகிறார்.)

கோடல்: ஆ... நான் பார்க்கிறேன், நான் பார்க்கிறேன். இந்த கூடாரத்திற்குள் நீங்கள் நுழைவதை நான் பார்க்கிறேன்.

(ஐன்ஸ்டைன் கவனம் சிதறுகிறது. அவர் கூடாரத்தின் கோடிக்குச் சென்று எட்டிப் பார்க்கிறார். படுதாவை விலக்கிப் பார்க்கிறார்.)

ஐன்ஸ்டைன்: (குரலை உயர்த்தாமல் அழைக்கிறார்) மேடம்!

கோடல்: (உரக்க) புரொபசர், நான் உங்களைப் பார்க்கிறேன். உங்கள் சுங்கானுக்குத் தீப்பெட்டி தேடிக்கொண்டு இந்தக் கூடாரத்திற்குள் நுழைகிறீர்கள். நீங்கள் கேட்ட இசையைப் பின்தொடர்ந்து வந்து இந்த அழகான பெண்மணியைப் பார்க்கிறீர்கள்.

ஐன்ஸ்டைன்: (ஆச்சரியத்தோடு) இது அனுமானிக்கக்கூடியது.

கோடல்: அவ்வளவு அவசரம் வேண்டாம் புரொபசர். அவள் செர்பியாவைச் சேர்ந்தவளா என்று நீங்கள் கேட்கிறீர்கள். செர்பியப் பெண்ணை நான் திருமணம் செய்துகொண்டேன் என்று அவளிடம் சொல்கிறீர்கள்.

ஐன்ஸ்டைன்: கணிதத் தர்க்கத்தில் உன் காலத்தை வீணடித்திருக்காமல் நீ கதைகள் எழுதியிருக்க வேண்டும் குர்ட்.

கோடல்: சார், நீங்கள் தவறாகப் புரிந்துகொள்கிறீர்கள். நான் எதைப் பார்க்கிறேனோ அதைத்தான் சொல்கிறேன். நீங்களும் மற்றவர்களும் பார்க்காததை நான் பார்க்கக்கூடியவன் என்று நீங்கள் அறிவீர்கள். நீங்கள் படபடப்போடு நிற்பதையும் அந்தப் பெண்மணி உங்களை உட்காரச் சொல்வதையும் பார்க்க முடிகிறது. அவள் உங்கள் மனைவி குறித்துக் கேட்கிறாள். இந்தப் பளிங்குக் கோளத்தைப் பார்த்து அவருக்கான பதிலை அவரே ஏன் தெரிந்துக்கொள்ளக் கூடாது என்று வழக்கம் போல் குறும்பாகக் கேட்கிறீர்கள். இல்லை உண்மையில் அவளோடு சரசமாடிக்கொண்டிருக்கிறீர்களா? அதனால் அவள் பார்க்கிறாள். எடுவார்ட், இறந்துகொண்டிருக்கும் அவனது தாய்க்கு அருகில் உட்கார்ந்து இருக்கிறான்.

(ஐன்ஸ்டைன் வேகமாக கோடலை நோக்கிப் பாய்கிறார். அவரைத் தள்ளிவிடுகிறார். பளிங்குக் கோளத்திற்குள் பார்க்கிறார்.)

ஐன்ஸ்டைன்: (பதற்றத்தோடு) எதுவுமில்லை. நான் சொல்கிறேன், இங்கு எதுவுமில்லை.

கோடல்: புரொபசர், ஏதோ ஒன்று எப்போதும் இருக்கிறது. ஏதோ ஒன்று எப்போதும் இருக்கிறது. அவள் எடுவார்ட் குறித்தும் அவனது மனம் பிறழ்ந்த நிலைகுறித்தும் பேசுகிறாள். இது நம் எல்லோருக்கும் பிடித்தமான விஷயம், இல்லையா? நிச்சயமாக என்னைக் குறித்து எழுதப் போகிறவர்களுக்கு மிகவும் பிடித்தமான ஒன்றாக இருக்கும். அவர்கள் என்ன சொல்லப்போகிறார்கள் என்பதை இந்தப் பளிங்குக் கோளத்தைப் பார்த்துத் தெரிந்துகொள்ள வேண்டிய அவசியமில்லை. உண்மையிலேயே பைத்தியம் பிடித்தவன் என்றும் பீதிநோய் பிடித்தவன் என்றும், மனிதர்களோடு நேருக்கு நேர் பேச முடியாத அளவுக்குத் தன்னை இழக்கப் போகிறவன் என்றும், சில அடி தூரத்திலே இருந்தாலும் மற்றவர்களிடம் தொலைபேசியில்தான் பேச விரும்பினான் என்றும்...

ஐன்ஸ்டைன்: இல்லை. நீ உண்மையிலேயே அந்த அர்த்தத்தில் சொல்லவில்லை. வருங்காலங்களில் உனக்கு என்னதான் நடக்கப்போகிறதோ? நான் போன பிறகு இவையெல்லாம் உனக்கு நடக்குமா?

கோடல்: இந்தக் கால விளையாட்டில் என்ன வேண்டுமானாலும் நடக்கலாம். நிச்சயமாக நான் மனிதர்களோடு நேரடியாகப் பேசுவதை நிறுத்திக்கொள்வேன். நான் ஜாக்கிரதையாக அவர்களிடம் தொலைபேசியில் மட்டுமே பேசுவேன். புரொபஸர், நீங்கள் போன பிறகு நான் தனியனாக இருப்பேன். மிக மோசமான ரகசியத்தோடு வாழ்ந்துக்கொண்டிருப்பவன் நான். இந்த ஜிப்ஸி உங்களிடம் சொல்லியிருக்கக்கூடிய எல்லாவற்றையும் விட மோசமான ரகசியங்களோடு வாழ்ந்துகொண்டிருப்பவன். காலத்தின் மீது எனக்கு நம்பிக்கை இல்லை. கடந்தகாலம், நிகழ்காலம், எதிர்காலம் என்று பிரித்துப் பார்ப்பதில் எனக்கு நம்பிக்கை இல்லை. இவை எல்லாம் ஒரு மாயை. அதனால் நீங்கள் முதலில் போவீர்களா அல்லது நான் முதலில் போவேனா என்று நான் தெரிந்துகொள்ளப் போவதில்லை. இவற்றில் எல்லாம் ஏதாவது அர்த்தம் இருக்கிறதா?

ஐன்ஸ்டைன்: பைத்தியம் பிடிப்பதைச் சந்தோஷமாக ஏற்றுக் கொள்வதுபோல் பேசுகிறாய்.

கோடல்: நிச்சயமாக நான் சந்தோஷப்படுவேன். ஆனால் அவர்கள் எல்லோரும் என்னைப் பார்த்து எப்படிச் சிரிக்கப்போகிறார்கள் என்று எனக்குத் தெரியும். என்னுடைய கவலைகள் எல்லாம் ஒன்றைக் குறித்துதான்: உங்களுக்குத் தெரியும் அவர்கள் என்னை கொலை செய்ய முயற்சிப்பார்கள். கொலை செய்வார்கள். என்னைப் பாதுகாக்க நீங்கள் இருக்க மாட்டீர்கள். அவர்கள் விஷம் வைத்து என்னைக் கொல்லப்போகிறார்கள். என்னைக் கொலை செய்ய அவர்கள் முயற்சிப்பார்கள் என்றாலும், அதைத் தடுப்பதற்கான வழிமுறைகள் எனக்குத் தெரியும். சொல்லப்போனால் அது மிக தர்க்கரீதியானது.

ஐன்ஸ்டைன்: *குர்ட், தயவு செய்து நிறுத்து.*

கோடல்: உண்மையில் மிகச் சிறந்த வழி. நான் சாப்பிடுவதை நிறுத்தப்போகிறேன். நான் பட்டினி கிடக்கப்போகிறேன். மக்கள் வாழ்வதற்காகச் சாப்பிடுகிறார்கள். நான் சாவதற்காகப் பட்டினி கிடக்கப்போகிறேன். இதைத் தெரிந்துகொள்ள இந்தப் பளிங்குக் கோளத்தைப் பார்க்கவேண்டிய அவசியமேதுமில்லை.

ஐன்ஸ்டைன்: *சாவதற்கு என்ன கொடூரமான வழி இது குர்ட்! நாம் எப்படிப்பட்ட சிக்கலான சிலந்தி வலையை நெய்து கொள்கிறோம்.*

கோடல்: அதனால்தான் புரொபசர் ஐன்ஸ்டைன், அது அவ்வளவு முக்கியமில்லாதது. அந்தப் பெண் குழந்தை என்ன சொன்னாள் அல்லது சொல்லவில்லை என்பது அவ்வளவு முக்கியமில்லாதது.

ஐன்ஸ்டைன்: *பெண் குழந்தையா? நீ என்ன சொல்கிறாய்?*

கோடல்: உங்களுக்கு மிக நன்றாகத் தெரியும் புரொபசர். நாம் ஒன்றாக நடந்துபோனபோது, ஒருபோதும் நீங்கள் அதுகுறித்துப் பேசியதே இல்லை. நம் இருவருக்கும் தெரிந்திருக்க வேண்டிய ஒன்றை நமக்குச் சொல்ல இந்த ஜிப்ஸி தேவைப்பட்டாள். நான் என் வாயை மூடிக்கொண்டு சும்மா இருந்திருக்க வேண்டும் என்றாலும் என்னால் முடியவில்லை. நான் இப்போது அந்தப் பெண் குழந்தையின் சார்பாகப் பேசுகிறேன். ஏனெனில், என்னுடைய குரல் என்று

இரண்டு தந்தையர் | 117

என்னிடம் ஏதுமில்லை. அவளுடைய ஆவி என் உடலுக்குள் புகுந்துகொண்டுவிட்டது. என்ன இருந்தாலும் நிரூபிக்கப்பட முடியாத உண்மைகள் இருக்கின்றன என்று கோட்பாட்டு ரீதியாக நிரூபித்தவன் நான்தான் என்பதால், இதை உங்களிடம் சொல்வதற்கு நான்தான் பொருத்தமானவன். நம்முடைய வாழ்க்கையில் அந்தப் பெண் குழந்தையின் இருப்பு என்பது நம்மால் நிரூபிக்கப்பட முடியாத உண்மையா? நான் இதைத் துணிந்து சொல்லலாம்தானே?

ஐன்ஸ்டைன்: இல்லை. சொல்லாதே.

கோடல்: அப்படியென்றால், நான் சொல்லவில்லை. உங்களுக்கு உண்மை என்று தெரிந்த ஒன்றை நிரூபிக்க அல்லது மறுக்க இப்போது இங்கு என்னோடு வந்தீர்கள்... அந்தப் பெண்ணைக் காணாததில் நீங்கள் ஏமாற்றம் அடைந்தீர்கள். அவள்தான் உங்களுடைய சாட்சி. ஆனால் கவலைப்படாதீர்கள்... கவலைப்படாதீர்கள். அந்தப் பெண் குறித்த உண்மையை எவராலும் நிரூபிக்க முடியாது...

ஐன்ஸ்டைன்: குர்ட், இதற்கு மேல் எதையும் கேட்க நான் தயாராக இல்லை. நம்முடைய எதிர்கால நட்புக்காகவேனும் இதற்கு மேல் நீ ஏதும் பேசாதே.

கோடல்: அப்படியே இருக்கட்டும். என்னுடைய நண்பன் விட்கன்ஸ்டைன் (Wittgenstein) சொன்னதை மட்டும் நான் திரும்பச் சொல்கிறேன்: 'எங்கெல்லாம் ஒருவரால் பேச முடியவில்லையோ அங்கெல்லாம் அவர் அமைதியாக இருக்க வேண்டும்.' அப்படியே இருக்கட்டும்.

ஐன்ஸ்டைன்: அப்படியே இருக்கட்டும்.

(இசை தொடங்குகிறது.)

காட்சி - 3

(ஐன்ஸ்டைன் அவரது படிப்பறையில் இருக்கிறார். கரும்பலகை கணிதச் சமன்பாடுகளால் நிரம்பியிருக்கிறது. பரபரப்போடு கரும்பலகைக்கு முன் நின்று கொண்டிருக்கிறார். அமைதியற்றுக் காணப்படுகிறார். திடீரென்று சுற்றும் முற்றும் பார்த்து, ஜன்னல் வழியே குதித்து நடக்கத் தொடங்குகிறார். ஜிப்ஸியின் கூடாரம் எங்கிருக்கிறது என்று இங்கும் அங்கும் தேடுகிறார். அவரை லூபிகாவிடம்

முதலில் அழைத்துச்சென்ற இசையைக் கேட்க முயற்சிக்கிறார். திடீரென்று கூடாரத்தைப் பார்த்தவுடன் அதை நோக்கி விரைந்து செல்கிறார். கூடாரத்தில் ஒருவரும் இல்லை. அவர் ஏமாற்றமடைகிறார்.)

ஐன்ஸ்டைன்: *(தேடிக் கொண்டே)* மேடம், மேடம் லூபிகா, எங்கு இருக்கிறீர்கள்?

(சத்தமெதுவுமில்லை அங்கும் இங்குமாகத் தடுமாறுகிறார். மீண்டும் அழைக்கிறார். பளிங்குக் கோளம் பக்கம் சென்று அதைத் தடவிக்கொடுக்கிறார்.)

ஐன்ஸ்டைன்: மேடம், இங்குதான் இருக்கிறீர்களா? நான் ஒருசில நிமிடங்கள் மட்டுமே எடுத்துக்கொள்வேன்.

(அமைதி. பளிங்குக் கோளத்தை ஆராய்கிறார். அதனுள் ஊடுருவிப் பார்க்க முயற்சிக்கிறார். அதனை எல்லாக் கோணங்களிலிருந்தும் பார்க்கிறார். தோளை உலுக்கிக்கொண்டு அதை விட்டு நகர்கிறார். ஏமாற்றத்தோடு அங்கிருந்து வெளியேறுகிறார். வெளியேறும்போது, லூபிகா அவர் முன்னே தோன்றுகிறார்.)

லூபிகா: ஹா.. புரொபசர் ஐன்ஸ்டைனா, நீ திரும்ப வருவாய் என்று...

ஐன்ஸ்டைன்: *(அவரைப் பார்த்ததில் சந்தோஷப்படுகிறார்)* ஹா... மேடம் லூபிகா. உங்களைப் பார்த்ததில் எவ்வளவு சந்தோஷம். உண்மைதான், திரும்ப வருவேன் என்றாலும் எப்போது என்றுதான் தெரியாமல் இருந்தது. மிகச் சரியாக இதையேதான் என்னுடைய இளம் நண்பனிடம் சொன்னேன்... ஆனால் காலம் என்று ஒன்று இல்லவே இல்லை என்பதாக நம்புகிறான்.

லூபிகா: காலம் குறித்த எங்களுடைய நம்பிக்கைகளை எல்லாம் ஏளனம் செய்த உனக்கு அது பிடித்த ஒன்றாக இருக்க வேண்டும். ஆனாலும் நீ காலம் பற்றி என்னதான் சொல்லியிருந்தாலும்...

ஐன்ஸ்டைன்: வேண்டாம். மிக்க நன்றி. என்னுடைய அறிவியல் கோட்பாடுகள் குறித்து மேலும் ஒரு பாடத்தைக் கேட்பதில் எனக்கு விருப்பம் இல்லை.

லூபிகா: நான் அதைச் செய்யப்போவதில்லை. அப்படியென்றால், இப்போது சொல்லு, இங்கு ஏன் வந்தாய்? அதுவும், முன்னர் அவ்வளவு கோபமாக வெளியேறிய பின் இப்போது எதற்காக வந்தாய்?

ஐன்ஸ்டைன்: மேடம், என்னை மன்னித்துவிடுங்கள். நான் பெருந்தன்மையோடு நடந்துகொள்ளவில்லை. ஆனால், என்னை எரிச்சலூட்டினீர்கள், மிக மோசமாக எரிச்சலூட்டினீர்கள் என்பதை நீங்கள் ஒப்புக்கொள்ளத்தான் வேண்டும், இல்லையா?

லூபிகா: உண்மை எரிச்சலூட்டும் என்றால் மட்டும்.

ஐன்ஸ்டைன்: ஆனால், நான் ஒப்புக்கொள்கிறேன், அதே உண்மை தானே என்னை இங்கு இழுத்துவந்திருக்கிறது.

லூபிகா: அந்த உண்மை...

ஐன்ஸ்டைன்: நீங்கள் சொல்வதற்கு முன்னால், அதுவும் என்னை எரிச்சலூட்டும் உங்களுடைய பாணியில் சொல்வதற்கு முன்னால், நானே அதைச் சொல்லிவிடுகிறேன்: என் மகள் குறித்த உண்மை.

லூபிகா: அவளது பெயர் லீஸரல்.

ஐன்ஸ்டைன்: பார்த்தீர்களா, எரிச்சலூட்டுவது என்று இதைத்தான் சொல்கிறேன். அவளுடைய பெயரை நான் நன்கு அறிவேன்.

லூபிகா: நிச்சயமாக நீ அறிந்த ஒன்றுதான். எப்படியிருந்தாலும் பிறக்கப்போகும் உன்னுடைய குழந்தைக்கு ஹன்ஸ் குட்டி என்று பெயரிட வேண்டும் என்று மிலிவாவிடம் நீ சொல்லவில்லையா? அந்த குழந்தையை ஹன்ஸ்சேரல் என்றுதானே அழைத்தாய். பிறக்கப்போவது ஆண் குழந்தையாகத்தான் இருக்கும் என்பதில் அவ்வளவு உறுதியாக இருந்தாய்.

ஐன்ஸ்டைன்: இளமைத் துடுக்கில் இருந்த நான், அது ஆண் குழந்தையாகத்தான் இருக்கும் என்று கற்பனை செய்தேன் என்பதை ஒப்புக்கொள்கிறேன். என்னைப் போன்ற தலை முடியுடன் புஷ்டியான ஆண் குட்டி!

லூபிகா: ஆனால், மிலிவாவிற்குத் தெரிந்திருந்தது. அது பெண் குழந்தைதான் என்று உறுதியாகச் சொன்னாள். அது லீஸரலாகத்தான் இருந்தது.

ஐன்ஸ்டைன்: பல சமயங்களில் என்னால் மிலிவாவைப் புரிந்து கொள்ளவே முடியவில்லை. அவளுக்கு அது எப்படியோ தெரிந்திருந்தது!

லூபிகா: வெளிக்காட்டிக்கொண்டதைக் காட்டிலும் அவள் அதிகம் அறிந்திருந்தாள்.

ஐன்ஸ்டைன்: மிலிவா பற்றி நான் பேச விரும்பவில்லை. என்னுடைய பெண் குழந்தை பற்றிச் சொல்லுங்கள்.

லூபிகா: நீ இதுவரை எப்போதும் வெளிப்படுத்தியிராத ஆர்வத்தை வெளிப்படுத்துகிறாய்.

ஐன்ஸ்டைன்: என் அருமை மகளே, இது வயோதிக உடல்நலிவின் விளைவு. நான் அவளைப் பற்றித் தெரிந்துகொள்ள விரும்புவது, ஏதோ திடீரென்று அவள் மீது நான் கொண்ட அன்பினால் அல்ல. இதையெல்லாம் அமெரிக்கர்கள் நம்பக்கூடும். நான் இதையெல்லாம் நம்புவதற்குத் தயாராக இல்லை. நான் வெறுமனே ஆர்வம் கொண்டிருக்கிறேன்! என்னைப் பொறுத்தமட்டில் இது தீர்க்கப்படாத ஒரு புதிர்.

லூபிகா: தீர்க்கப்படாத புதிரா அல்லது பிரச்சினையா?

ஐன்ஸ்டைன்: நான் வெறுமனே ஆர்வத்தோடு இருக்கிறேன். லீஸரல் குறித்துத் தெரிந்துகொள்ள ஆர்வமாக இருக்கிறேன். உங்களைக் குறித்து, எங்கிருந்தோ திடீரென்று தோன்றிய உங்களுடைய இந்தக் கூடாரம் குறித்து, இந்தப் பளிங்குக் கோளம் குறித்தெல்லாம் தெரிந்துகொள்ள ஆர்வமாக இருக்கிறேன்.

லூபிகா: எங்கிருந்தோ என்று எப்படி உன்னால் சொல்ல முடிகிறது? இந்த இடத்தில்தானே எல்லாமும் நடக்கிறது. இருபதாம் நூற்றாண்டின் மிகச் சிறந்த அறிவு இங்குதானே குடிகொண்டிருக்கிறது.

ஐன்ஸ்டைன்: இப்போது உங்களுடைய இயல்புக்கு மாறாக என்னிடம் நல்லபடியாக நடந்துகொள்கிறீர்கள். ஆனால் என்னைப் பற்றி பேசுவதற்காக நான் இங்கு வரவில்லை. லீஸரல் குறித்து என்ன சொல்கிறீர்கள்?

லூபிகா: அவளது இருப்பை நீ ஏன் எப்போதும் அங்கீகரிக்கவில்லை என்று யோசித்துக்கொண்டிருக்கிறேன். உன் மகளின் இருப்பு குறித்து இந்த உலகத்தில் ஏன் ஒருவரும் அறிந்திருக்கவில்லை?

ஐன்ஸ்டைன்: அது பழைய கதை. செங்காய்ச்சல் தாக்கி அவள் இறந்துபோனாள் என்பதில் நான் உறுதியாக இருக்கிறேன்.

லூபிகா: இப்போதுகூட, நாம் இருவர் மட்டுமே இருக்கும் இந்தச் சூழலிலும் கூட, நீ உண்மையைப் பேச விரும்பவில்லை.

ஐன்ஸ்டைன்: என்ன உண்மை மேடம்? இப்போது உங்களிடம் சொல்கிறேன், கேட்டுக்கொள்ளுங்கள். திருமணம் செய்து கொள்வதற்கு முன் மிலிவாவிற்கும் எனக்கும் பிறந்த குழந்தை அவள். பிறகு அவள் மிலிவாவின் பெற்றோர்களால் வளர்க்கப்பட்டாள். இதற்கு மேலும் நான் என்ன சொல்ல வேண்டும்?

லூபிகா: அவளைப் பார்ப்பதற்கு நீ ஒரு முறைகூட சென்றதில்லை என்று சொல்ல வேண்டும். திருமணத்திற்குப் பின் உன்னோடு வாழ்வதற்கு அவளை நீ அழைத்துக்கொண்டு வரவில்லை, ஏன்? அவளைச் சட்டரீதியாக நீ அங்கீகரிக்கவில்லை, ஏன்? உன்னோடும் மிலிவாவோடும் வைத்துக்கொள்வதற்குப் பதிலாக நீ அவளைத் தத்துக்கொடுக்க விரும்பினாய், ஏன்?

ஐன்ஸ்டைன்: ஏன், ஏன், ஏன்! இந்த ஒரு வார்த்தைதான் மானுடத்தின் சாபக்கேடாக இருக்கிறது. ஏன் என்று ஏன் கேட்கிறீர்கள்? இது எல்லாம் முடிந்துபோன விஷயங்கள். நினைவு நதியில் அடித்துக்கொண்டு போய்விட்ட விஷயங்கள். இப்போது அது அவ்வளவு முக்கியமா?

லூபிகா: லீஸரலுக்கு அது முக்கியம்.

ஐன்ஸ்டைன்: அவளைத் தெரிந்தாற்போல் பேசிக்கொண்டிருக்கிறீர்கள். உங்களுக்கு உண்மையில் அவளைத் தெரியுமா? அவள் எங்கிருக்கிறாள் என்று தெரியுமா? இப்போது அவள் என்ன செய்துகொண்டிருக்கிறாள்?

லூபிகா: நீ உண்மையில் தெரிந்துகொள்ள விரும்புகிறாயா அல்லது வெறுமனே ஆர்வத்தில் கேட்கிறாயா? நீ ஒரு தந்தையாகக் கேட்கிறாயா அல்லது ஒரு அறிவியலாளராய்க் கேட்கிறாயா?

(ஜன்ஸ்டைன் அமைதியாக இருக்கிறார்).

லூபிகா: எனக்குப் பதில் சொல்லு, பிறகு நான் சொல்கிறேன். அவளுடைய தந்தையாக இருந்துதான் நீ இதைக் கேட்கிறாயா? அவள் இப்போது உயிரோடு இருக்கிறாள் என்று தெரிந்தால், அவளை உன்னோடு அழைத்துக்கொள்வாயா? குறைந்தபட்சம் இப்போதாவது அவளுக்கு நீ ஒரு தந்தையாக இருப்பாயா?

ஐன்ஸ்டைன்: *(உடலை உலுக்கிவிட்டுக் கொள்கிறார்)* இல்லை, இந்தக் கற்பனைகளை மறந்துவிடுங்கள். அவள் இறந்துவிட்டாள் என்று எனக்கு நிச்சயமாகத் தெரியும். நீங்கள் என்னிடம் பொய் சொல்கிறீர்கள். இதைத்தான் அமெரிக்கர்கள் மோசடி என்று அழைக்கிறார்கள் - ஹா! நீங்கள் ஜிப்ஸியாக வேடம் போட்டிருக்கும் அமெரிக்கராக இருக்க வேண்டும்.

லூபிகா: இல்லை புரொபசர், உன்னால் கற்பனை செய்துபார்க்க முடிந்ததற்கு எல்லாம் அப்பாற்பட்டவள் நான்.

ஐன்ஸ்டைன்: அவளுக்கு இரண்டு வயது இருக்கும்போது இறந்துவிட்டாள் என்று என்னிடம் சொல்லப்பட்டது. மிலிவாவின் கிராமத்தில் பல குழந்தைகளுக்கு வந்ததுபோல் அவளும் செங்காய்ச்சலால் தாக்கப்பட்டாள். இறந்துபோன நூற்றுக்கணக்கான குழந்தைகளில் அவளும் ஒருத்தி. *(அமைதி)* அவள் எப்போதும் நோஞ்சான் குழந்தையாகவே இருந்தாள். அல்லது அப்படித்தான் என்னிடம் சொல்லப்பட்டது.

லூபிகா: இது உனக்குத் தெரியும், இல்லையா? இருந்தும் அவள் எப்படி இருப்பாள் என்று ஒரு முறையேனும் போய்ப் பார்க்க வேண்டும் என்ற எண்ணம் உனக்கு ஏற்படவேயில்லை. என்ன இருந்தாலும் அவள் உனக்குப் பிறந்த முதல் குழந்தை. அவள் பெண் குழந்தை என்பதால்தான் அப்படி நடந்துகொண்டாயா? உன்னுடையது போன்ற தலைமுடியோடு கொழுகொழுவென்று ஆண் குழந்தையாக இருந்திருந்தால் பார்க்கச் சென்றிருப்பாயா? அவள் வயதுடைய ஒரு குழந்தை தந்தையைப் பார்ப்பதற்கு எவ்வளவு ஏங்கியிருக்கும் என்று உனக்குத் தெரியாதா? அவள் எவ்வளவு ஏங்கியிருக்க வேண்டும்.

ஐன்ஸ்டைன்: யார் தனது தந்தை அல்லது யார் தனது தந்தை இல்லை என்று எப்படி ஒரு சிறு குழந்தையால் தெரிந்துகொள்ள

முடியும்? எது முக்கியமானது என்றால், அவள் மிலிவாவின் பெற்றோரால் மிகச் சிறப்பாகக் கவனித்துக்கொள்ளப்பட்டாள் என்பதுதான்.

லூபிகா: சிறப்பாகக் கவனித்துக்கொள்ளப்பட்டாள்!! வேறு எது வேண்டுமென்றாலும் சொல், **அப்படி மட்டும் சொல்லாதே.** அப்படி மட்டும் சொல்லாதே. அவள் ஒரு நோஞ்சான் குழந்தை. ஆமாம், ஆனால் ஏன் என்று தெரியுமா? திருமணம் செய்துகொள்ளாமல் ஒரு பெண் பெற்றுக்கொள்ளும் குழந்தைகள் அவளுடைய குடும்பத்திற்கு எவ்வளவு அவமானம் என்று உனக்குத் தெரியுமா? அவமானமில்லாமல், மதிப்போடு அந்தக் குழந்தை பிறப்பதற்கு திருமணம் செய்துகொள் என்று மிலிவா உன்னிடம் எப்படி கெஞ்சினாள் என்று உனக்கு நினைவில் இருக்கிறதுதானே? அந்தக் குழந்தையைச் சுமக்கும் அவமானத்தால் முந்திக்கொண்டு வந்த வயிற்றை மறைப்பதற்காகத் துணியால் வயிற்றை அவள் இறுகக்கட்டிக்கொண்டதும் நீ அறிந்த ஒன்றுதானே? வாழ்க்கைப் பயணத்தை அப்போதுதான் தொடங்கியிருக்கும் அந்த ஜீவன் தன் தாயாலே, அதுவும் தன்னைச் சுமந்துகொண்டிருக்கிறோம் என்ற அவமானத்தால் மூச்சு திணறடிக்கப்பட்டது எத்தகைய விளைவை ஏற்படுத்தியிருக்கும் என்று உன்னால் கற்பனை செய்து பார்க்க முடிகிறதா? இவையெல்லாமே நீ அறிந்ததுதான் என்றாலும் வேலைப் பளு, பயணம் மேற்கொள்ள முடியவில்லை என்ற சாக்குப்போக்குகளில் உன்னை நீ மறைத்துக்கொண்டாய்...

ஐன்ஸ்டைன்: நான் ஓய்வின்றி அலைந்துகொண்டிருந்தேன். வேலை தேடி தீவிரமாக முயற்சித்துக்கொண்டிருந்தேன். என் மீதோ, என் திறமைகள் மீதோ நம்பிக்கை கொள்ளாத கல்நெஞ்சு இயற்பியலாளர்களை நான் சமாளிக்க வேண்டியிருந்தது. மிலிவாவைக் காப்பாற்றும் நிலையில் நான் இல்லாததால் அப்போது என்னால் அவளைத் திருமணம் செய்துகொள்ள முடியவில்லை.

லூபிகா: பொறுப்பு, கடமை என்று ஒன்று இருக்கிறதுதானே புரொபசர்.

ஐன்ஸ்டைன்: என் அன்பிற்குரியவரே பொறுப்பு குறித்து நீங்கள் எனக்கு அறிவுரை செய்ய வேண்டியதில்லை.

லூபிகா: ஏற்றுக்கொள்கிறேன், உனக்கு அறிவுரை செய்ய வேண்டியதில்லை என்றாலும் அறிவுரை செய்யவே விரும்புகிறேன். எப்படியிருந்தாலும், அறிவியலின் மிகப் பெரிய சாபம் பொறுப்பு என்ற கருத்துதான், இல்லையா? உன்னைப் போன்ற அறிவியலாளர்கள் எல்லோரும் அவர்கள் செய்யும் எதற்கும் பொறுப்பு எடுக்க வேண்டிய அவசியமில்லாமல் போனால் எவ்வளவு நன்றாக இருக்கும்? நீங்கள் உருவாக்கும் சகலவிதமான அறிவுக்கும்.

ஐன்ஸ்டைன்: சார்பியல் கோட்பாட்டு நிபுணர் என்ற நிலையிலிருந்து இப்போது நீங்கள் தத்துவவாதியாகவே மாறிவிட்டீர்கள். நான் எவ்வளவுதான் முன்கோபக்காரனாக இருந்தாலும், உங்கள் வெகுளித்தனத்தால் ஈர்க்கப்படுவதிலிருந்து என்னை என்னால் காப்பாற்றிக்கொள்ள முடியவில்லை.

லூபிகா: உன் அறிவியல் ஏற்படுத்திய மாபெரும் அழிவுகளில் வெகுளித்தனம் என்று ஏதும் இல்லை. லீஸரல் கதை, அவளைச் சார்ந்ததாக மட்டுமில்லாமல் உன்னுடைய கண்டுபிடிப்புகளினால் ஏற்பட்ட விளைவுகளுக்கும் சேர்த்துப் பொறுப்பு எடுத்துக்கொள்ள முடியாத உன் போதாமையைத்தானே வெளிப்படுத்துகிறது.

ஐன்ஸ்டைன்: இது உங்கள் கற்பனையின் பிரச்சினை - என் மகளையும் என் அறிவியலையும் ஒரே தளத்தில் வைப்பது! ஆனால், போதும், இத்தோடு நிறுத்திக்கொள்ளுங்கள். இதற்கு மேல் உங்களுடைய பேச்சைக் கேட்டுக்கொண்டிருக்க நான் விரும்பவில்லை.

லூபிகா: சற்றுப் பொறுமையாக இருங்கள் புரொபசர் ஐன்ஸ்டைன். லீஸரலைத் தேடிக்கொண்டு நீதான் இங்கு வந்தாய். அவ்வளவு சுலபமாகப் பின்வாங்கிக்கொள்ளலாம் என்று நினைக்கிறாயா? அதுவும் உனக்குப் பிடிக்காத சில வார்த்தைகளைக் கேட்ட மாத்திரத்தில்? உன் அகந்தையின் மீதான சில குத்தல்களைக் காட்டிலும் லீஸரல் உனக்கு முக்கியமில்லையா?

ஐன்ஸ்டைன்: என் அன்பிற்குரியவரே, நீங்கள் சொல்வது சரிதான், எப்போதும்போல்! இதுபோல் வரலாறு என் முகத்தில் விட்டெறியப்படும்போது என்ன சொல்வதென்று எனக்குத் தெரியவில்லை. உங்கள் எல்லோரையும் போல் நானும்

மானுடப் பிறவிக்கான எல்லா முரண்பாடுகளையும் கொண்டவன்தான்.

லூபிகா: எங்கள் எல்லோரையும் போல்! நீ அந்த அர்த்ததில் சொல்லவில்லை. நீயும் எங்களைப் போல் ஒரு சாதாரண மனிதன் என்ற அர்த்தத்தில் சொல்லவில்லை என்று நினைக்கிறேன்.

ஐன்ஸ்டைன்: நல்லது...

லூபிகா: அதைச் சொல். 'நான் சாதாரண மனிதன்தான்' என்று சொல்வது ஒன்றும் அவ்வளவு கடினமானது அல்ல.

ஐன்ஸ்டைன்: உங்களுக்கு உபயோகமாக இருக்கும் என்றால்.

லூபிகா: அப்படியென்றால் சொல்லு.

ஐன்ஸ்டைன்: நான் அப்படிச் சொல்வது உங்களுக்கு எப்படி உபயோகமாக இருக்கும் என்று எனக்குப் புரியவில்லை. என்னைப் பற்றியோ, என் போதாமைகள் பற்றியோ பேசுவதில் எனக்கு விருப்பமில்லை - என் போதாமைகளை நான் மனமுவந்து ஏற்றுக்கொள்கிறேன். லீஸரல் குறித்துச் சொல்லுவதற்கு ஏதாவது உங்களிடம் இருந்தால் அதைக் கேட்கவே நான் விரும்புகிறேன்.

லூபிகா: லீஸரல் குறித்து நீ ஏதாவது தெரிந்துகொள்ள விரும்பினால் ஏன் என்னிடம் வர வேண்டும்? எப்படியிருந்தாலும், நீ இந்த உலகத்தில் பெரும் செல்வாக்கு கொண்டவர்களுள் ஒருவன். அவள் எப்படி இருக்கிறாள், ஏன் உயிரோடுதான் இருக்கிறாளா என்று தெரிந்துக்கொள்ள யாரை வேண்டும் என்றாலும் உன்னால் நியமிக்க முடியும். (அமைதி) அல்லது அவர்கள் உண்மையைக் கண்டுபிடித்துவிடுவார்கள் என்று அச்சப்படுகிறாயா? இந்த உலகம், அவர்களுக்கு மத்தியில் வாழும் ஒரு ஞானி அவனது முதல் குழந்தையை ஒதுக்கி வைத்துவிட்டு அவள் குறித்த நினைவுகளை முற்றிலுமாக அழித்துவிட்டான் என்று தெரிந்துகொண்டுவிடுவார்கள் என்ற அச்சப்படுகிறாயா?

ஐன்ஸ்டைன்: நீங்கள் என்ன வேண்டுமென்றாலும் சொல்லுங்கள். இனி உங்களால் காயப்பட முடியாத அளவிற்கு நான் ஏற்கனெவே அவ்வளவு காயப்பட்டுக்கிடக்கிறேன். அவள்

இறந்துவிட்டாள் என்று எனக்குத் தெரியும் என்பதால்தான் அவளை நான் தேடவில்லை.

லூபிகா: இருந்தும், லண்டனில், உன்னுடைய நெருங்கிய நண்பனான ஜெனோஸ் பிளிஸை (Janos Plesch) சந்தித்த ஒரு பெண் அவளை உன்னுடைய மகள் என்று அறிமுகப்படுத்திக்கொண்டபோது, உனக்குப் போதுமான அளவு சந்தேகம் இருந்தபடியால்தானே அது உண்மையா என்று அறிந்துகொள்வதற்கு துப்பறிவாளனை ஏற்பாடு செய்தாய்.

ஐன்ஸ்டைன்: அந்தப் பெண் ஒரு ஏமாற்றுப் பேர்வழி என்று அப்போதே தெரிந்துபோனது. ஒரு பையனோ அல்லது பெண்ணோ நான்தான் அவர்களுடைய தந்தை என்று கோரிய வேறு பல முயற்சிகளையும் நீங்கள் அறிந்திருப்பீர்கள். அது எதனோடான விளைவு என்று உங்களுக்கு...

லூபிகா: புகழ். உண்மைதான். நாங்கள் இதைப் பலமுறை கேட்டிருக்கிறோம். இருந்தும், லீஸரல் உயிரோடு இருக்கலாம் என்று சற்றேனும் சந்தேகம் - அல்லது அது அச்சமா - இருந்தது என்பதை மறுக்க முயற்சிக்கிறாயா? எப்படி இருந்தாலும், அந்தக் குழந்தையைத் தத்துக்கொடுத்துவிடு என்று மிலிவாவிடம் நீ கட்டாயப்படுத்தினாய். புரொபசர், உன்னால் அவளைக் கண்டுபிடிக்க முடிந்திருந்தால் என்ன செய்திருப்பாய்?

ஐன்ஸ்டைன்: எனக்குத் தெரியவில்லை. உண்மையிலேயே தெரியவில்லை.

லூபிகா: புரொபசர், எனக்கு இன்னொரு கதையும் தெரியும். அதை உன்னிடம் இப்போது சொல்லலாமா என்று எனக்குத் தெரியவில்லை.

ஐன்ஸ்டைன்: ஏன் சொல்லகூடாது, எப்படியிருந்தாலும் என் முகத்தில் சேற்றை அள்ளித் தெளித்தாகிவிட்டது... இன்னும் கொஞ்சம் தெளிப்பதால் என்னவாகிவிடப் போகிறது.

லூபிகா: இது எதுவுமே உன் பெயரை அழிப்பதற்காக இல்லை. உன் பெயர் களங்கப்படாமல் இருக்கும். இந்த விவரங்கள் எல்லாம் வெளியே வந்த பிறகு நீ இன்னும் அதிகமாகக் போற்றப்படுவாய். இந்தப் போதாமைகள் எல்லாம் நீ எந்த

அளவிற்கு மனிதனாக, எங்கள் எல்லோரையும் போல், இருந்திருக்கிறாய் என்பதை வெளிப்படுத்துவதாகவே பார்ப்பார்கள்.

ஐன்ஸ்டைன்: நல்லது, லீஸரல் குறித்த தகவல் எல்லோருக்கும் தெரியத்தான் போகிறதா? அதுவும், அதை மறைப்பதற்கு இவ்வளவு பாடுபட்ட பின்!

லூபிகா: நான் பளிங்குக் கோளத்தைப் பார்க்க வேண்டும் என்று விரும்புகிறாயா?

ஐன்ஸ்டைன்: இல்லை... இல்லை.

லூபிகா: உன் வாழ்நாளில் அது நடக்காது என்று மட்டும் என்னால் சொல்ல முடியும்.

ஐன்ஸ்டைன்: இதைக் கேட்க எவ்வளவு சந்தோஷமாக இருக்கிறது.

லூபிகா: ஆனால், சில பத்தாண்டுகளுக்குப் பிறகு எல்லோரும் தெரிந்து கொள்வார்கள். உன் எஸ்டேட் அறங்காவலர்கள் எடுக்கும் எல்லா முயற்சிகளையும் மீறி இந்தச் சமூகம் தெரிந்துகொள்ளும்.

ஐன்ஸ்டைன்: அதை உலகம் எவ்வாறு எதிர்கொள்ளும்?

லூபிகா: என் திறன் மீது பெரும் அவநம்பிக்கை கொண்டிருந்த மனிதனான நீ உன் எதிர்காலத்தைக் கணிக்கும் என் திறமை மீது பெரும் நம்பிக்கையை வெளிப்படுத்துகிறாய்.

ஐன்ஸ்டைன்: நான் இதை ஒரு கதையாகப் பார்க்கிறேன். சுவாரசியமான ஒருவரால் சொல்லப்படும் சுவாரசியமான கதை.

லூபிகா: ஒரு சுவாரசியமான கதை - துரதிர்ஷ்டவசமாக உலகத்தில் உள்ள பெரும்பாலானோர் இதை இப்படித்தான் பார்ப்பார்கள். அறிவியலாளர்கள் ஒன்றுகூடி, இந்தச் செய்தியெல்லாம் பரபரப்புக்கானது என்று அவர்களுக்குள் பேசிக்கொள்வார்கள். அறிவியலாளர்கள் அவர்களது அறிவியல் முடிவுகள் கொண்டே தீர்ப்பளிக்கப்பட வேண்டும் என்று சொல்வார்கள்.

ஐன்ஸ்டைன்: அறிவியலின் பலம் அதுதான். உண்மையிலேயே அறிவியலின் பலமே அதுதான். (அமைதி) நான் உங்களிடம் ஒன்று கேட்க வேண்டும் என்று நினைத்துக்கொண்டிருந்...

லூபிகா: என்ன?

ஐன்ஸ்டைன்: உங்களால் எதிர்காலத்தைச் சிறப்பாகப் பார்க்க முடியும் என்பதால்... இதை எனக்குச் சொல்லுங்கள்... (அமைதி) என்னுடைய சார்பியல் கோட்பாடு வருங்காலங்களில் தவறு என்று நிரூபிக்கப்படுமா?

லூபிகா: உன்னுடைய அறிவியல் கோட்பாடு? உன்னுடைய கோட்பாடு தவறு என்று நிரூபிக்கப்படுமா என்று தெரிந்துகொள்ள விரும்புகிறாய்! அதுவும் இந்தத் தருணத்தில், உன் மகளைத் தேடிக்கொண்டிருப்பதற்கு மத்தியில் அதைத் தெரிந்துகொள்ள விரும்புகிறாய்!

ஐன்ஸ்டைன்: வெளிப்படையாகச் சொல்வதென்றால், என் மகளைக் காட்டிலும் இந்த கோட்பாட்டை நன்கு அறிந்தவனாக இருக்கிறேன். அதை வளர்த்தெடுப்பதில் என் பெரும்பாலான வாழ்க்கையைக் கழித்திருக்கிறேன், அதைப் பெற்றெடுப்பதற்கு அவ்வளவு சிரமப்பட்டிருக்கிறேன், அதை உருவாக்குவதில் அவ்வளவு சந்தோஷப்பட்டிருக்கிறேன். லீஸரல் உயிரோடு இருந்திருந்தாலும், இந்த அறிவியல் கோட்பாட்டின் மீது எனக்கு இருக்கும் உணர்வை நிச்சயமாகப் புரிந்துகொண்டிருப்பாள். ஆனால் என் கோட்பாட்டோடு எத்தகைய உணர்வைக் கொண்டிருக்கிறேன் என்று நான் இங்கு பேச வரவில்லை. வருங்காலங்களில் அது தவறு என்று நிரூபிக்கப்படுமா என்று தெரிந்துகொள்ளவே விரும்புகிறேன்.

லூபிகா: ஏன் இந்தத் திடீர் சந்தேகம்? உன்னுடைய கோட்பாடு தவறு என்று நிரூபிக்கப்பட்டால் என்ன செய்வீர்கள் என்று ஒரு முறை உன்னிடம் கேட்கப்பட்டபோது, கடவுள் மீது பரிதாபம் கொள்வேன் என்று நீ பதில் தரவில்லையா?

ஐன்ஸ்டைன்: எப்படியிருந்தாலும் நான் கடவுள் மீது பரிதாபம் கொள்கிறேன், என் கோட்பாடு சரியானதாக இருந்தாலும் சரி, தவறானதாக இருந்தாலும் சரி.

லூபிகா: பார், இதில் நீ கெட்டிக்காரன். உன் மகள் குறித்துப் பேசத் தொடங்கினால் கூட அது உன் அறிவியல் கோட்பாட்டில்தான் வந்து நிற்கிறது. உன் மகளின் தலைவிதியைக் காட்டிலும் உன் அறிவியல் கோட்பாட்டின் தலைவிதி அவ்வளவு முக்கியமானதா? (அமைதி) எனக்குப் பதில் சொல். பிறகு எதிர்காலம் என்ன கொண்டிருக்கிறது என்று பளிங்குக் கோளத்தைப் பார்த்து நான் சொல்கிறேன். புரொபசர் ஐன்ஸ்டைன், எதிர்காலம் உன்னுடைய கையில்தான் இருக்கிறது: லீஸரலின் தலைவிதியா அல்லது உங்கள் அறிவியல் கோட்பாட்டின் தலைவிதியா. நீதான் தேர்வு செய்ய வேண்டும்.

ஐன்ஸ்டைன்: மேடம், நீங்கள் எல்லாவற்றையும் எனக்குச் சிக்கலாக்க முடியாது.

லூபிகா: பரிதாபத்திற்குரிய கிழவன் போல் இப்போது என்னிடம் நடிக்க வேண்டாம். எனக்குச் சொல்லுங்கள், எதைத் தேர்ந்தெடுக்கிறீர்கள். பிறகு நான் எதிர்காலத்தைப் பார்க்கிறேன்.

ஐன்ஸ்டைன்: லீஸரல் எங்கிருக்கிறாள், அவளுக்கு என்ன ஆயிற்று என்று தெரிந்துகொள்ள விரும்புகிறேன்...

லூபிகா: நான் அதை சந்தோஷமாகச் சொல்கிறேன் (அவர் பளிங்குக் கோளத்தை நோக்கி நடக்கிறார்).

ஐன்ஸ்டைன்: ஆனால், என் கோட்பாடு சரியானதா என்றும் தெரிந்து கொள்ளவும் விரும்புகிறேன். இவ்விரண்டு கேள்விகளுக்கும், நீங்கள் பதில் சொல்வதற்கு வழியே இல்லையா? இந்த கிழவனுக்காகவேனும் நீங்கள் இதைச் செய்யக் கூடாதா?

லூபிகா: முடியாது. உன்னுடைய உலகத்தில் மீக நீண்ட காலம் வாழ்ந்துவிட்டாய். அங்கு நீயே அரசனாக இருந்தாய். ஆனால் என்னுடைய உலகத்தில் நான்தான் இளவரசி. நான் உனக்கு ஒன்றை மட்டும் தேர்ந்தெடுக்கும் உரிமையைக் கொடுக்கிறேன்.

ஐன்ஸ்டைன்: அப்படியென்றால், சொல்லுங்கள்... (அமைதி) சொல்லுங்கள்...

(அமைதி)

ஐன்ஸ்டைன்: சொல்லுங்கள்...

ஐன்ஸ்டைன்: நல்லது. லீஸரல் குறித்துச் சொல்லுங்கள்.

லூபிகா: (சந்தோஷத்துடன்) அதைச் சந்தோஷமாக சொல்கிறேன்.

(ஐன்ஸ்டைனின் கையைப் பிடித்து அழைத்துச்சென்று பளிங்குக் கோளத்தின் மீது அவரது கையை வைக்கிறாள். கோளத்திலிருந்து ஒளி பாய்கிறது. ஐன்ஸ்டைன் சட்டென்று கையைப் பின்னுக்கு இழுத்துக்கொள்கிறார்.)

ஐன்ஸ்டைன்: வேண்டாம். நான் தெரிந்துகொள்ள விரும்பவில்லை... நான் தெரிந்துகொள்ள விரும்பவில்லை... என் அறிவியல் கோட்பாடு குறித்தும் தெரிந்துகொள்ள விரும்பவில்லை, என் மகள் லீஸரல் குறித்தும் தெரிந்துகொள்ள விரும்பவில்லை... எதிர்காலம் என்ன வைத்திருக்கிறது என்றே தெரிந்துகொள்ள விரும்பவில்லை.

லூபிகா: லீஸரல் குறித்து அறிந்துகொள்ளாதது, உன்னுடைய கடந்த காலத்தை நீ அறிந்துகொள்ளாததாகும்.

ஐன்ஸ்டைன்: ஷாபென்ஹாரின் நம்பிக்கையோடு நான் ஒத்துப் போகிறேன். "வலிமிகுந்த கோரத்தையும், நம்பிக்கையற்ற அசதியையும் கொண்டிருக்கும் இந்த அன்றாட வாழ்க்கையிலிருந்து, நிலையற்ற உட்கிடக்கைகளினால் விலங்கிடப்பட்டுக் கிடக்கும் இந்த வாழ்க்கையிலிருந்து தப்பிப்பதற்குத்தான் மனிதர்கள் கலை, அறிவியல் நோக்கித் தள்ளப்படுகிறார்கள், மிகவும் பக்குவப்பட்டவன் தனிப்பட்ட வாழ்க்கையிலிருந்து தப்பித்துப் புறவயமாக உணர்ந்து அறியக்கூடிய, சிந்திக்கக்கூடிய உலகத்திற்குள் தப்பிச்செல்லவே ஏக்கம் கொள்கிறான்... நான் உடலாலும் மனதாலும் என்னை அறிவியலுக்கு ஒப்புக் கொடுத்துவிட்டேன். (இவ்வாறு செய்வதன் ஊடாக) நான், நாம் என்பதிலிருந்து அது - என்பதிடம் தஞ்சம் புகுந்தேன்... உண்மையான மனித இருப்பின் மதிப்பு என்பது, அடிப்படையில் உணர்விலும் அளவிலும் எந்த அளவிற்கு ஒருவர் சுயத்திலிருந்து அவரை விடுதலை செய்துகொள்கிறார் என்பதில்தான் அடங்கி இருக்கிறது." அவ்வளவுதான். இதற்கு மேல் என்னிடம் சொல்வதற்கு ஏதுமில்லை.

(லூபிகா உடைந்துபோகிறார். ஐன்ஸ்டைனை நீண்ட நேரம் உற்றுநோக்குகிறார். பிறகு மௌனமாக நடந்து ஒரு பையை எடுக்கிறார். பளிங்குக் கோளத்தை எடுக்கிறார். அதை ஒரு வெல்வெட் துணியில் சுற்றுகிறார். அதைப் பையில் வைக்கிறார். கூடாரத்தில் இருக்கும் எல்லாவற்றையும் அப்புறப்படுத்துகிறார். விளம்பரத் துணியைக் கழற்றிக் கிழித்துப்போடுகிறார். ஐன்ஸ்டைன் தடுமாற்றத்தோடு அவரது சுங்கானுக்குத் தீப்பெட்டி தேடுகிறார். லூபிகா அவரை உதாசீனப்படுத்துகிறார். ஐன்ஸ்டைன் அவரைத் திருட்டுத்தனமாகப் பார்க்கிறார். பின்னணியில் ஜிப்ஸி இசை ஒலிக்கிறது. லூபிகா அவரது மூட்டையை எடுத்துக்கொண்டு வெளியேறத் தொடங்குகிறார். மேடையை விட்டுப் போவதற்கு முன் ஐன்ஸ்டைனைத் திருப்பிப் பார்க்கிறார்.)

லூபிகா: புரொபசர் ஐன்ஸ்டைன், மிலிவாவும் அவளது மூன்று குழந்தைகளும்... இவர்கள்தான் உன்னுடைய குடும்பம். இப்போது உன்னுடைய மனைவி இறந்திருக்க வேண்டும். உன் மகன் எடுவார்ட் அவனது கடைசி வருடங்களை பரிதாபத்திற்குரிய நிலையில் மனநல மருத்துவமனையில் கழித்திருந்தாலும் நீ ஒரு முறையேனும் அவனைச் சென்று பார்த்ததில்லை. உன்னுடைய மற்றொரு மகன் ஹன்ஸ் உன்னிடமிருந்து விலகியே இருந்தான். எப்போதும் உன்னோடு ஒட்டாத உறவைத்தான் கொண்டிருந்தான். இந்தக் கதைகள் எல்லாம் நாம் அறிந்ததுதான். ஆனால் லீஸரல்? அவள் உன்னிடமிருந்து எதையும் எதிர்பார்க்கவில்லை, எதையும் கேட்கவில்லை. உன்னுடைய புகழையோ, பணத்தையோ எதிர்பார்க்கவுமில்லை, கேட்கவுமில்லை. அவள் வேண்டியது எல்லாம், அவளுக்கான ஒரு தந்தை, என்னுடைய தந்தை என்று உரிமைகொண்டாட ஒரு தந்தை...

●

bodyfeeling that alone survives, ...
recollection of any other events or scenes? Love and
ed are the only immortal feelings, the only surviv
the wreck of Ye-damma, or the phenomenal world. ...
yourself then, in Devachan with those you
loved with such immortal love; with the fa
shadowy scenes connected with them for a backg
d — a perfect blank for everything else relating to
interior, social, political, literary and social life
d then in the face of that spiritual, purely co
tive Existence, of that unalloyed felicity which,
proportion with the intensity of the feeling that cre
lasts from a few to several thousand years, —
the "personal remembrance of A. P. Sinnett" —
Dreadfully monotonous! — you may think. —
the least — I answer. Have you experienced
during — say — that moment which you con

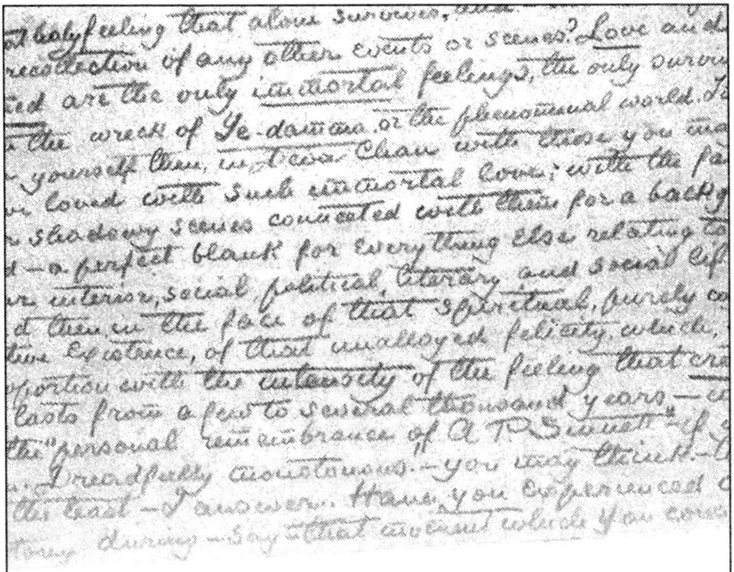

இரண்டு
தந்தையர்

(மேடையில் இரண்டு தனித்தனி அறைகளின் உட்புறங்கள் காணப்படுகின்றன. ஒன்று, லைஃப் (Life) பத்திரிகையில் வெளிவந்த மிகப் பிரபலமான புகைப்படத்தில் காணப்படுவது போன்று ஐன்ஸ்டைனின் அலுவலகம், அவரது இறுதி நாளன்று இருந்ததுபோன்று பாதுகாக்கப்பட்டிருக்கும் அறை. அந்த அறையில் ஒரு கரும்பலகையும், அதில் அழிந்துகொண்டிருக்கும் கணிதச் சமன்பாடுகளும் காணப்படுகின்றன. ஒரு மேசையில் தாறுமாறாகப் புத்தகங்கள் கிடக்கின்றன. அதற்குப் பின்னால் ஒரு நாற்காலி காணப்படுகிறது. அதற்கு அருகில் ஒரு தாங்கியில் வயலின் ஒன்று உள்ளது. அறை குப்பையாகவும், சுத்தம் செய்யப்படாமலும் இருக்கிறது.

மற்றோர் அறை, காந்தியின் வழக்கமான அறை. ராட்டையும் தரையில் மெல்லிதான பஞ்சு மெத்தையும், அருகில் உட்கார்ந்து பயன்படுத்தக்கூடிய மேசையும், அதில் ஓரிரு புத்தகங்களும் காணப்படுகின்றன. காந்தி ராட்டையின் பின்னால் உட்கார்ந்திருக்கும் பிரபலமான புகைப்படத்தை இது நினைவூட்டக்கூடியதாக இருக்கவேண்டும். இந்த அறையும் பழுதடைந்த நிலையில், கவனிப்பாரற்றுக் காணப்படுகிறது.

ஒருசில பார்வையாளர் குழுக்கள் தங்களுக்குள் உரக்கப் பேசிக்கொண்டு, புகைப்படங்கள் எடுத்துக்கொண்டு மேடையில் சுற்றி வருகிறார்கள். அதில் ஒரு குழு ஐன்ஸ்டைன் அறையைச் சுற்றிப் பார்க்கிறது. மற்றொரு குழு காந்தியின் அறையைச் சுற்றிப் பார்க்கிறது.)

பார்வையாளர் 1: இந்த நாற்காலியில்தான் ஐன்ஸ்டைன் உட்கார்ந்திருப்பார்! இந்தக் கணிதச் சமன்பாடுகள் எல்லாம் அவர் கைப்பட எழுதியவை!

பார்வையாளர்2: (அறைக்கு முன்னாள் நின்றுகொண்டு செல்ஃபி எடுத்துக்கொள்கிறார்). இந்த அறையில் ஒரு சின்னக் காகிதத்தைக்கூட இருந்தது இருந்தபடியே வைத்திருக்கிறார்கள் போல் தெரிகிறது. அவர் இறந்த அன்று எப்படி இருந்ததோ அதுபோன்றே இந்த அறையைப் பராமரிக்கிறார்கள்.

பார்வையாளர் 1: பாவம் இந்த மனிதர்! இந்த நிலையில்தான் அவரது அறையை விட்டுச் சென்றிருக்கிறார் என்பதைக் கற்பனை செய்துபார். இந்த அறை என்ன ஒழுங்கில் இருக்கிறது பார்!

(மேலும் சில புகைப்படங்கள் எடுத்துக்கொண்டு அவர்கள் வெளியேறுகிறார்கள்).

பார்வையாளர் 3: காந்தி ஒவ்வொரு நாளும் ராட்டையில் நூல் நூற்றுக்கொண்டிருப்பார். அவரைப் பார்க்க வருகிறவர்கள் அவரைச் சுற்றி அமர்ந்திருப்பார்கள். அவர் தனக்கான ஆடையை தானே நெய்துகொண்டு நாட்டைப் பற்றிய முக்கியமான விஷயங்களை விவாதித்துக்கொண்டிருப்பார்.

பார்வையாளர் 4: உன்னுடைய ஆடையை நீயே நெய்துகொள்வது பற்றிக் கற்பனை செய்துபார்! இன்றுகூட என்னுடைய சட்டை எவ்வாறு தயாரிக்கப்படுகிறது என்று எனக்குத் தெரியாது.

பார்வையாளர் 3: அவர் நல்ல உடல்வலு கொண்டவராக இருந்திருக்க வேண்டும். ராட்டை சுற்றுவதை விடு, என்னால் தரையில் உட்காரக்கூட முடிவதில்லை.

சிறுவன்: இந்தச் சக்கரம் எதற்காக? பெரிய விளையாட்டுப் பொம்மையைப் போல் தெரிகிறது.

பார்வையாளர் 4: ஆமாம், வளர்ந்த மனிதர்களுக்கான விளையாட்டுப் பொம்மை. இருந்தாலும் உடைந்துவிட்டதுபோல் தெரிகிறது. இந்த நாட்டில் எந்த ஒன்றையும் ஒழுங்காகப் பராமரிக்க முடிவதில்லையே, ஏன்?

பார்வையாளர் 3: யாருக்கு காந்தியை நினைவில் வைத்திருக்க வேண்டியுள்ளது?

(அவர்கள் புகைப்படம் எடுத்துக்கொண்டு வெளியேறுகிறார்கள். இரண்டு அறைகள் மீதும் மங்கலான ஒளி நிலைத்திருக்கிறது.

ஐன்ஸ்டைன் அறையில் ஒளி கூடுகிறது. பின்னணியில் தெளிவில்லாத இசை. ஒரு நிமிடம் அல்லது அதற்கு மேல் மேடை வெறுமையாக இருக்கிறது. பிறகு காந்தி மெல்ல நடந்து வருகிறார். அவர் தனது வழக்கமான அரை வேட்டி, மேல் துண்டு அணிந்திருக்கிறார். ஐன்ஸ்டைன் அறையைக் கடந்து போகிறார். பின் நிற்கிறார். திரும்பி வருகிறார். உள்ளே எட்டிப் பார்க்கிறார். சுற்றிலும் பார்க்கிறார். தயக்கத்தோடு அறைக்குள் நுழைகிறார். சுற்றிலும் பார்க்கிறார். மேசை மீது உள்ள புத்தகங்களை எடுத்துப் பார்க்கிறார். புன்னகைக்கிறார். பிறகு

வைத்துவிடுகிறார். வயலின் அருகில் செல்கிறார். அதைக் கண் இமைக்காமல் பார்க்கிறார். பிறகு கரும்பலகை பக்கம் செல்கிறார். அதில் எழுதியிருப்பதைப் படிப்பதுபோல் ரீங்கரிக்கிறார். மேசையின் பின்னால் உள்ள நாற்காலி பக்கம் செல்கிறார், தனது மேல்துண்டைக் கொண்டு தூசி தட்டுகிறார். பிறகு அதில் உட்காந்து கொள்கிறார்.)

காந்தி: பெரும் மதிப்புக்குரிய ஐன்ஸ்டைன் அமர்ந்த நாற்காலியில் நான் அமர்ந்திருக்கிறேன்! *(நாற்காலியில் வசதியாக உட்கார்ந்துகொள்ள முயற்சிக்கிறார்)* எனக்கு நாற்காலியில் உட்கார்ந்து பழக்கமில்லை. இது கொஞ்சமும் வசதியாக இல்லை. மேலும் தூசும் தும்புமாக இருக்கிறது. *(சிரிக்கிறார். மேசையில் உள்ள காகிதங்களை எடுக்கிறார். அவற்றைக் கூர்ந்து பார்க்கிறார். பிறகு தள்ளிவைத்துவிடுகிறார். எழுந்து கரும்பலகைப் பக்கம் செல்கிறார். அதில் எழுதியிருப்பதைப் படிக்க முயற்சிக்கிறார்).*

கணிதம்! நான் கணிதத்தில் எப்படிப்பட்டவன் என்பதைக்கூட நான் மறந்துவிட்டேன். நான் எப்போதாவது கணக்கு சிறப்பாகப் போட்டிருப்பேனா? என்னால் அதை நினைவில் கொண்டுவர முடியவில்லை என்பதால், நான் அதில் மிகச் சாதாரணமாக இருந்திருக்க வேண்டும். *(கரும்பலகையைப் பார்க்கிறார்).* இன்னும் கண்டுபிடிக்காத என்ன உண்மைகள் இதில் மறைந்து கிடக்கின்றனவோ? *(நாற்காலியில் சாய்ந்து கொள்கிறார்).* நான் இப்போது ஒரு பேராசிரியர் போல் உணர்கிறேன். பேராசிரியர் காந்தி என்று மக்கள் என்னை அழைப்பதாகக் கற்பனை செய்துபாருங்கள்! ஆனால் இந்தக் கணிதச் சமன்பாடுகளுக்கு விடைகாணச் சொல்வார்களே... *(உரக்கச் சிரிக்கத் தொடங்குகிறார்).*

(லீஸரல் மேடைக்குள் நுழைகிறார். அவர் நடுத்தர வயது பெண்மணியாக இருக்கிறார். அவர் அறையைக் கடந்துபோவதைத் திறந்திருக்கும் கதவின் வழியாகப் பார்க்க முடிகிறது. முழுமையாகக் கடந்து சென்றபின் திரும்பி வந்து அறைக்குள் எட்டிப்பார்க்கிறார். மேசைக்குப் பின்னால் தெரியும் காந்தியின் தலையை மட்டுமே நம்மால் பார்க்க முடிகிறது.)

லீஸரல்: ஹே! *(அறைக்குள் நுழைகிறார்)* நீங்கள் யார்? அதுவும் இந்த நாற்காலியில் உட்கார்ந்துகொண்டு!

காந்தி: இது நல்ல கேள்விதான். நானும் அதே கேள்வியை உன்னிடம் கேட்க முடியும்.

லீஸரல்: *(அவரைச் சுற்றி வருகிறார்)* நீங்கள் மிகவும் பரிச்சயமானவர் போல் இருக்கிறீர்கள்...

காந்தி: மன்னிக்க வேண்டும், நீ கொஞ்சமும் பரிச்சயமானவர் போல் இல்லை.

லீஸரல்: பொறுங்கள், நீங்கள்... நீங்கள்...

காந்தி: ஆமாம். நான், நான்தான்.

(லீஸரல் அறையின் ஒரு மூலைக்குப் பாய்ந்து சென்று அங்கு சுவரில் மாட்டப்பட்டிருக்கும் படத்தைப் பார்க்கிறார். அது ஐன்ஸ்டைன் படிப்பறையில் மாட்டப்பட்டிருக்கும் காந்தியின் படம்.)

லீஸரல்: நீங்கள் இந்த மனிதர்தான். நீங்கள் காந்தி. (புகைப்படத்தை எடுத்துவருகிறார்).

காந்தி: என் படத்தை இந்த இடத்தில் பார்ப்பது எனக்கு ஆச்சரியமாக இருக்கிறது. என் படத்தை இங்கு பார்ப்பேன் என்று நான் கற்பனைகூட செய்ததில்லை...

லீஸரல்: எப்படி நான் உங்களை அறியாமல் இருக்க முடியும்? உங்களை அறியாதவர்கள் யாராவது இருக்க முடியுமா? (மௌனம்) அவர் உங்களை அறிந்திருந்தார்.

காந்தி: யார் அறிந்திருந்தார்?

லீஸரல்: வழக்கமாக இந்த நாற்காலியில் முன்பு உட்காரும் மனிதர்.

காந்தி: ஓ...! பெரும் மதிப்புக்குரிய ஐன்ஸ்டைன்.

லீஸரல்: ஆமாம், அவர் உங்களை அறிந்திருந்தார். சொல்லப்போனால், அவருடைய படிப்பறையில் இரண்டே இரண்டு படங்கள்தான் அவர் மாட்டியிருந்தார். அதில் உங்களுடையது ஒன்று.

காந்தி: இன்னொரு படம் யாருடையது?

லீஸரல்: அவர் தேர்ந்தெடுத்ததில் உங்களுடைய படமும் ஒன்று என்று மகிழ்ச்சியும் ஆச்சரியமும் கொள்வதற்குப் பதிலாக இன்னொருவர் பற்றிக் கேட்க ஏன் விரும்புகிறீர்கள்?

காந்தி: ஆவலினால் கேட்டேன். பேராசிரியரோடு ஒப்பிடும்போது நான் மிகச் சாதாரண மனிதன். (மௌனம்) அந்த இன்னொரு மனிதர் யாராக இருக்கும் என்று யோசித்துப் பார்க்கிறேன்.

லீஸரல்: அவர் இறந்துபோன ஓர் அறிவியலாளர்.

காந்தி: ஓ... அப்படியென்றால் அது அவ்வளவு முக்கியமில்லை.

லீஸரல்: ஏன்? உங்களுடைய இந்த மகத்தான தருணத்தை இன்னொருவரோடு பகிர்ந்துகொள்ள வேண்டியிருப்பதைக் குறித்து நீங்கள் வருத்தப்படுகிறீர்களா?

காந்தி: தன்னுடைய அறையில் என்னுடைய படத்தை மாட்டிவைப்பது முக்கியம் என்று அவர் எண்ணியது என்னை நெகிழ வைக்கிறது.

லீஸரல்: அவர் உங்களை பற்றி மிக உயர்வாக நினைத்தார். அது உங்களுக்குத் தெரியும்.

காந்தி: என்னைபற்றி மிக உயர்வாக நினைத்தாரா?

லீஸரல்: நாங்கள் எல்லோரும் நிறையக் கேள்விப்பட்டிருக்கும் மிகப் பிரபலமான உங்களுடைய தன்னடக்கம் என்பது இதுதானா?

காந்தி: தன்னடக்கமா? எனக்கா? இல்லை. (தனக்கேயுரிய சிரிப்பை உதிர்க்கிறார்).

லீஸரல்: அவருக்குப் பெரும் உந்துதல் கொடுத்தவர்களில் நீங்களும் ஒருவர். (மௌனம்) அவருக்கு நம்பிக்கை கொடுத்தவர்கள் அவ்வளவாக இல்லை. நிச்சயமாக மனித இனத்தைச் சேர்ந்தவர்கள் எவருமில்லை.

காந்தி: ஒருவேளை, அவர் குறித்தான உன் தீர்மானம் மிகக் கடுமையானதாகவும் இருக்கலாம்.

லீஸரல்: நீங்கள் இப்படிச் சொல்வீர்கள் என்று தெரியும். எப்படியிருந்தாலும் உங்களைப் பற்றி நல்லவிதமாகப் பலவற்றை அவர் சொல்லியிருக்கிறார். உங்களுடைய ஒரு பிறந்த நாளன்று அவர் என்ன சொன்னாரென்று நினைவிருக்கிறதா? "தலைமுறைகள் வரலாம். ஆனாலும் இப்படிப்பட்ட மனிதர் ஒருவர் ரத்தமும் சதையுமாக இந்த பூமியில் நடமாடினார் என்று நம்ப மறுப்பார்கள்."

காந்தி: சரியான வார்த்தைகளில் நினைவில்லை என்றாலும் இது போன்று அவர் ஏதோ சொன்னதாக என் நினைவில் இருக்கிறது.

லீஸரல்: நீங்கள் பொய் சொல்கிறீர்கள்.

இரண்டு தந்தையர் | 139

காந்தி: *(தீர்மானமாக)* நான் எப்போதும் பொய் சொல்வதில்லை.

லீஸரல்: ஆமாம், நான் மறந்துவிட்டேன். நீங்கள் பொய் சொல்வதில்லை.

காந்தி: *(அழுத்தமாக)* சொல்வதில்லை.

லீஸரல்: இந்த உலகத்திலேயே மிகப் பெரிய அறிவியலாளர் சொன்ன வார்த்தைகள் உண்மையிலேயே உங்களுடைய நினைவில் இல்லையா?

காந்தி: அப்போது நினைவில் இருந்திருக்கலாம். ஆனால் பேராசிரியர் என்னை அன்போடு, மிகுந்த அன்போடு பார்த்ததாகவே புரிந்துகொள்கிறேன்.

லீஸரல்: அவர் உங்கள் மேல் தனித்த அன்பு கொண்டிருந்தார். உங்களது அகிம்சை மீது நம்பிக்கை கொண்டிருந்தார். உலக அமைதிக்கான அவரது போராட்டத்தில் நீங்கள் மாபெரும் சகபயணியாக இருந்தீர்கள்.

காந்தி: ஆனால் நான் அவரைப்போல் இல்லை. எனக்கு முன்னால் மற்றவர்கள் என்ன சொன்னார்களோ அதையேதான் நான் திரும்பச் சொல்லிக்கொண்டிருந்தேன். நான் புதுசாக எதையும் சொல்லவில்லை.

லீஸரல்: ம்... பேராசிரியர் தன்னைக் குறித்து இதுபோல் சொல்லியிருக்க மாட்டார் என்று நினைக்கிறேன்.

காந்தி: ஆனால் அது எதிர்பார்க்கக்கூடிய ஒன்றுதானே. எப்படியிருந்தாலும், இதுவரை சிந்திக்கப்படாதது குறித்தெல்லாம் அவர் சிந்தித்தார். நான் அறியாமையில் இருக்கும் கிழவன் என்பதால் அவரது மகத்தான கோட்பாடுகள் எதையும் என்னால் புரிந்துகொள்ள முடியவில்லை. *(மௌனம்).* நம் காலத்தின் உண்மையான முனிவர் அவர்தான். நம் கண்களால் பார்க்க முடியாத பல உண்மைகளை அவரது கண்கள் பார்த்தன.

லீஸரல்: அப்படியென்றால், அவர் உங்களைப் பற்றிச் சொன்ன அபிப்பிராயமும் உண்மையானதுதான்!

காந்தி: நீ சரியான குறும்புக்காரி!

லீஸரல்: நானும் உண்மையைத்தான் பேசுவேன்.

காந்தி: நீ என்ன உண்மைகளைப் பேசப்போகிறாய் குழந்தை?

லீஸரல்: என்னை என்னவென்று அழைத்தீர்கள்? நான் எப்போதும் குழந்தையாக இருந்ததில்லை.

காந்தி: என்னை மன்னித்துக்கொள், நான் உன்னைக் குழந்தையாகப் பார்க்கவில்லை. இந்த வயதான கிழவன் சில உரிமைகளை எடுத்துக்கொள்ள முடியும் என்பதாகவே நான் என்னைப் பார்க்கிறேன். நான் உன்னை மகளே என்று அழைத்திருக்க வேண்டும். ஒருவேளை இது உன்னைக் காயப்படுத்தாமல் இருந்திருக்கலாம். நீ உண்மைகள் குறித்து ஏதோ சொல்ல வந்தாய். எந்த உண்மைகளைப் பேச இருக்கிறாய்?

லீஸரல்: உங்களைப் போன்று, பேராசிரியர் போன்று பெரும் மதிப்புக்குரிய மனிதர்களால் எப்போதும் பார்க்க முடியாத உண்மைகள்.

(லீஸரல் கரும்பலகை அருகில் சென்று அதையே பார்த்துக் கொண்டிருக்கிறார்.)

காந்தி: உங்களால் இதையெல்லாம் புரிந்துகொள்ள முடிகிறதா?

லீஸரல்: முடியலாம். எப்படியிருந்தாலும்...

காந்தி: என்ன?

லீஸரல்: ஒன்றுமில்லை.

காந்தி: அவை என்ன சொல்கின்றன?

லீஸரல்: கணிதச் சமன்பாடுகள் என்னத்தைச் சொல்லும்? அவை தம்மைப் பற்றியே ஏதோ சொல்லிக்கொள்ளும். உலகத்தில் கொஞ்சமும் உண்மையில்லாதவை குறியீடுகள் தான் *(அமைதி)*. மிக உண்மையானவையும் குறியீடுகள்தான்.

காந்தி: நீ சொல்வது எனக்குக் கொஞ்சமும் புரியவில்லை என்பதை ஒப்புக்கொள்கிறேன்.

லீஸரல்: கவலைப்படாதீர்கள். இந்தக் கணிதச் சமன்பாடுகளையெல்லாம் மறந்துவிடுங்கள். நாம் உண்மைகள்

இரண்டு தந்தையர் | 141

குறித்துப் பேசிக் கொண்டிருந்தோம். உங்களாலும், பேராசிரியராலும் பார்க்க முடியாத உண்மைகள்.

(விளக்குகள் அணைந்து அணைந்து எரிகின்றன. இருவரும் அண்ணாந்து பார்க்கிறார்கள். அவை மேலும் வேகமாக அணைந்து அணைந்து எரிந்து ஒளி மங்கலாகிறது. இப்போது ஒளி காந்தியின் அறை மீது கவிழ்கிறது.

தன்னை மறந்தவர்போல் ஐன்ஸ்டைன் மேடையில் நுழைகிறார். அவர் தொளதொள கால்சராயும், அதற்குள் சொருகப்பட்ட சட்டையும், வீட்டில் அணியும் காலணியும் அணிந்திருக்கிறார். ராட்டையைப் பார்த்து அறைக்குள் எட்டிப் பார்க்கிறார்.)

ஐன்ஸ்டைன்: ஹலோ? யாராவது இருக்கிறீர்களா? (உள்ளே நுழைகிறார். ராட்டையைப்பார்க்கிறார். அறையைச்சுற்றிலும்பார்க்கிறார். குனிவதற்குமிகவும் சிரமப்படுகிறார். தொப்பென்று ராட்டைக்குப் பின்னால் உட்கார்ந்துகொள்கிறார். அவரதுகைக்குட்டையைஎடுத்துராட்டைமேல்படிந்திருக்கும்தூசியைத்தட்டிவிடுகிறார். அதை இமைகொட்டாமல் பார்க்கிறார். அதை இயக்க முயற்சிக்கிறார். ஏதோ முணுமுணுப்பதுபோல் பேசுகிறார்). எனக்குத் தெரிந்த இயற்பியலைக் கொண்டு, இதைச் சுற்றக்கூட என்னால் முடியவில்லை!

(ராட்டையை மெதுவாக, எக்குத்தப்பாகச் சுற்றுகிறார். கீழே வசதியாக உட்கார முடியாமல் நிலையை மாற்றிக்கொண்டே இருக்கிறார்.)

ஐன்ஸ்டைன்: இந்தப் படம் அப்படி என் நினைவில் தங்கியிருக்கிறது! லைஃப் பத்திரிகையில் வந்த அவ்வளவு பிரபலமான படம். காந்தி கால்களை மடித்து உட்கார்ந்து கொண்டு ராட்டையைச் சுற்றுவதுபோன்று. (மௌனம்) வயதான காலத்தில் அந்த நிலையில் அவரால் எப்படி உட்கார முடிந்ததோ? உண்மையிலேயே மிகப்பெரிய மனிதர்தான். வேறு எதற்கு இல்லையென்றாலும் உடலை அவ்வளவு இலகுவாக வைத்துக் கொண்டதற்காகவே அப்படிச் சொல்லலாம்.

(ராட்டையைச் சுற்ற முயல்கிறார், பிறகு தன்னால் முடியாது என்று விட்டுவிடுகிறார். சலிப்படைந்தவராய் ராட்டை சுற்றுவதை விட்டுவிட்டுச் சுற்றும் முற்றும் பார்க்கிறார். எழுத்து மேசையின் மேல் இருக்கும் சில காகிதங்களைப் பார்க்கிறார். அதில் ஏதோ எழுத நினைக்கிறார். ஆனால் கையைப் பின்னுக்கு இழுத்துக் கொள்கிறார்.)

ஐன்ஸ்டைன்: இது அவருடைய உலகம். என்னுடைய கிறுக்கல் எதுவும் இங்கு நுழையக்கூடாது. (சுற்றிலும் பார்க்கிறார்) நான்

இன்னும் கொஞ்சம் ராட்டை சுற்றலாம். *(எழுந்துகொள்ள முயற்சிக்கிறார். தொப்பென்று உட்கார்ந்துகொள்கிறார்).* இந்த மனிதன் தினமும் ஒரு மணி நேரத்துக்கு ராட்டை சுற்றியிருக்கிறார். இவரது ஆசிரமத்தில் தினமும் காலை நான்கு மணிக்கு எழுந்துகொள்ள வேண்டுமாம். பிறகு ஒரு மணி நேரம் ராட்டையில் நூல் நூற்க வேண்டுமாம்! நிஜமாகவே நான் இந்த மனிதரை மெச்சுகிறேன். ஆனால், இது… கொஞ்சம் அதிகம்போல் தெரியவில்லையா? அவருடைய ஆசிரமத்துக்கு வருமாறு அவர் எனக்குக் கடிதம் எழுதியிருந்ததை நீங்கள் அறிவீர்கள்தானே? நல்ல வேளை நான் வரவில்லை. *(சிரிக்கிறார். சிரமப்பட்டு எழுந்துகொள்கிறார்).* நான் சரிப்பட்டு வரமாட்டேன் என்று இதற்கு அர்த்தமில்லை. நான் அணிந்திருக்கும் ஆடைகள்தான் காரணம். காந்தியைப் பாருங்கள், தன்னால் முடிந்த மட்டும் அவர் ஆடைகள் இல்லாமல் இருந்தார். அவர் இந்தக் கால்சராய் அணிந்துகொண்டு ராட்டையில் நூல் நூற்றிருக்க வேண்டும். *(அறையைச் சுற்றி நடக்கிறார்).* நான் அவரைச் சந்திக்க முடிந்திருந்தால் ஒரே ஒரு கேள்வியைத்தான் கேட்டிருப்பேன். *(மௌனம். பார்வையாளர்களைப் பார்க்கிறார்)* நான் அவரிடம் இதைத்தான் கேட்டிருப்பேன்: இவ்வளவு குறைவாக ஆடையணியும் நீங்கள் ஏன் இவ்வளவு அதிகமாக நூல் நூற்றீர்கள்? *(சந்தோஷமாகச் சிரிக்கத் தொடங்குகிறார்).* ஏன் ராட்டை இவ்வளவு சுழற்றினீர்கள்? ஏன் மனிதக் கழிவுகளைச் சுத்தம் செய்தீர்கள்? எல்லா இடங்களுக்கும் ஏன் நடந்தே போனீர்கள்? அப்புறம், ஏன் கணக்கே இல்லாமல் கடிதங்கள் எழுதிக்கொண்டிருந்தீர்கள்? இவற்றுக்கு எல்லாம் நடுவில் அவர் தேச விடுதலைக்காகவும் போராடினார்! ஆச்சரியமாகத்தான் இருக்கிறது, எப்போதும் நான் இந்த மனிதரை ஆச்சரியத்தோடே பார்த்துவருகிறேன். இவற்றையெல்லாம் நான் செய்ய வேண்டியிருந்தால் களைத்துப்போயிருப்பேன். நான் சிந்தித்துக்கொண்டு இருக்கவே விரும்புகிறேன். புகைப்பிடித்துக்கொண்டு, ஜன்னல் வழியே பார்த்துக்கொண்டு, சிந்தித்துக்கொண்டிருக்கவே விரும்புகிறேன். ஆமாம், சிந்தித்துக்கொண்டு இருப்பது… அவருக்குச் செயல்பட்டுக் கொண்டிருப்பது…

(ஹரிலால் நுழைகிறார். அவர் மேற்கத்திய பாணியிலான உடைகள் அணிந்திருக்கிறார். அறைக்குள் எட்டிப் பார்க்க முயற்சிக்கிறார்.)

ஹரிலால்: (தயக்கத்தோடு) பாபு, (பிறகு சற்று உரக்க) பாபு. (அறையைச் சுற்றிலும் நடக்கிறார். திடீரென்று கதவின் ஊடாக, ஐன்ஸ்டைன் அசௌகரியமாக ராட்டையின் முன் அமர்ந்திருப்பதைப் பார்க்கிறார்) பாபு. (உள்ளே நுழைகிறார்).

(ஐன்ஸ்டைன் ஹரிலால் அழைத்ததைக் கேட்கவில்லை. தரையில் உட்கார்ந்து ராட்டை சுற்ற முயற்சித்துக் கொண்டிருக்கிறார். அதைச் சுற்றவும் செய்கிறார். அவருக்கு முன்னால் ஹரிலால் நின்றுகொண்டிருப்பதைப் பார்க்கிறார்.)

ஹரிலால்: (ஆச்சரியத்தோடு) நீங்கள் யார்? இங்கு உட்கார்ந்து என்ன செய்துகொண்டிருக்கிறீர்கள்?

ஐன்ஸ்டைன்: இது மிக அற்புதமான கேள்வி. இதே கேள்வியை நானும் உன்னிடம் கேட்க முடியும்.

ஹரிலால்: எனக்குப் பரிச்சயமான முகம்போல் தெரிகிறது.

ஐன்ஸ்டைன்: மன்னிக்க வேண்டும், நீ எனக்கு கொஞ்சமும் பரிச்சமில்லாதவர் போல்தான் இருக்கிறாய்.

ஹரிலால்: பொறுங்கள், நீங்கள்... நீங்கள்...

ஐன்ஸ்டைன்: ஆமாம். நான், நான்தான்.

(ஹரிலால் அவருக்கு அருகில் வருகிறார். அவரைச் சுற்றி வருகிறார்).

ஹரிலால்: நீங்கள் பிரபலமான ஐன்ஸ்டைன்.

ஐன்ஸ்டைன்: இந்த கைவிடப்பட்ட அறையில், சுற்றுலாவாசிகள் கூட வராத இந்த அறையில், என்னை அறிந்தவன் ஒருவன் இருப்பது எனக்கு ஆச்சரியமாகத்தான் இருக்கிறது.

ஹரிலால்: எப்படி நான் உங்களை அறியாமல் இருக்க முடியும்? உங்களை அறியாதவர்கள் யாராவது இருக்க முடியுமா? (மௌனம்) அவர் அறிந்திருந்தார்.

ஐன்ஸ்டைன்: யார் அறிந்திருந்தார்?

ஹரிலால்: இங்கு உட்கார்ந்து ராட்டையைச் சுற்றிக் கொண்டிருந்த அந்த மனிதர்.

ஐன்ஸ்டைன்: ஹா, மாமனிதர் காந்தி.

ஹரிலால்: ஆமாம், மாமனிதர் காந்தி. அவர் உங்களை அறிந்திருந்தார். நீங்கள் இருவரும் ஒரு முறையேனும் சந்தித்ததில்லை என்றாலும், உங்களை அவர் அறிந்திருந்தார், நன்றாகப் புரிந்து கொண்டும் இருந்தார்.

ஐன்ஸ்டைன்: அவர் ஒரு மகத்தான ஆன்மா.

ஹரிலால்: ஆமாம், அவர் அப்படித்தான். நீங்கள் மகத்தான சிந்தனையாளர்.

ஐன்ஸ்டைன்: மகத்துவத்துக்காக எங்களுக்கு இடையே போட்டி ஏதும் இருந்ததில்லை! *(சிரிக்கிறார்)*.

ஹரிலால்: அவர் யாரோடும் போட்டி போட்டதில்லை. அவர் என்ன செய்ய வேண்டுமோ அதைச் செய்துகொண்டிருந்தார்.

ஐன்ஸ்டைன்: ஆமாம், ஆச்சரியமான மனிதர்தான், இல்லையா? *(அமைதி)* நீ?

ஹரிலால்: *(தலை ஆட்டுகிறார்)* நான்தான்.

ஐன்ஸ்டைன்: ஆ... உனக்கு இதை எப்படிச் சுற்ற வேண்டும் என்று தெரியுமா?

ஹரிலால்: தெரியும் என்று நினைக்கிறேன். இதைச் சுற்றிப் பல காலங்கள் ஆகிவிட்டன. *(ஐன்ஸ்டைனுக்கு அருகில் உட்கார்ந்துகொள்கிறார்)* இப்படி உட்காருவது உங்களுக்குச் சிரமமாக இருக்கிறதா?

ஐன்ஸ்டைன்: நிச்சயமாக இல்லை. என்னால் இதைப் பழக்கப் படுத்திக்கொள்ள முடியும். இது அவ்வளவு சிரமமானதா?

ஹரிலால்: நிச்சயமாக இல்லை. எல்லாமே பழக்கம் தொடர்பானது தான். *(ராட்டையை இலகுவாகச் சுற்றுகிறார்)*.

ஐன்ஸ்டைன்: நீ இதை நன்றாகச் சுற்றுகிறாய். நீ அவருடைய ஆசிரமத்தைச் சேர்ந்தவனா?

ஹரிலால்: ஒரு விதத்தில், அப்படியும் சொல்லலாம்...

ஐன்ஸ்டைன்: நீ என்னைப் போலவே பேசுகிறாய்... எல்லாமே சார்புத்தன்மை கொண்டவை போல் இருக்கிறது.

இரண்டு தந்தையர்

ஹரிலால்: ஒரு விதத்தில்... ஆமாம், எல்லாமே சார்புத்தன்மை கொண்டவைதான்.

ஐன்ஸ்டைன்: ஆனால் நீ அணிந்திருக்கும் ஆடை... என்னைப் போல் அணிந்திருக்கிறாய். அப்படியென்றால் நீ அவருடைய ஆசிரமத்தைச் சேர்ந்தவன் இல்லை, இல்லையா?

ஹரிலால்: அதுவும் உண்மைதான்,

ஐன்ஸ்டைன்: ஓ... வேண்டாம். மீண்டும் உண்மை பற்றிப் பேசத் தொடங்காதே.

ஹரிலால்: ஏன்? இதுதானே உங்கள் இருவரையும் நெருக்கமாக - அவ்வளவு நெருக்கமாகக் கொண்டுவந்தது? சகோதரர்கள் போல.

ஐன்ஸ்டைன்: இல்லை, இல்லை, சகோதரர்கள் போல் இல்லை. நாங்கள் எப்படியும் சகோதரர்களாக இருந்திருக்க முடியாது. அது மிக மோசமான விளைவுகளை ஏற்படுத்தியிருக்கும். என்னுடைய செயல்கள் எல்லாமே அவரது கருத்துகளுக்கு எதிரானவையாக இருந்தன. நான் நன்றாகச் சாப்பிட வேண்டும் என்று நினைப்பவன். குடியையும், இந்த சுங்கானையும் சந்தோஷமாக அனுபவிப்பவன். நான் முழுமையாக ஆடை அணிந்துகொள்ள விரும்புகிறவன்... அவரைப் போல் இல்லை! கற்பனை செய்துபார், அவர் என்னை எவ்வாறு எதிர்த்திருப்பார் என்று.

ஹரிலால்: ஒருவேளை நான் சொன்னது நல்ல யோசனையாக இல்லாமல் இருக்கலாம். (அமைதி) குடும்ப உறவாக இருப்பது அவ்வளவு நல்லதில்லை. நண்பர்களாகவும் அறிந்தவர்களாகவும் இருப்பதே மேல்.

ஐன்ஸ்டைன்: நீ கசப்புணர்வோடு இருக்கிறாயா அல்லது அப்படி உணர முயற்சிக்கிறாயா?

ஹரிலால்: நான் அப்படித்தான் இருக்க வேண்டும். நான் அப்படித்தான் இருக்கிறேன். அல்லது கசப்புணர்வோடு இருந்தேன். இறுதியாக, அதிலிருந்து நான் தப்பித்துவிட்டேன்.

ஐன்ஸ்டைன்: நீ அவருக்குச் சொந்தமா?

ஹரிலால்: அப்படியும் சொல்லலாம். (அமைதி) ஒரு விதத்தில். (சிரிக்கிறார்).

(விளக்குகள் அணைந்து அணைந்து எரிகின்றன. இருவரும் அண்ணாந்து பார்க்கிறார்கள். மேலும் வேகமாக அணைந்து அணைந்து எரிந்து ஒளி மங்கலாகிறது. இப்போது ஒளி ஐன்ஸ்டைன் அறை மீது கவிழ்கிறது.)

காந்தி: நீ சொல்வது ஏதும் எனக்குக் கொஞ்சமும் புரியவில்லை என்பதை ஒப்புக்கொள்கிறேன்.

லீஸரல்: கவலைப்படாதீர்கள். இந்தக் கணிதச் சமன்பாடுகளை யெல்லாம் மறந்துவிடுங்கள். நாம் உண்மைகள் குறித்துப் பேசிக்கொண்டிருந்தோம். உங்களாலும் பேராசிரியராலும் பார்க்க முடியாத உண்மைகள்.

காந்தி: மகளே, நீ என் ஆவலைத் தூண்டுகிறாய். அப்படிப்பட்ட உண்மை எது? என்னால் பல உண்மைகளைப் பார்க்க முடியவில்லை என்று ஏற்றுக்கொள்கிறேன். என் வாழ்க்கையே உண்மைக்கான தேடல்தான். என் சுயசரிதை...

லீஸரல்: ஆமாம், எல்லோரும் அறிந்த ஒன்று. 'சத்திய சோதனை' என்று அழைக்கப்பட்டது.

காந்தி: குறைந்தபட்சம் தலைப்பாவது உனக்குத் தெரிந்திருப்பதைக் கண்டு நான் சந்தோஷப்படுகிறேன்.

லீஸரல்: ஓ, நான் அதைப் படித்தும் இருக்கிறேன். எப்படியிருந்தாலும் அது பாவமன்னிப்புக் கதைதானே. எனக்குப் பாவமன்னிப்பு என்றால் ரொம்பப் பிடிக்கும்.

காந்தி: சொல்லப்போனால், நாம் இருவருமே கிறிஸ்தவர்கள் போல் தெரியக்கூடும்.

லீஸரல்: நீங்கள் எந்த மதத்தையும் சேர்ந்தவர் இல்லை. எல்லா மதத்தையும் சேர்ந்தவராக இருக்கிறீர்கள். நீங்களும் பேராசிரியரும் சந்தித்திருந்தால், அது எப்பேர்ப்பட்ட காட்சியாக இருந்திருக்கும்.

காந்தி: ஆ...! அது நடக்காமலே போய்விட்டது. அவர் எனக்குக் கடிதம் எழுதியிருந்தார். நானும் அவரை என் ஆசிரமத்துக்கு வருமாறு பதில் கடிதம் போட்டிருந்தேன். அவருக்கு என்

ஆசிரமத்தையும் சத்தியத்தோடான என்னுடைய சொந்தப் பரிசோதனைகளையும் காட்டி சந்தோஷப்பட்டிருப்பேன்.

லீஸரல்: அது மிக முக்கியமானதாக இருந்திருக்கும். இருவரும் சேர்ந்து சத்தியத்தோடு பரிசோதனை நடத்துவது.

காந்தி: அவரால் அதைக் கண்டெடுக்க முடிந்தது. நான் தேடிக் கொண்டே இருக்கிறேன்.

லீஸரல்: இல்லை. நீங்களும் அதைக் கண்டெடுத்தீர்கள். ஆனால் கணிதச் சமன்பாடுகளில் இல்லை; அகிம்சையில் கண்டெடுத்தீர்கள்.

காந்தி: உண்மைதான். அதைவிடப் பெரிய உண்மை என்று ஏதுமில்லை.

லீஸரல்: வாழ்க்கை இதுபோன்று தவறவிட்ட தருணங்களைக் கொண்டதாகவே இருக்கிறது. நீங்கள் அவரைப் பார்த்திருந்தால், அல்லது நான் மட்டும் இதைச் செய்திருந்தால் அல்லது அதைச் செய்திருந்தால் என்பதாகத்தான் இருக்கிறது. *(அமைதி)* நீங்கள் அவரைச் சந்தித்திருந்தால் அவரிடம் என்ன கேட்டிருப்பீர்கள்.

காந்தி: *(அமைதியாக இருக்கிறார். திடீரென்று சிரிக்கத் தொடங்குகிறார்)* கோமாளித்தனமாகத் தெரியும் இந்தக் கணிதச் சமன்பாடுகளை எப்படி எழுதுவது என்று எனக்குக் கற்றுக்கொடுங்கள் என்று கேட்டிருப்பேன்.

லீஸரல்: *(சிரிக்கிறார்)* பேராசிரியரும் ஒரு மகா கவிஞரும், அந்தக் கவிஞர் உங்கள் நாட்டைச் சேர்ந்தவர்தான், சந்தித்துக் கொண்டதைக் காட்டிலும் நீங்களும் அவரும் சந்தித்திருந்தால் ரொம்ப சுவாரசியமாக இருந்திருக்கும் என்பதில் எனக்கு எந்த சந்தேகமும் இல்லை.

காந்தி: ஓ... ஓ... நீ என்னுடைய அன்புக்குரிய நண்பரும் குருதேவுமாகிய தாகூரைச் சொல்கிறாய். ஆமாம், பெரும் அறிவியலாளரும் மகா கவிஞரும் சந்தித்துக்கொண்ட பிரபலமான சந்திப்பு *(அமைதி)*.

லீஸரல்: இரண்டு பெரும் சிந்தனையாளர்களின் சந்திப்பு.

காந்தி: ஆமாம்.

லீஸரல்: ஆனாலும், வேறு இரண்டு பெரும் சிந்தனையாளர்கள் சந்திப்புபோல் இருந்திருக்காது.

காந்தி: யார் இரண்டு பேர் சந்திப்பதுபோல்?

லீஸரல்: நீங்களும் அவரும் சந்திப்பதுபோல்.

காந்தி: இல்லை. இது உண்மையில்லை. (அமைதி) அந்தச் சந்திப்பு குருதேவுக்கு அவ்வளவு சந்தோஷத்தைக் கொடுக்கவில்லை.

லீஸரல்: நீங்கள் ஏன் அவரை குருதேவ் என்று அழைக்கிறீர்கள்?

காந்தி: அவர் என்னை மகாத்மா என்று அழைத்தார். நான் அவரை குருதேவ் என்று அழைத்தேன். பரஸ்பர மரியாதைதான்!

லீஸரல்: நல்லது, எப்படியிருந்தாலும் அவரது கவிதைகள் மீது நான் அக்கறை காட்டியதில்லை. **அவரும்** அக்கறை காட்டியதாக நான் நினைக்கவில்லை.

காந்தி: பெருந்தன்மையான பேராசிரியர் இதை நிச்சயமாகக் கவிஞரிடம் சொல்லியிருக்க மாட்டார்... ஆனாலும் தாகூர் அதை அறிந்திருந்தார் என்றே நான் நினைக்கிறேன். அவர்களுக்கு இடையே பொதுவானவை ஏதுமில்லை என்று அவர்கள் இருவருக்குமே தெரியும். இது அறிவியலுக்கும் கவிதைக்கும் இடையேயான மோதல் மட்டுமல்ல, இரண்டு பண்பாடுகளுக்கு, இரண்டு மரபுகளுக்கு இடையேயான மோதல்.

லீஸரல்: நீங்கள் பெரும் மதிப்புக்குரிய பேராசிரியரைப் புரிந்துகொள்ள வேண்டும். அவர் ஜெர்மானியர். எல்லா ஜெர்மானியர்கள் போலவே உலகத்தில் ஜெர்மானியர்களே மகா கவிஞர்களாக இருக்க முடியும் என்று அவரும் நம்பினார். அது கதே (Goethe) இல்லை என்றால் ரில்கெ (Rilke) அல்லது...

காந்தி: நல்லது, குருதேவைச் சந்தித்ததைப் பேராசிரியர் சந்தோஷமாகப் பார்த்திருப்பார் என்பதில் எனக்கு எந்தச் சந்தேகமும் இல்லை. தாகூர் மிகச் சிறந்த பேச்சாளர், மிகக் கூர்மையான அறிவு கொண்டவர். ஏன், ஒருவேளை பேராசிரியரின் அறிவியலை அவர் புரிந்துகொண்டிருக்கவும் கூடும்.

லீஸரல்: இல்லை. நான் கேள்விப்பட்டதிலிருந்து சொல்வதென்றால், அந்தச் சந்திப்பு வெற்றிகரமானதாக இல்லை. இருவருக்கும் இடையே பொதுவானது ஏதுமில்லை என்பதாகவே பேராசிரியர் கருதினார்.

காந்தி: எங்கள் இருவருக்கும் இடையே அப்படி ஏதும் நிச்சயமாக நடந்திருக்காது.

லீஸரல்: ஆமாம், விசித்திரமான வகையில் நீங்கள் இருவரும் ஒத்த ஆன்மா போன்றவர்கள்.

காந்தி: இப்படிச் சொல்வது எவ்வளவு அழகாக இருக்கிறது. நாங்கள் இருவரும் ஒரு ஆன்மாவின் இரண்டு பக்கங்களாகிறோம். அவர் அறிவியலாளர் என்றால், நான்... நான்...

லீஸரல்: நீங்கள் ஒரு கவிஞர்.

காந்தி: இல்லை, நிச்சயமாக நான் கவிஞர் இல்லை. குருதேவ் இடத்தை என்னால் எடுத்துக்கொள்ள முடியாது!

லீஸரல்: நீங்கள் செயல்பாட்டாளர் அவர் கோட்பாட்டாளர்.

காந்தி: நல்லது, ஓரளவுக்கு அப்படியும் இருக்கலாம். ஒருவேளை இப்படியும் சொல்லலாம்; நான் பரிசோதனையாளன் அவர் கோட்பாட்டாளர்.

லீஸரல்: நல்லது, இருவருமே பரிசோதனையாளர்கள். நீங்கள் சத்தியத்தைக் கொண்டு பரிசோதனைகள் நடத்தினீர்கள் என்றால் அவர் பெண்களைக் கொண்டு பரிசோதனைகள் நடத்தினார்!

காந்தி:(சிரிக்கிறார், ஆனாலும் தன்னைக் கட்டுப்படுத்திக்கொள்கிறார்) இல்லை, இல்லை, இவை எல்லாம் அவசியமில்லாதவை.

லீஸரல்: நாம் அவருடைய அறையில் இருக்கும்போது நான் அப்படிச் சொல்லியிருக்கக் கூடாது. அப்படித்தானே?

காந்தி: இல்லை. அதையெல்லாம் நாம் பேச வேண்டியதில்லை என்றே சொல்லவருகிறேன். அதைப் பேச வேண்டிய அவசியமுமில்லை.

லீஸரல்: ஏன் பேசக் கூடாது? அது உண்மையாக இருக்கும் பட்சத்தில் என்ன செய்வது? எத்தகைய உண்மைகள் குறித்து நாம் பேசலாம்?

காந்தி: காயப்படுத்தாத உண்மைகள். அன்பின் ஊடாகவும் அகிம்சை ஊடாகவும் உருவாகக்கூடிய உண்மைகள்.

லீஸரல்: அன்பிற்குரிய திரு. காந்தி அவர்களே, எல்லா உண்மைகளும் அன்பின் ஊடாகவும், அகிம்சையின் ஊடாகவும் உருவாவதில்லை. என் ஆன்மாவைத் குதறியெடுக்கக்கூடிய வகையிலான உண்மையும் உண்டு. அது என்னைக் கதற வைக்கிறது, வெளிப்படுத்த முடியாத அழுகையின் ஊடாக என் இதயத்திலிருந்து ரத்தம் வழியச் செய்கிறது.

காந்தி: கேட்பதற்கு ரொம்பவும் வருத்தமாக இருக்கிறது. உண்மையைக் குறித்த உண்மையான தேடல் எத்தகைய வலியையும் உருவாக்கக் கூடாது.

லீஸரல்: உங்களுக்கு வேண்டுமென்றால் அப்படி இருக்கலாம். ஆனால் எனக்கு...

காந்தி: உன் வாழ்க்கையில் அப்படி என்ன நடந்தது?

லீஸரல்: என் வாழ்க்கையில் அப்படி என்ன நடந்ததா... என்னைப் பற்றி...

காந்தி: ஆமாம், மகளே, உன் வாழ்க்கையில் அப்படி என்ன நடந்தது? எது உன் குரலை இவ்வளவு கசப்பு, இவ்வளவு கோபம் கொள்ள வைக்கிறது?

லீஸரல்: நீங்கள் தெரிந்துகொள்ள விரும்ப மாட்டீர்கள்.

காந்தி: நான் தெரிந்துகொள்ள விரும்புகிறேன்.

லீஸரல்: இல்லை, நீங்கள் தெரிந்துகொள்ள விரும்ப மாட்டீர்கள். ஏனெனில், அது உங்களால் தாங்கிக்கொள்ள முடியாத உண்மையாக இருக்கும்.

காந்தி: தாங்கிக்கொள்ள முடியாத உண்மை என்று ஒன்று இருக்க முடியாது. உண்மை உண்மை மட்டும்தான்.

லீஸரல்: இதைவிடச் சிறப்பாக நீங்கள் சொல்லியிருக்கிறீர்கள்: சத்தியமே கடவுள்; கடவுளே சத்தியம்.

காந்தி: அதுவும் உண்மைதான். இந்தக் கரும்பலகையில் இருக்கும் கணிதச் சமன்பாடுகள் எந்த அளவுக்கு உண்மையோ அந்த அளவுக்கு அதுவும் உண்மை. ஆனால் உன்னால் தாங்கிக்கொள்ள முடியாத அந்த உண்மைதான் என்ன? உன்னால் கற்பனை செய்துபார்க்க முடியாத அளவுக்குப் பல உண்மைகளை நான் தாங்கிக் கொண்டிருக்கிறேன்.

லீஸரல்: மற்றவர்கள் குறித்த உண்மைகள் எப்போதும் தாங்கிக்கொள்ளக்கூடியவைதான். ஆனால் உங்களைப் பற்றிய உண்மையாக இருந்தால், உங்களுடைய குடும்பம் பற்றிய உண்மையாக இருந்தால் உங்களால் தாங்கிக்கொள்ள முடியுமா?

காந்தி: என் வாழ்க்கையில் என்னைப் பற்றியும் என் குடும்பம் பற்றியும் நான் பல உண்மைகளைத் தாங்கிக்கொண்டிருக்கிறேன். நான் எந்த அளவுக்குத் தாக்கப்பட்டேன் என்று உனக்குத் தெரியாதா? மற்றவர்களை அழித்திருக்கக்கூடிய பல உண்மைகளை நான் எதிர்கொண்டிருக்கிறேன். என் மனைவியை, என் பிள்ளைகளை நான் எவ்வாறு நடத்தினேன் என்று...

லீஸரல்: உங்களுக்கு ஒரு பெண் பிள்ளை இல்லாமல் போனது வருத்தத்துக் குரியதுதான். நீங்கள் அவளுக்கு ஒரு நல்ல தகப்பனாக இருந்திருப்பீர்கள்.

காந்தி: என் வாழ்க்கையில் நான் எதிர்கொண்ட பெண்கள் எல்லோருமே எனக்குப் பெண் போன்றவர்கள்தான்.

லீஸரல்: ஆமாம், அதுகுறித்து ஏதோ சில விஷயங்கள் கேள்விப்பட்டிருக்கிறேன், *(உரக்கச் சிரிக்கிறார்).*

காந்தி: உனக்குச் சிரிக்க வேண்டும் என்றால் சிரி. என்னுடைய சத்தியத்துக்கான தேடலுக்காக நான் எதையும் செய்யத் தயாராக இருக்கிறேன். ஆனாலும் நீ இன்னும் உன்னுடைய உண்மை குறித்துச் சொல்லவில்லை.

லீஸரல்: நீங்கள் அதை உண்மையிலேயே கேட்க விரும்புகிறீர்களா?

காந்தி: நான் விரும்புகிறேன்.

லீஸரல்: (வயலினை எடுத்து அதைப் பார்க்கிறார்) நான் அவருடைய முதல் குழந்தை.

காந்தி: யாருடைய?

லீஸரல்: பெரும் மதிப்புக்குரிய பேராசிரியருடைய.

காந்தி: எவ்வளவு அற்புதமான விஷயம். அதனால்தான் நீ இங்கு இருக்கிறாயா? அவருடைய சொந்த மகள்! பேராசிரியரின் குடும்பம் குறித்து எனக்கு ஒன்றும் தெரியாது என்று ஒப்புக்கொள்கிறேன்.

லீஸரல்: ஓ... என்னைப் பற்றி நீங்கள் அறிந்திருக்கவில்லை என்பதற்காக நீங்கள் வருத்தப்பட வேண்டாம். அவரும் அதற்காக வருத்தப்பட்டதில்லை.

(விளக்குகள் அணைந்து அணைந்து எரிகின்றன. இருவரும் அண்ணாந்து பார்க்கிறார்கள். மேலும் வேகமாக அணைந்து அணைந்து எரிந்து ஒளி மங்கலாகிறது. இப்போது ஒளி காந்தியின் அறை மீது கவிழ்கிறது.)

ஐன்ஸ்டைன்: நீ அவருக்குச் சொந்தமா?

ஹரிலால்: அப்படியும் சொல்லலாம். (அமைதி) ஒரு விதத்தில். (சிரிக்கிறார்).

ஐன்ஸ்டைன்: ஒன்று நீ அவருக்குச் சொந்தமாக இருக்க வேண்டும் அல்லது சொந்தம் இல்லாதவனாக இருக்க வேண்டும்.

ஹரிலால்: இது ஒரு புதிர் புரொபஸர். இதை உங்களால்தான் விடுவிக்க முடியும். நீங்கள் இந்தப் பிரபஞ்சத்தின் புதிரை விடுவித்தவர். என்னுடைய இந்தப் புதிர் உங்களுக்கு மிக எளிமையானதாக இருக்க வேண்டும்.

ஐன்ஸ்டைன்: அதாவது அவருடனான உன்னுடைய உறவு சார்புத்தன்மையிலானது என்று சொல்ல வருகிறாயா? (உரக்கச் சிரிக்கிறார்).

ஹரிலால்: எவ்வளவு அழகாகச் சொல்கிறீர்கள். அவர் உங்களை மிக உயர்ந்த இடத்தில் வைத்திருந்ததில் ஆச்சரியமேதுமில்லை.

ஐன்ஸ்டைன்: நானும் அவரை அதுபோல்தான் பார்த்தேன். இந்தப் பூமியில் நடமாடியவர்களிலேயே மிகப் பெரிய மனிதர் அவர் என்றே நான் நம்புகிறேன்.

ஹரிலால்: நிச்சயமாக அவரைப் பற்றி நீங்கள் எழுதியிருந்த வரிகள் எங்கள் நினைவில் இருக்கின்றன. இரண்டு பெரிய மனிதர்கள் ஒருவர் மீது ஒருவர் கொண்ட மரியாதை என்பதாக மற்றவர்கள் எடுத்துக்கொண்டிருக்கக்கூடும்.

ஐன்ஸ்டைன்: நாம் அவருடைய நினைவாக இப்போது குடித்தால் பொருத்தமாக இருக்கலாம். இங்கு அவர் இல்லாததோடு அவருடைய இடமும் நம்முடைய கட்டுப்பாட்டில்தானே இருக்கிறது.

ஹரிலால்: அவருடைய இடம் நம்முடைய கட்டுப்பாட்டில் இல்லை. உங்களுடைய கட்டுப்பாட்டில் மட்டுமே இருக்கிறது. இந்த அறைக்குள் நுழைந்துவிட்ட நாடோடி நான்.

ஐன்ஸ்டைன்: அதைப் பற்றி கவலைப்படாதே. இங்கு நாம் இருவரும் சமமானவர்கள். (ஹிப் ஃபிளாஸ்க்கை எடுக்கிறார்). அதிர்ச்சியடைந்ததுபோல் என்னைப் பார்க்காதே. நான் ஒன்றும் குடிகாரன் இல்லை. இந்த ஃபிளாஸ்க் என் கால்சராயில் இருந்தது, அவ்வளவுதான். இங்கு எப்படி என்னிடம் வந்தது என்று எனக்குத் தெரியவில்லை. பெரும் மதிப்புக்குரிய மனிதர் நினைவாக நாம் குடிப்போம்.

ஹரிலால்: (தயக்கத்தோடு) நான்...

ஐன்ஸ்டைன்: என்ன? ஓ... ஒருவேளை... இந்தப் புனிதமான இடத்தில் குடிக்கக் கூடாதோ?

ஹரிலால்: அவர் எங்கேயும் குடிக்கக்கூடாது என்றுதான் சொல்லியிருப்பார்.

ஐன்ஸ்டைன்: ஆனால் அப்படியெல்லாம் ஒருவர் எப்படி வாழ முடியும்?

ஹரிலால்: மிகச் சரியாக நானும் இதையேதான் கேட்டேன். (பதற்றமாகிறார்) நாங்கள் இதுகுறித்துதான் சண்டை போட்டுக் கொண்டோம். நான் ஏன் குடிக்கக் கூடாது? அவர் எவ்வளவு

அழுத்தமாக நான் குடிக்கக் கூடாது என்று சொன்னாரோ அந்த அளவுக்கு நான் குடிக்கத் தொடங்கினேன்.

ஐன்ஸ்டைன்: என்னால் இதை நம்ப முடியவில்லை. வளர்ந்த ஒருவன் குடிப்பதற்கோ அல்லது வேறு ஏதோ ஒன்று செய்வதற்கோ யாரிடமிருந்தும், அது கடவுளாகவே இருந்தாலும் அனுமதி பெற வேண்டியதில்லை.

ஹரிலால்: நீங்கள் சொல்வது சரி. நான் விருப்பப்பட்டதெல்லாம்... (அமைதி)

ஐன்ஸ்டைன்: (அக்கறையோடு) சொல்லு...

ஹரிலால்: இல்லை. அதுவும் சரியாக இருக்காது (அமைதி. ஐன்ஸ்டைனுக்கு அருகில் வருகிறார்). நீங்கள் ஒரு சிறந்த தந்தையாக இருந்திருக்க வேண்டும் என்று நினைக்கிறேன்.

ஐன்ஸ்டைன்: (ஆச்சரியத்தோடு) சிறந்த தந்தையா! ஓ... இல்லை! நான் அப்படி இருந்ததும் இல்லை, இருக்கப்போவதுமில்லை. (உரக்கச் சிரிக்கிறார்).

ஹரிலால்: நீங்கள் அவசியமேயில்லாமல் தன்னடக்கத்தோடு இருக்கிறீர்கள் - அவரைப் போலவே.

ஐன்ஸ்டைன்: நிச்சயமாகத் தன்னடக்கம் இல்லை. நான் தன்னடக்கம் கொண்டவனும் இல்லை. நான் என்னவாக இருக்கிறேன் என்று எனக்கு மிகச்சரியாகத் தெரியும். சொல்லப்போனால், நான் மோசமான தந்தையாகத்தான் இருந்திருக்கிறேன். அந்த விஷயத்தில் என்னிடம் எத்தகைய பாசாங்குகளும் கிடையாது. நீயோ வேறு யாராவதோ கேட்பதற்கு முன் நானே சொல்லிவிடுகிறேன். நான் மோசமான கணவனாகவும் இருந்தேன்.

ஹரிலால்: இதை சொல்வதில் உங்களுக்கு ரொம்பவும் சந்தோஷம் போலத் தெரிகிறதே!

ஐன்ஸ்டைன்: எல்லாவற்றிலும் நாம் சிறந்தவர்களாக இருக்க முடியாது, இல்லையா? நான் சிலவற்றில் மோசமானவனாக இருக்கத்தான் வேண்டும். (*தன்னுடைய சுங்கானை எடுக்கிறார். பிறகு ராட்டையைப் பார்க்கிறார். மீண்டும் உள்ளே வைத்துவிடுகிறார்*). இந்த மனிதர் நம்மீது ஆதிக்கம் செலுத்துகிறார் என்று சொல்லத்தான்

இரண்டு தந்தையர் | 155

வேண்டும். இது போன்ற காரியங்களைச் செய்வதிலிருந்து தடுப்பதற்கு அவருடைய இருப்பு மட்டுமே போதுமானது.

ஹரிலால்: அவர் முன் மற்றவர்களால் ஏன் ஏதும் செய்ய முடியாமல் போனது என்று ஒருவேளை இப்போது உங்களால் புரிந்துகொள்ள முடியலாம்.

ஐன்ஸ்டைன்: எதைப் புரிந்துகொள்ள முடியலாம்?

ஹரிலால்: அவரோடு இருப்பது என்றால் என்னவென்று, எல்லா நேரமும் அவரது ஆளுமைக்கு உட்பட்டு இருப்பது என்றால் என்னவென்று! ஒரு நொடியும் துளியும் கறைபடியாமல் செயல்படுவது, சிறுவனாகவே இருந்தாலும் கறைபடியாமல் செயல்பட வேண்டும் என்பதை என்னவென்று புரிந்துகொள்ள முடியலாம்.

ஐன்ஸ்டைன்: *(ஹரிலாலை வெறித்துப் பார்க்கிறார்)* ஓ, ஓ... இப்போது எனக்குப் புரிகிறது, எனக்குப் புரிகிறது. *(எழுந்துகொள்கிறார். மெதுவாகச் சுற்றி வருகிறார்).* இப்போது நான் நிச்சயமாகப் புகைக்க வேண்டும். *(ராட்டையை நோக்கி)* மன்னிக்கவும் காந்தி. இந்த தருணத்தில் எனக்குப் புகைக்க வேண்டும் போல் இருக்கிறது, கொஞ்சம் போல் குடிக்க வேண்டும் என்பது போலும் இருக்கிறது. இது உண்மையில் மிகச் சிக்கலானதாகத்தான் இருக்கிறது.

ஹரிலால்: உங்கள் இருவருக்கும் எப்போதும் எல்லாமும் மிகச் சிக்கலானதாக இருந்திருக்கிறது.

ஐன்ஸ்டைன்: ஆமாம், நீ சொல்வது உண்மைதான். எப்போதும் எல்லாமும் சிக்கலானதாகத்தான் இருந்திருக்கிறது. எதுவுமே எளிதானதாக இல்லை. என்னுடைய இயற்பியலைத் தவிர. அது எளிதான சிக்கலைக் கொண்டதாக இருக்கிறது. நான் என்ன சொல்ல வருகிறேன் என்று உனக்குப் புரிகிறது என்று நினைக்கிறேன்.

ஹரிலால்: *(உற்சாகத்தோடு)* நீங்கள் உண்மையில் என்ன சொல்ல வருகிறீர்கள் என்று எனக்குப் புரிகிறது!

ஐன்ஸ்டைன்: வாழ்க்கையில், குடும்பத்தில், குழந்தைகளிடத்தில் காணப்படும் சிரமமான சிக்கல்கள் போல் இல்லை. கடவுளே, அதுவும் குழந்தைகள்!

ஹரிலால்: ஆமாம், ஆமாம். எவ்வளவு நன்றாகப் புரிந்து கொண்டிருக்கிறீர்கள். உங்களைப் போல் ஒரு தந்தையைப் பெறுவதற்கு உங்கள் குழந்தைகள் எவ்வளவு கொடுத்து வைத்திருக்க வேண்டும்.

ஐன்ஸ்டைன்: (அமைதியாக) அவரைப் போல் ஒரு தந்தையைப் பெற்றிருக்க நீ எவ்வளவு கொடுத்து வைத்திருக்க வேண்டும்.

ஹரிலால்: ஆக, இப்போது உங்களுக்குத் தெரிகிறது.

ஐன்ஸ்டைன்: ஊகிப்பது ஒன்றும் அவ்வளவு கடினமில்லை. இதுபோல் நீ ஆடை அணிந்திருப்பது, அவரிடமிருந்து வேறாகவே இருக்க விரும்புவது.

ஹரிலால்: அவருடைய குழந்தைகளில் நான்தான் அவரைப் போன்றவன். தனது ஆழ் மனதில் இதை அவர் உணர்ந்திருந்தார்.

ஐன்ஸ்டைன்: இதுவும் புரிந்துகொள்ளக் கூடியதுதான். நீதான் மூத்த மகன் என்பதாக நான் எடுத்துக்கொள்கிறேன்.

ஹரிலால்: ஆமாம், அப்படித்தான். அதை என் முகத்தில் பார்க்க முடிகிறதா? *(ஐன்ஸ்டைனை ஆவலோடு பார்க்கிறார்)* நான் அவரைப்போல் இருக்கிறேனா?

ஐன்ஸ்டைன்: என்னால் சொல்ல முடியவில்லை. என் கண்கள் முன்னைப் போல் இல்லை. ஆனாலும் நீ அவரைப் போல் இருப்பதாக என்னால் கற்பனை செய்துபார்க்க முடிகிறது.

ஹரிலால்: அவ்வளவு சுலபமில்லை ஐயா. மகாத்மாபோல் இருப்பதோ மகாத்மாவின் மகனாக இருப்பதோ அவ்வளவு சுலபமில்லை.

ஐன்ஸ்டைன்: மகாத்மாவின் எதுவாக இருப்பதும் அவ்வளவு சுலபமில்லை. (அமைதி) பிரபலமான அறிவியலாளரின் எதுவாக இருப்பதும் அவ்வளவு சுலபமில்லை.

ஹரிலால்: நீங்கள் தேசத் தந்தையல்ல. எல்லோருக்குமான தந்தையுமல்ல. இது அவர் யாருக்கும் தந்தையில்லை என்ற அர்த்தத்தையும் பெறுகிறது அல்லது குறைந்தபட்சம் எனக்கு அவர் தந்தையாக இல்லை என்ற அர்த்தத்தைக் கொடுக்கிறது.

இரண்டு தந்தையர் | 157

ஐன்ஸ்டையன்: அவர் குறித்து மிகக் கடுமையான முடிவுக்கு வருகிறாய்.

ஹரிலால்: நான் அவர் குறித்து எந்த முடிவுக்கும் வரவில்லை. அவரைப் போல் நான் இருக்க வேண்டும் என்றுதான் நான் விரும்பினேன். உங்களுக்குத் தெரியுமா, என் பேத்தி நான் இறந்து பலகாலங்கள் கழித்து மிகச்சரியாக ஒன்றைச் சொன்னாள் 'ஹரிலால் ஒரு தந்தையைத் தேடிச் சென்றார், ஆனால் அதற்குப் பதிலாக எப்போதும் ஒரு மகாத்மாவைத்தான் கண்டடைந்தார்' *(அமைதி).* என் மீது அவர் வைத்த நம்பிக்கையையெல்லாம் பொய்யாக்கிவிட்டேன். எந்த அளவுக்கு அவரது நம்பிக்கைகளை நான் பொய்யாக்கினேனோ அந்த அளவுக்கு நான் மோசமாக நடந்துகொண்டேன்.

ஐன்ஸ்டைன்: *(சங்கடத்தோடு ஹரிலாலின் தோளைத் தட்டிக்கொடுக்கிறார்)* மகன்கள் அப்படித்தான் இருக்க முடியும். தந்தைகள் கூட அப்படித்தான் இருக்க முடியும்.

(விளக்குகள் அணைந்து அணைந்து எரிகின்றன. இருவரும் அண்ணாந்து பார்க்கிறார்கள். மேலும் வேகமாக அணைந்து அணைந்து எரிந்து ஒளி மங்கலாகிறது. இப்போது ஒளி ஐன்ஸ்டைன் அறை மீது கவிழ்கிறது.)

காந்தி: எவ்வளவு அற்புதமான விஷயம். அதனால்தான் நீ இங்கு இருக்கிறாயா? அவரது சொந்த மகள்! பேராசிரியரின் குடும்பம் குறித்து எனக்கு ஒன்றும் தெரியாது என்பதை நான் ஒப்புக்கொள்கிறேன்.

லீஸரல்: ஓ... என்னைப் பற்றித் தெரிந்திருக்கவில்லை என்பதற்காக நீங்கள் வருத்தப்பட வேண்டியதில்லை. அவரும் அதற்காக வருத்தப்படவில்லை.

காந்தி: என்ன சொல்ல வருகிறாய்?

லீஸரல்: என் இருப்பை அவர் அங்கீகரிக்க மறுத்தார்.

காந்தி: தனது சொந்த மகளின் இருப்பையா?

லீஸரல்: ஆமாம். அவருக்குச் சில அச்சங்கள் இருந்தன. நான் ஒரு நாள் திடீரென்று - இப்போது இந்த அலுவலகத்துக்குள் வந்ததுபோல் - *(அமைதி)* அவரது வீட்டுக்குள் நுழைந்து,

நான்தான் அவரது மகள் என்று உரிமைகோருவேனோ என்று அவர் அச்சப்பட்டதாகவே நான் நினைக்கிறேன்.

காந்தி: ஆனால், நீ ஒரு முறையும் அப்படிச் செய்யவில்லையா? அவரைச் சந்திக்க அவரது அலுவலகத்துக்கு இதற்கு முன் நீ வந்ததில்லையா?

லீஸரல்: இல்லை, நிச்சயமாக இல்லை. நான் உயிரோடு இருப்பேன் என்று அவர் நினைத்ததில்லை. அவருடைய உண்மைகளுக்கு நான் பொருந்தாதவளாக இருந்தேன்.

காந்தி: இல்லை, இல்லை. நீ தவறாகப் புரிந்துகொண்டிருக்கிறாய். ஒரு தந்தை ஒருபோதும் அப்படிச் செய்ய மாட்டார். நீ கோபமாக இருக்கிறாய். கோபத்தின் ஊடாகவும், வன்முறையின் ஊடாகவும் நம்மால் எப்போதும் உண்மையைக் கண்டறிய முடியாது என்றே நான் சொல்லிவருகிறேன்.

லீஸரல்: என்னைக் குறித்துப் பேசத் தகுதியான அளவுக்கு உண்மை என்று ஏதுமில்லை. நான் என்ன சொல்ல வேண்டுமோ அவற்றையெல்லாம் ஏற்கெனவே சொல்லிவிட்டேன் - நாடகங்கள் வழியாகவும் புத்தகங்கள் வழியாகவும்.

காந்தி: ரொம்பவும் வருத்தமாக இருக்கிறது, மகளே. உங்கள் இருவருக்கும் இடையில் என்ன நடந்தது என்று எனக்குத் தெரியாது. இருந்தாலும் அவர் உன்னுடைய தந்தை என்பதை நீ உணர வேண்டும்.

லீஸரல்: *(வெறிகொண்டு)* தந்தை!

(காந்தி லீஸரலின் கரங்களைப் பற்றுவதற்காக அவரை நோக்கி நகர்கிறார்)

லீஸரல்: *(காந்தியை விலக்கிவிட்டு)* தந்தை!

காந்தி: தயவுசெய்து உட்கார். என்னை மன்னித்துவிடு. இது குறித்தெல்லாம் எனக்கு ஏதும் தெரியாது.

லீஸரல்: எதையெல்லாம் நீங்கள் அறிந்திருக்கவில்லை? என் தந்தைக்கு மகன் இருந்தான் என்று உங்களுக்குத் தெரியுமா?

காந்தி: தெரியாது.

இரண்டு தந்தையர் | 159

லீஸரல்: சொல்லப்போனால், அவருக்கு இரண்டு மகன்கள் இருந்தார்கள்.

காந்தி: இதைக் கேட்க சந்தோஷமாக இருக்கிறது.

லீஸரல்: நீங்கள் அவசியமே இல்லாமல் பணிவு காட்டுகிறீர்கள்.

காந்தி: நாம் எப்போதும் பணிவோடுதான் நடந்துகொள்ள வேண்டும், அது எப்படிப்பட்ட சூழ்நிலையாக இருந்தாலும்.

லீஸரல்: அன்பின் ஊடாக என்னை வெற்றிகொள்ள முடியும் என்று நினைக்கிறீர்களா?

காந்தி: நிச்சயமாக, நான் அப்படித்தான் நினைக்கிறேன். என் விரோதிகளைக்கூட என் அன்பால் வெற்றி கொண்டிருக்கிறேன்.

லீஸரல்: எல்லா விரோதிகளையுமா?

காந்தி: எல்லோரையும். வன்முறை என்ற கோரத்துக்குள் சிக்கிக் கொண்டு, மதத்தின் பெயரால் ஒருவரை ஒருவர் வெட்டிச் சாய்த்துக்கொண்ட ஆயிரக்கணக்கான அப்பாவி மனிதர்கள் உட்பட எல்லோரையும்.

லீஸரல்: உங்கள் குடும்பத்தையும் வெற்றிகொண்டீர்களா?

காந்தி: அது அவ்வளவு முக்கியமா? என் நாட்டில் உள்ள லட்சக்கணக்கான குடும்பங்களில் அதுவும் ஒன்று. என் நாடுதான் என் குடும்பம்.

லீஸரல்: உங்கள் மனைவி?

காந்தி: பாவா? அவளுக்கு என்ன? என் ஆன்மாவின் ஒரு பகுதிதானே அவள். நான் என்னவாக இருக்கிறேனோ அது அவள் இல்லாமல் சாத்தியப்பட்டிருக்காது. அவளும் இதை நன்றாக அறிந்திருந்தாள்.

லீஸரல்: உங்கள் குழந்தைகள்?

காந்தி: அப்படியென்றால், என் வாழ்க்கைக் கதையை நீ உண்மையிலேயே படிக்கவில்லை! என் மகன் ஹரிலால் குறித்து நீ கண்டிப்பாகக் கேள்விப்பட்டிருப்பாய். நான் அவனுக்குச் செய்ய வேண்டியதைப் போதுமான அளவு

செய்யவில்லை என்பதாகவே நினைத்தான். அவனைக் காட்டிலும் இந்த நாடும் மற்றவர்களும் எனக்கு முக்கியம் என்று நான் கருதியதாகவே நினைத்தான். அது அவனை உண்மையிலேயே ரொம்பவும் கோபப்படவைத்தது.

லீஸரல்: அது உங்களைக் காயப்படுத்தியிருக்கும்.

காந்தி: அது எந்த ஒரு தகப்பனையும் காயப்படுத்தியிருக்கும்.

லீஸரல்: இல்லை, இது உண்மையில்லை. என் தந்தையை நான் காயப்படுத்தவில்லை.

காந்தி: மகளே, அவர் குறித்து இவ்வளவு கடுமையான முடிவுக்கு வராதே. உனக்கு அவரைத் தெரியாது. ஒரு தந்தையாக இருப்பது என்றால் என்னவென்று உனக்குத் தெரியாது, அதுவும் எங்களைப் போன்றவர்கள் தந்தையாக இருப்பது. அவர் உலக சமாதானத்திற்கானவர். அதுவும் இல்லாமல், அவரால் வேறு மாதிரி இருந்திருக்க முடியுமா...

லீஸரல்: என்னது? அவரது குழந்தைகளை - மறக்கப்பட்ட அவரது மகள், அதாவது நான், பிறகு இரண்டு மகன்கள், எல்லா குழந்தைகளையும் முதல் மனைவியோடு விட்டுவிட்டு விலகினார் என்பதா? அதில் ஒருவன் மனம் பிறழ்ந்தவனானான். மற்றொருவன் அவரோடு சுமுகமற்ற உறவைக் கொண்டிருந்தான்.

காந்தி: உண்மையான சூழ்நிலை என்னவென்று யாருக்குத் தெரியும்? ஒருவரின் வாழ்க்கைப் பாதை பற்றி அறியாமல் நாம் ஏன் ஒருவர் குறித்து முடிவுக்கு வரவேண்டும்.

லீஸரல்: நான் அவர் குறித்து முடிவுக்கு வரவில்லை. நான் அறிந்திராத என் சகோதரன் எடுவார்ட் குறித்து நினைத்துப் பார்க்கிறேன். அவன் இசையில் பெரும் திறமை கொண்டவனாக இருந்தான். அவன் தந்தைக்குப் பெருமை சேர்க்கக் கூடியவனாக இருந்திருப்பான்.

காந்தி: அப்படி இல்லையா?

லீஸரல்: இல்லை. வாழ்க்கையின் பெரும் பகுதியை மனநல மருத்துவமனையில்தான் கழித்தான்.

காந்தி: ஹே ராம்!

லீஸரல்: அவனுக்கு மனப்பிறழ்வு நோய் என்றார்கள். என் தந்தை இந்த நோயை அவனது தாய்வழியாகப் பெற்றுக்கொண்டான் என்றார்.

காந்தி: முதலில் உன்னிடம் இருக்கும் கோபத்தை நீ தொலைக்க வேண்டும். எந்த ஒன்றிலும் உள்ள உண்மையை நீ புரிந்து கொள்ள வேண்டும் என்று நினைத்தால், கோபம் கொண்டல்ல, அன்பு கொண்டு அதைப் பார்க்க வேண்டும். கோபம் கண்களை மறைக்குமானால், உண்மையில் என்ன நடந்தது என்று உனக்குத் தெரியாமல் போகும்.

லீஸரல்: எனக்குக் கோபமில்லை. நான் ஏன் கோபப்படவேண்டும்? நான் அவரது குடும்பத்தின் உறுப்பினராக எப்போதும் இருந்ததில்லை. எடுவார்டின் கதையைத்தான் நான் சொல்லிக் கொண்டிருக்கிறேன்.

காந்தி: இல்லை, என்னிடம் சொல்லாதே. நான் ஏன் அதைத் தெரிந்து கொள்ள வேண்டும்?

லீஸரல்: மறக்கப்பட்ட என் சகோதரனை, உங்களது அகிம்சை மற்றும் சத்திய சோதனை கொண்டு எவ்வாறு புரிந்துகொள்வது என்று எனக்கு நீங்கள் விளக்கலாம்தானே.

காந்தி: இதில் புரிந்துகொள்ள என்ன இருக்கிறது?

லீஸரல்: எடுவார்ட் என் தாய் மிலிவாவோடு விடப்பட்டான். பிறகு மனநல மருத்துவமனையில் சேர்க்கப்பட்டான். என் தாய் இறந்து பின் சில ஆண்டுகள் உயிரைத் தக்கவைத்துக்கொண்டான். மனநலக் காப்பகம் அல்லது உறவினர் வீடு என்று அவன் இறந்துபோகும் வரை காலத்தைக் கழித்தான்.

காந்தி: ஒருவர் நோய்வாய்ப்பட்டிருந்தால் நம்மால் என்ன செய்ய முடியும்?

லீஸரல்: எடுவார்ட் வெறுமனே நோய்வாய்ப்பட்டவன் இல்லை. மனநோய் கொண்டவனாக இருந்தான். அப்போதே எனது தந்தை அவரது மாமன் மகள் எல்ஸாவைத் திருமணம்

முடித்திருந்தார். அந்தத் திருமணத்துக்கு பிறகும்கூட நிறுத்த முடியாமல் அவரது...

காந்தி: சொல்லாதே, அது அவருடைய அந்தரங்க வாழ்க்கை.

லீஸரல்: அந்தரங்க வாழ்க்கையில் உண்மைகள் ஏதும் கிடையாதா?

காந்தி: அந்தரங்கத் தருணங்கள் குறித்தான உண்மைகளை அவ்வளவு சுலபமாகக் கண்டெடுக்க முடியாது. நிச்சயமாக மற்றவர்களால் முடியாது. என்னுடைய பொறுப்பற்ற மகனைப் பற்றி நான் என்ன நினைத்தேன் என்ற உண்மையை யாரால் புரிந்துகொள்ள முடியும்? யாராவது ஒருவர் புரிந்துகொள்ள முடியும் என்றால் அது பாவாகத்தான் இருக்க முடியும்.

லீஸரல்: அந்தரங்க வாழ்க்கை எப்போதும் அந்தரங்கமானது அல்ல. நாம் எல்லோரும் சமூக உயிரிகள்தானே. இல்லையா திரு. காந்தி? உங்களுக்கும் என் தந்தைக்கும் இது மிக நன்றாகத் தெரிந்திருக்க வேண்டும்.

காந்தி: ஆமாம், என் வாழ்க்கை ஒரு திறந்த புத்தகமாகத்தான் இருந்தது. என்னுடைய உணர்வுபூர்வமான அந்தரங்க தருணங்கள் கூட எல்லோராலும் அறியப்பட்டவையாகவே இருந்தன. ஆனாலும் வெகு சிலரால்தான் அதைப் புரிந்துகொள்ள முடிந்தது அல்லது ஒருசிலர்தான் புரிந்துகொள்ள முயன்றார்கள்.

லீஸரல்: உங்களுடைய பரிசோதனைகள் என் தந்தைக்கு ரொம்பவும் பிடித்திருக்கும். அவரும் அப்படியான பரிசோதனைகளை மேற்கொண்டார் - ஆனால் மிகவும் அந்தரங்கமாக.

காந்தி: மகளே, அவரைப் பற்றி அவ்வளவு கடுமையாகப் பேசாதே. உன் வாழ்க்கை மீதான வெறுப்பே உன் வாழ்க்கையைத் தீர்மானிப்பதாக இருக்கக்கூடாது.

லீஸரல்: இது வெறுப்பில்லை திரு. காந்தி, வருத்தம் எடுவார்டுக்கு எப்படி இருந்திருக்கும் என்று எனக்குத் தெரியும். அவனை தனியே விட்டுவிட்டு அவனது பிரபலமான தந்தை அமெரிக்காவுக்குச் சென்றபோது அவனுக்கு எப்படியெல்லாம் இருந்திருக்கும்.

இரண்டு தந்தையர் | 163

காந்தி: உன் தந்தை மிகவும் பிரபலமானவர். அவர் நாஜிகளிடமிருந்து தப்பிக்க வேண்டியிருந்தது. இல்லையென்றால் அவர் கொலை செய்யப்பட்டிருப்பார்.

லீஸரல்: நான் அவரைக் குறை சொல்லவில்லை. எடுவார்ட்டும் அவரைக் குறை சொல்லவில்லை. தனது தந்தையிடமிருந்து கடிதங்கள் வருவதை அவன் விரும்பினான். அவனைப் பற்றி அடிக்கடி நினைத்துப் பார்ப்பதாக என் தந்தை அவனுக்குக் கடிதங்கள் எழுதிக் கொண்டிருந்தார்.

காந்தி: பேராசிரியர் எவ்வளவு கஷ்டங்களை அனுபவித்திருக்க வேண்டும் என்று உனக்குத் தெரிகிறதா? அவர் தனது இந்த அறையில் உழைத்துக் கொண்டிருந்த போதும், சொந்த மகன் இப்படி மருத்துவமனையில் இருப்பதை நினைத்து எந்த அளவுக்குத் துயரப்பட்டிருக்க வேண்டும்.

லீஸரல்: அல்லது எந்த அளவுக்கு மறந்திருக்க வேண்டும். அவரை வெறுப்பதாகவே எடுவார்ட் அவருக்குக் கடிதங்கள் எழுதினான்.

காந்தி: மகன்கள் இப்படித்தான் செய்வார்கள்! அவர்களிடமிருந்து நாம் இதைத்தான் எதிர்பார்க்க முடியும்.

லீஸரல்: உங்களுக்கு இது நன்றாகத் தெரிந்திருக்க வேண்டும்.

காந்தி: ஆமாம், எனக்குத் தெரியும். உனக்கு ஒரு மகன் இருந்தால், உனக்கும் அது தெரியவரும்.

லீஸரல்: மிஸ்டர் காந்தி, உங்களால் அவ்வளவு சுலபமாகத் தப்பித்துக் கொள்ள முடியாது. இதற்கு ஏதேனும் ஒரு தீர்வு இருந்தேயாக வேண்டும். அவர் இறந்து, அதுவும் பல காலங்களுக்குப் பிறகு நீங்கள் ஏன் அவருடைய அறையில் உட்கார்ந்திருக்கிறீர்கள் என்பதற்கு ஏதேனும் காரணங்கள் இருக்கத்தான் வேண்டும்.

காந்தி: நாம் எல்லோரும் இறந்தவர்கள், அதுவும் பல காலங்களுக்கு முன்.

லீஸரல்: இருந்தாலும், நாம், அதாவது நீங்களும் நானும் இங்கு இருக்கிறோம்.

காந்தி: நாம் எல்லா இடங்களிலும் இருப்பதுபோல் இங்கேயும் இருக்கிறோம். வெறுமனே காலத்தின் விபத்துபோல்.

லீஸரல்: நீங்கள் என் தந்தை போலவே பேசுகிறீர்கள்.

காந்தி: ஒருவேளை நான் உன் தந்தையாகவும் இருக்கலாம்.

லீஸரல்: அது சாத்தியமேயில்லை. அவர் எப்போதும் உங்களைப்போல் ஆடை அணிந்திருக்க மாட்டார்.

காந்தி: நீ சொல்வது உண்மைதான். அதே சமயத்தில் ஒருபோதும் நான் அவரைப்போல் சிந்தித்திருக்க மாட்டேன்.

லீஸரல்: எவ்வளவு பெரிய மனிதர்கள்!

காந்தி: அல்லது குறைந்தபட்சம் ஒருவராவது மிகப்பெரிய மனிதர்.

லீஸரல்: அது நீங்கள்தான்.

காந்தி: இல்லை. அது அவரே.

லீஸரல்: ஒருவேளை, உண்மையில் எடுவார்டுதான் மிகப்பெரிய மனிதன்.

காந்தி: ஏன் மகளே, உன் தந்தையையும் சகோதரனையும் குறித்த விஷயங்களுக்குள் என்னை இழுத்துவிடுகிறாய்! அவர்கள் இருவரும் எவ்வளவு மனஉளைச்சல் பட்டிருக்க வேண்டும்.

லீஸரல்: இவையெல்லாம் உண்மைதான். ஆனால் குழந்தைகளாக நாங்கள் எதை எதிர்பார்க்கிறோம் என்றால், பெற்றோர்கள் மற்றவர்களை விட எங்களுக்கு முக்கியத்துவம் கொடுத்து எங்களைத் தேர்ந்தெடுப்பதைத்தான்.

காந்தி: இது ஏற்புடையதல்ல. இந்த உலகத்தின் மீதான எங்கள் பொறுப்பு எங்கள் குடும்பத்தின் மீதான பொறுப்பைக் காட்டிலும் முக்கியமானதாகிறது.

லீஸரல்: இதை உங்கள் அனுபவத்திலிருந்துதான் சொல்கிறீர்களா?

காந்தி: நான் என்ன நினைத்தேன் என்று என் மனைவியும் குழந்தைகளும் நன்றாக உணர்ந்திருந்தார்கள். நான் என் குடும்பத்தைக் கட்டாயப்படுத்தினேன் என்று சிலர் சொல்லக்கூடும். ஆனால் என் குடும்பத்தினரைக் கேட்டால்

இவையெல்லாம் அபத்தம் என்று உனக்கு சொல்வார்கள். அவர்களை ஏற்றுக்கொள்ள வைத்தேன் என்றே நான் நினைக்க விரும்புகிறேன்.

லீஸரல்: குடும்பம் என்பது காலாவதியான ஒன்று மிஸ்டர் காந்தி. எல்லாப் பிரச்சினைகளுக்கும் அதுவே மூலகாரணம்.

காந்தி: அதேபோல் எல்லாத் தீர்வுகளுக்கும் அதுவே மூலகாரணம்.

லீஸரல்: நீங்கள் என் தந்தையைச் சந்தித்திருக்க வேண்டும். வேறுவிதமான வாழ்க்கையை பார்க்க அந்தச் சந்திப்பு அவருக்கு உதவியிருக்கும்.

காந்தி: நான் அவரைச் சந்தித்திருக்க வேண்டும். வேறுவிதமான பார்வையைப் பெறுவதற்கு அது எனக்கு உதவியிருக்கும்.

லீஸரல்: உங்களை மாற்றவே முடியாது!.

காந்தி: நான் அப்படித்தான். எல்லோரும் அப்படித்தான் சொல்கிறார்கள். நாம் இருவரும் மிகக் குறைவான நேரமே சந்தித்திருந்தாலும், இப்படிச் சொல்வதன் மூலம் நீயும் அவர்களோடு சேர்ந்துகொள்கிறாய்!

(விளக்குகள் அணைந்து அணைந்து எரிகின்றன. இருவரும் அண்ணாந்து பார்க்கிறார்கள். மேலும் வேகமாக அணைந்து அணைந்து எரிந்து ஒளி மங்கலாகிறது. இப்போது ஒளி காந்தியின் அறை மீது கவிழ்கிறது.)

ஹரிலால்: என் மீது அவர் வைத்த நம்பிக்கையையெல்லாம் பொய்யாக்கிவிட்டேன். எந்த அளவுக்கு அவரது நம்பிக்கைகளை நான் பொய்யாக்கினேனோ அந்த அளவுக்கு நான் மோசமாக நடந்துகொண்டேன்.

ஐன்ஸ்டைன்: *(சங்கடத்தோடு ஹரிலாலின் தோளைத் தட்டிக்கொடுக்கிறார்)* மகன்கள் என்றால் அப்படித்தான் இருக்க முடியும். தந்தைகள் கூட அப்படித்தான் இருக்க முடியும்.

ஹாரிலால்: உங்கள் மகன்கள் அப்படி இருந்திருக்க மாட்டார்கள் என்று நான் உறுதியாக நம்புகிறேன்.

ஐன்ஸ்டைன்: என்னுடைய மகன்கள்? *(அமைதி)* ம்... உண்மைதான், உண்மைதான்.

ஹரிலால்: உங்களுக்கு எத்தனை குழந்தைகள்?

ஐன்ஸ்டைன்: இரண்டு மகன்கள்.

ஹரிலால்: இரண்டு மகன்கள் மட்டும்தானா...? மிகக் கச்சிதமான குடும்பம்.

ஐன்ஸ்டைன்: இல்லவே இல்லை. அவர்கள் என் முதல் மனைவியோடு வளர்ந்தார்கள். அவர்கள் என்னுடன் வாழவில்லை. அவளோடுதான் இருந்தார்கள்.

ஹரிலால்: ஒருவேளை அவர்களுக்கு அது நல்லதாகவும் இருந்திருக்கலாம். உங்களைத் தந்தை என்று சொல்லிக் கொண்டு அவர்கள் அறிவியலிலோ, கணிதத்திலோ சிறந்து விளங்கவில்லை என்றால் என்னவாகியிருக்கும் என்று நினைத்துப் பாருங்கள்!

ஐன்ஸ்டைன்: அவர்களுக்கு நல்லதா? அவர்களுக்கு நல்லதா? (அமைதி) அதில் ஒருவன் மனம் பிறழ்ந்தவனாக இருந்தான்.

ஹரிலால்: மோசமாகவா?

ஐன்ஸ்டைன்: ரொம்ப மோசமாக. அவன் என்னை வெறுத்தான். அவன் மீது அவ்வளவு அன்புகொண்டு கடிதங்கள் எழுதுவேன். (அமைதி) மிக அற்புதமாக வயலின் வாசிப்பான். ஒருவேளை அவன் நினைத்துக்கொண்டதைக் காட்டிலும் அதிகமாக அவன் என்னைப் போல் இருந்திருக்கலாம்.

ஹரிலால்: நாம் எல்லோருமே ஏதோ ஒரு விதத்தில் நம்முடைய தந்தையர் போலத்தானே, இல்லையா?

ஐன்ஸ்டைன்: தனது வாழ்க்கையின் பெரும்பகுதியை மனநல மருத்துவமனையில்தான் கழித்தான். அவனது அம்மா அவனைப் பார்த்துக்கொண்டாள். அவன் மேல் உயிரே வைத்திருந்தாள். ஆனாலும் மருந்துகளும் சிகிச்சைகளும் அவனைச் சின்னாபின்னமாக்கி விட்டன.

ஹரிலால்: நீங்கள் அவனைச் சந்திக்கும்போது அவன் உங்களிடம் என்னவெல்லாம் சொல்வான்?

(அமைதி)

ஐன்ஸ்டைன்: ஐரோப்பாவிலிருந்து நான் தப்பித்து வெளியேறிய பிறகு அவனை நான் சந்திக்கவேயில்லை.

ஹரிலால்: யுத்தத்துக்குப் பிறகும் கூட நீங்கள் அவனைச் சந்திக்க வில்லையா?

ஐன்ஸ்டைன்: இல்லை (மிகவும் உணர்ச்சிவசப்பட்டு) முதலில் யுத்தம், அணு ஆயுதத் தாக்குதல் என்று இருந்தது. பிறகு கொஞ்சம் கொஞ்சமாகப் பைத்தியம் பிடித்துக்கொண்டிருந்த இந்த உலகத்தில் அமைதியைக் கொண்டுவருவதற்கான என்னுடைய முயற்சிகள். இந்த மொத்த உலகத்துக்கும் நான் தாத்தாவானேன். எப்போதும் அறிவுரைகள் சொல்லிக்கொண்டே இருக்க வேண்டியிருந்தது. உன்னுடைய தந்தைதான் இந்த உலகத்தின் உண்மையான தாத்தா. குழந்தைகளைக் கூட நேசிக்காத - நான் அல்ல.

ஹரிலால்: ஆக, நீங்கள் அவனைச் சந்திக்கப் போகவேயில்லை.

ஐன்ஸ்டைன்: இல்லை, என்னால் அவனைப் போய்ப் பார்க்க முடியவில்லை. அவனுக்குக் கடிதங்கள் எழுதினேன். கடல் கடந்து நான் பயணம் செய்து அவனைச் சந்தித்திருந்தாலும் அதனால் ஆகக்கூடியது ஏதுமில்லை. இல்லை, எல்லாம் காலம் கடந்துபோனது. அதோடு என்னால் செய்யக்கூடியது என்றும் ஏதுமில்லை.

ஹரிலால்: அவன் என்ன நினைத்திருப்பான்? இந்த உலகத்திலேயே மிகவும் பிரபலமான மனிதர், தன்னுடைய தந்தையாகவும் இருப்பவர் தான் நோய்வாய்ப்பட்டிருக்கும் போது ஒரு முறைகூட வந்து பார்க்கவில்லையே என்றல்லவா நினைத்திருப்பான்.

ஐன்ஸ்டைன்: இது மற்ற நோய்கள் போன்று இல்லை. ஒருவேளை அவனால் என்னை அடையாளம் கண்டுகொள்ள முடியாமலும் போயிருக்கலாம். (அமைதி) எப்படியிருந்தாலும், அவன் என்னைப் பார்த்திருந்தால் என்ன சொல்லியிருப்பான் என்று நீ நினைக்கிறாய்? நான் செய்யாத எல்லாவற்றையும் நான்தான் காரணம் என்றுதான் என்னைக் குற்றம் சாட்டியிருப்பான்.

ஹரிலால்: நான் உங்களுக்காக வருத்தப்படுகிறேன். (அமைதி) என் தந்தைக்காகவும்.

ஐன்ஸ்டைன்: ஒருவேளை தந்தையாக இருப்பது என்பதே அப்படித்தான் போலும். ஒருவேளை அவர்களுடைய எதிர்பார்ப்புகளுக்கு ஏற்ப மகன்கள் எப்போதும் இருக்க மாட்டார்கள் போலும்.

ஹரிலால்: இல்லை, இதில் என்னுடைய தந்தையின் தவறேதுமில்லை. நான் விடலைத்தனமாகவும் முன்கோபியாகவும் இருந்தேன். மற்றவர்கள் அவரைச் சுலபமாக அணுக முடிந்ததைக் கண்டு பொறாமைப்பட்டேன். உங்களுக்குத் தெரியுமா, அவரது நண்பர் இங்கிலாந்து சென்று படிக்க எனக்குப் பண உதவி செய்ய முன்வந்தபோது, என்னைக்காட்டிலும் தகுதியானவன் என்று வேறொருவனுக்கு அந்த வாய்ப்பைக் கொடுத்தார். என்னால் இங்கிலாந்து போக முடியவில்லை, நான் முறையாகக் கல்வி கற்கவில்லை. அது என்னை எரிச்சல் கொள்ள வைத்தது என்றும் அதனால் நான் அவர் மீது கோபப்படுகிறேன் என்றும்தான் எல்லோரும் நினைத்தார்கள். இவர்கள் என்னையும் என் தந்தையையும் எவ்வளவு மோசமாகப் புரிந்துகொண்டிருக்கிறார்கள். நான் கோபப்படவுமில்லை, கசப்புணர்வு கொள்ளவுமில்லை. அவர் செய்தது போன்ற ஒன்றை மாபெரும் மனிதர் ஒருவரால் மட்டுமே செய்ய முடியும் என்றே அவரிடம் சொல்ல விரும்பினேன்.

ஐன்ஸ்டைன்: அப்படியாக அவரிடம் நீ சொன்னாயா?

ஹரிலால்: இல்லை, நான் அவரிடம் சொல்ல நினைத்தது ரொம்ப அதிகம். ஆனால் அவரிடம் சொன்னது ரொம்பக் குறைவு.

ஐன்ஸ்டைன்: மனிதக் குடும்பங்கள் மீதான மிகப்பெரிய சாபமே இதுதான். நாம் யாரை அதிகம் நேசிக்கிறோமோ அவர்களையே அதிகமாகக் காயப்படுத்துகிறோம்.

ஹரிலால்: நான் அவரையோ என் அம்மாவையோ அல்லது என் குழந்தைகளையோ காயப்படுத்த வேண்டும் என்று எப்போதும் நினைத்ததில்லை. நான் செய்தவையெல்லாம் அவருக்கு எதிரானதாகவே இருந்தன; இஸ்லாமியப் பெண்ணைத் திருமணம் செய்துகொண்டேன். அந்நியத் துணிகளை விற்பனை செய்தேன். பிறகு இஸ்லாமியராகவே மாறினேன்... பிறகு குடித்துவிட்டு சீக்காளியாய்த் தெருக்களில் விழுந்து கிடந்தேன். அப்போதுதான் நான் இறந்ததாக

எல்லோரும் நினைத்தார்கள். இல்லை, என் தந்தையின் உடல் எரிக்கப்பட்ட போது, கூட்டத்தில் ஒருவனாக மறைந்து நின்று பார்த்தபோதே நான் இறந்து போய்விட்டேன். அதற்கு பிறகு ஒருசில மாதங்களாவது நான் உயிரோடு இருந்ததை நினைத்து நான் சந்தோஷப்படுகிறேன். அவருக்கு முன்னால் நான் இறந்துபோயிருந்தால் அவர் மனமுடைந்துபோயிருப்பார் - அதுபோல் நடப்பதை நான் எப்போதும் விரும்பவில்லை.

ஐன்ஸ்டன்: குழப்பங்கள். இந்தப் பிரபஞ்சத்தின் விடை காண முடியாத பெரும் புதிர்கள் - குடும்பமும் மனிதர்களும்தான். வெறுமனே காலம், வெளி குறித்த புதிர்களை விடுவித்துக் கொண்டிருப்பதில் நான் சந்தோஷமாக இருந்தேன்.

ஹரிலால்: உங்கள் மகன் மனநல மருத்துவமனையில் இருந்துகொண்டு கனவில் வயலின் வாசித்துக் கொண்டிருக்கும்போது.

ஐன்ஸ்டைன்: அதுபோல் உணர்வுகள் எனக்கு இருந்திருக்குமானால், ஒருவேளை நான் அவனுக்கும் ஆறுதல் சொல்லிக் கொண்டிருக்கலாம், அவனைத் தாங்கிப் பிடித்துக் கொண்டிருக்கலாம். ஆனால், என்னால் இயற்பியல் ஏதும் செய்திருக்க முடியாது! இவை எல்லாம் நாம் எதைத் தேர்ந்தெடுக்கிறோம் என்பதோடு தொடர்புடையது. ஆனால், நாம்... நான் சொல்லவருவது என்னவென்றால், நீயும் நானும், உன் தந்தையும் நானும் வேறுபட்ட பண்பாட்டைச் சேர்ந்தவர்கள்.

ஹரிலால்: அல்லது அவ்வளவு வேறுபட்டதாக இல்லாததாகவும் இருக்கலாம். நீங்களும் என் தந்தையும். ஏன் நானும் என் தந்தையும் கூட என்னைப் பாருங்கள். நான் அவரைச் சந்திக்க வந்தேன். இறுதியாக நான் எப்படி அவரைப் போன்றே இருக்கிறேன் என்று அவருக்குக் காட்டுவதற்காகவே வந்தேன். இறுதியாக என்னைப் பற்றி அவர் பெருமைப்படலாம் என்று அவரிடம் சொல்வதற்காகவே வந்தேன். நான் எப்படி காந்தியாக இருக்கிறேன் என்று அவரிடம் காட்டுவதற்குக் காந்தியாகவே உடையணிந்து வந்தேன்... ஆனால் நான் உங்களைத்தான் சந்திக்க முடிந்தது. (ஹரிலால் மேல் கோட்டைக் கழற்றுகிறார். தனது கால்சராயைக் கழற்றுகிறார். உள்ளே காந்திய பாணியிலான அரை வேட்டியும் கதர் சட்டையும் அணிந்திருக்கிறார். சட்டைப் பையிலிருந்து காந்தி குல்லாவை எடுத்து அணிந்துக்

கொள்கிறார்). நான் அவருக்கு இப்படியாக இருக்கவே விரும்புகிறேன்.

(ஹரிலால் ராட்டைக்குப் பின்னால் உட்கார்ந்து கொள்கிறார். காந்திக்குப் பிடித்த பஜனைப் பாடலைப் பாடிக்கொண்டே ராட்டை சுற்றத் தொடங்குகிறார். ஒளி மங்குகிறது. ஐன்ஸ்டைன் ஹரிலாலைப் பார்த்து நின்றுகொண்டிருக்கிறார்.)

(பனிமூடிய பூங்கா. மேடைக்கு நடுவில் ஒரு பெஞ்சு காணப்படுகிறது. அதில் ஐன்ஸ்டைன் சுங்கான் பிடித்தபடி அமர்ந்திருக்கிறார். தரையில் கைத்தடி ஊன்றி யாரோ நடந்துவரும் சத்தம் கேட்கிறது. பிறகு காந்தியின் குரல் ஐன்ஸ்டைனுக்கு அருகில் தோன்றுவதாக இருக்கிறது. மேடை முழுக்கப் பனி மூடிக் கிடக்கிறது. இவர்களிடையே உரையாடல் தொடங்கும்போது பிரபலமான மனிதர்களின் புகைப்படங்கள் (அவர்கள் அங்கு இருப்பதுபோல்) பனிமூட்டத்தில் தெரிகின்றன. பிறகு அவை கரைந்துபோகின்றன.)

காந்தி: நீங்களும் உங்களுடைய சுங்கானும்.

ஐன்ஸ்டைன்: நீங்களும் உங்களுடைய புனிதப் போர்களும்.

(காந்தி ஐன்ஸ்டைனுக்கு அருகில் உட்கார்ந்துகொள்கிறார்).

காந்தி: ஆக, இறுதியாக நாம் சந்தித்துக்கொள்கிறோம். எப்போதாவது சந்திக்க நேர்ந்தால் என்ன பேசிக்கொள்வோம் என்று பல காலமாகச் சிந்தித்துக் கொண்டிருந்தேன். இதோ, நாம் சந்தித்துவிட்டோம்.

ஐன்ஸ்டைன்: ஆமாம், சந்தித்துவிட்டோம். இப்போது. இந்தக் கணத்தில். ஒன்றாக.

காந்தி: இந்தச் சந்திப்பு முன்பு நான் கற்பனை செய்துவைத்திருந்தது போல் இல்லை. நீங்கள் என்னுடைய ஆசிரமத்துக்கு வருவதாக இருந்தது.

ஐன்ஸ்டைன்: நான் எங்கும் போகக்கூடிய நிலையில் இல்லை. நீங்கள் உண்மையிலேயே தெரிந்துகொள்ள வேண்டும் என்றால், வாழ்க்கையே வெறுத்துப் போயிருந்தேன்.

காந்தி: ஆமாம், அது மிக மோசமாக காலம்தான். மிக மோசமான, பயனற்ற போர்.

ஐன்ஸ்டைன்: எல்லாப் போர்களையும் போலவே... ஆனால் இது மொத்த மானுடத்தின் அழிவின் தொடக்கமாக அல்லவா இருந்தது.

காந்தி: நானும் அப்படித்தான் நினைக்கிறேன். ஆனால் நான் மானுடத்தின் மீது பெருத்த நம்பிக்கையும் வைத்திருக்கிறேன். மானுடம் நிலைத்திருக்கும். உண்மையான கேள்வி என்னவென்றால் எப்படிப்பட்ட நிலையில் நிலைத்திருக்கும் என்பதுதான்.

ஐன்ஸ்டைன்: அவை நிலைத்திருக்குமா என்றுகூட நான் சில சமயங்களில் யோசிப்பதுண்டு. (அமைதி) நாம் தவறு செய்துவிட்டோம். மிகப்பெரிய தவறு.

(அமைதி).

காந்தி: நீங்கள் அணுகுண்டைக் குறிப்பிடுகிறீர்களா?

ஐன்ஸ்டைன்: நிச்சயமாக அதைத்தான் சொல்கிறேன். அதனோடு பிரிக்க முடியாத வகையில் மோசமான முறையில் என் பெயரும் சேர்ந்துவிட்டது. என் வாழ்க்கையின் இறுதி காலத்தில் அதற்கு எதிராக நான் எவ்வளவு போராடியிருந்தாலும். அதனால்தான் நீங்கள் எனக்குக் கலங்கரைவிளக்கமாக இருந்தீர்கள். இந்தப் பிரபஞ்சத்தில் உண்மையிலேயே மகா சமன்பாடு என்று ஒன்று இருக்குமானால் அது அமைதியாகத்தான் இருக்க முடியும்.

காந்தி: அப்புறம் அகிம்சை. ஹிரோஷிமாவுக்குப் பிறகு அகிம்சை மீதான என்னுடைய நம்பிக்கை ஆட்டம்காணத்தான் செய்தது. ஆனால், அதே சமயத்தில் அகிம்சையை மட்டும்தான் அணுகுண்டால் அழிக்கமுடியாது என்றும் உணர்ந்திருந்தேன்.

ஐன்ஸ்டைன்: மிகச் சரியாக சொன்னீர்கள். என்னுடைய பணி உங்களுடைய பணியில் பாதி அளவுக்கேனும் பயனுள்ளதாகவும் அறிவுள்ளதாகவும் இருந்திருக்கலாம்.

காந்தி: பேராசிரியரே, தன்னடக்கம் வேண்டாம். நீங்கள் உண்மையிலேயே மகா பெரிய முனிவர். நீங்கள் அறிவியலாளர், நான் சாதாரண... நான்...

ஐன்ஸ்டைன்: அறிவியலாளர் என்று இன்னும் கொஞ்சம் சந்தோஷத்தோடு சொல்லலாமே!

காந்தி: இல்லை, அது சற்றே கடினமாக இருக்கும். நம்மை இணைப்பதற்கு எவ்வளவோ இருக்கின்றன என்றாலும் அறிவியல் கண்மூடித்தனமாகச் செய்யும் செயல்கள் அவற்றில் ஒன்றல்ல.

ஐன்ஸ்டைன்: (பொறுமையிழந்து எழுந்துகொள்கிறார்) இல்லை, இல்லை. நாம் இன்னும் கொஞ்சம் சிறப்பாகச் செயல்பட்டிருக்க வேண்டும். இன்னும் மேலான உலகத்தை கொடுத்துவிட்டு நாம் வந்திருக்க வேண்டும். அதைச் செய்தோமா என்று எனக்குச் சந்தேகமாகத்தான் இருக்கிறது.

காந்தி: உங்களுக்கு அணுகுண்டுப் படுகொலைகள் என்றால், எனக்குப் பிரிவினைப் படுகொலைகள்.

ஐன்ஸ்டைன்: இவ்விரண்டுக்கும் நாம் இருவருமே பொறுப்பில்லை என்றாலும்...

காந்தி: அதற்கான தார்மிகச் சுமையை ஏற்றுக்கொள்கிறோம்... வாழ்க்கை எவ்வளவு விசித்திரமாக இருக்கிறது. நான் இறந்துவிட்டேன் என்றும், இதிலிருந்து எல்லாம் தப்பித்து விட்டேன் என்றும் நினைத்திருந்தேன். ஆனால் திடீரென்று நானெங்கு இருக்க வேண்டி வந்தது என்பதைச் சொன்னால் நீங்கள் நம்ப மாட்டீர்கள்.

ஐன்ஸ்டைன்: நான் ஊகிக்க முயல்கிறேன். இல்லை, நான் சில கணிதச் சமன்பாடுகளுக்கு தீர்வுகண்டு, நீங்கள் எங்கு இருந்தீர்கள் என்று சொல்ல முயற்சிக்கிறேன். (கணிதச் சிக்கலை மனதில் தீர்க்க முயற்சிப்பதுபோல் செய்கைகள் செய்கிறார்). ஆ... நான் இப்போது விடை கண்டுபிடித்துவிட்டேன். நீங்கள் பிரின்ஸ்டன் பல்கலைக்கழகத்தில் எனது அறையில் இருந்தீர்கள்!

காந்தி: நான் ரொம்பவும் ஆச்சரியப்பட்டுப் போனேன் என்று சொல்லவா அல்லது, உங்களுடைய கணித விளையாட்டுகள் எதுவுமில்லாமல், நீங்கள் என் ஆசிரமத்தில் என் அறைக்குச் சென்றிருந்தீர்கள் என்பதையும் சேர்த்துச் சொல்லவா?

ஐன்ஸ்டன்: இல்லை... இல்லை... நாம் வெளிப்படையான மனிதர்கள். நாம் எப்போதும் பொய் சொல்வதில்லை.

உங்களை நோக்கி நான் ஈர்க்கப்படுவதும் இதனால்தான். உண்மை மீதான உங்களுடைய உணர்வுபூர்வமான பிடிவாதம்.

காந்தி: உங்களை நோக்கி நான் ஈர்க்கப்படுவதும் இதனால்தான். உண்மை குறித்தான உங்களுடைய தேடலை நீங்கள் எப்போதும் நிறுத்தியதில்லை.

ஐன்ஸ்டைன்: உங்களைப் போலவே. நாம் சகோதரர்களாக இருந்திருக்க வேண்டும்.

காந்தி: ஓ... இல்லை. அது மோசமான விளைவுகளை ஏற்படுத்தியிருக்கும். உங்களுக்கு நான் முடிவேயில்லாமல் அறிவுரைகள் வழங்கியிருப்பேன், நீங்கள் புகைப்பது, உங்களுடைய ஆடை, உணவுப் பழக்கங்கள்...

ஐன்ஸ்டைன்: நானும் இதையேதான் உங்களுடைய மகனிடம் சொன்னேன்.

காந்தி: என் மகனா?

ஐன்ஸ்டைன்: ஓ... என்னை மன்னித்துவிடுங்கள். நான் இதை உங்களிடம் சொல்லியிருக்கக் கூடாது.

காந்தி: எதைச் சொல்லியிருக்கக் கூடாது? என் மகனை நீங்கள் சந்தித்தீர்கள் என்பதையா? எந்த மகனைச் சந்தித்தீர்கள்?

ஐன்ஸ்டைன்: (யோசிக்கிறார்) உங்களது இரண்டாவது மகன், தென்னாப்பிரிக்காவில் இருந்தவன். அவன் ஒரு முறை அமெரிக்கா வந்திருந்தபோது, என்னை சந்தித்திருக்கிறான். வசீகரமானவன். அப்படித்தான் இருந்தான்.

காந்தி: (ஏமாற்றத்தோடு) ஓ... மணிலால். நல்லது. நான் என்ன நினைத்தேன் என்றால் ஒருவேளை நீங்கள் இன்னொருவனை...

ஐன்ஸ்டைன்: யாரை?

காந்தி: யாருமில்லை. (அமைதி) நானும் ஒருவரைச் சந்தித்தேன். ஆவியாக.

ஐன்ஸ்டைன்: எனக்கு ஆவிகள் மீது நம்பிக்கையெல்லாம் கிடையாது.

காந்தி: அவள் உங்களை நம்பினாள்.

ஐன்ஸ்டைன்: அவள்? என் வாழ்க்கையின் அவள்களில் எந்த அவள் அவள்? (சிரிக்கிறார்).

காந்தி: சாத்தியப்பட்ட ஒரே அவள். உங்களுடைய மகள்.

ஐன்ஸ்டைன்: என் மகள்? (தீர்மானமாக) எனக்கு மகள் என்று யாரும் கிடையாது.

காந்தி: அது நீங்கள் மட்டுமே அறிந்த உண்மை என்று அவள் சொன்னாள்.

ஐன்ஸ்டைன்: சில விஷயங்களைப் பொறுத்தமட்டில் உண்மை என்று ஏதுமில்லை. அவள் அப்படியானவள்.

காந்தி: அவள் உங்களைச் சந்திக்க உங்கள் அலுவலகம் வந்திருந்தாள். அங்கு என்னைத்தான் சந்தித்தாள். குறைந்தபட்சம் உங்களது கருத்துகளைக் காட்டிலும் உங்கள் அறையையாவது சற்று மரியாதையோடு கவனித்துக்கொள்வார்கள் என்று நம்புகிறேன்.

ஐன்ஸ்டைன்: இந்த உலகம்தான் எப்படிப்பட்ட ஒழுங்கைக் கொண்டிருக்கிறது. உங்களைப் பார்க்க உங்கள் ஆசிரமத்துக்கு வந்திருந்த உங்கள் மகன், உங்களுக்குப் பதிலாக என்னைப் பார்க்க நேர்ந்தது. உங்களது லட்சியங்கள் போலவே உங்களது அறையும் மறக்கப்பட்டுக் கிடந்தது.

காந்தி: என் மகனா? மணிலாலா?

ஐன்ஸ்டைன்: இல்லை, உங்களது மூத்த மகன், ஹரிலால்.

காந்தி: ஹரி உங்களைப் பார்க்க வந்தானா?

ஐன்ஸ்டைன்: இல்லை, உங்களைப் பார்க்க வந்தான். எதேச்சையாக நான் அங்கு இருக்க நேர்ந்தது. (அமைதி) நீண்டகாலமாக நான் உங்களிடம் இதைக் கேட்க வேண்டும் என்று இருந்தேன். உங்கள் வாழ்க்கை முழுக்க ஏன் நீங்கள் ராட்டை சுற்றிக்கொண்டிருந்தீர்கள்? அதன் மூலம் என்ன சாதிக்கமுடியும் என்று நம்பினீர்கள்?

காந்தி: அவன் உங்களிடம் என்ன சொன்னான்?

இரண்டு தந்தையர் | 175

ஐன்ஸ்டைன்: ஒன்றுமில்லை. உங்களிடம் ஏதோ சொல்ல வந்தான். ஆனால் நீங்கள் அங்கு இல்லை.

காந்தி: நான் எப்போதும் அங்குதான் இருந்தேன். (அமைதி) நீங்கள் அவனிடம் பேசியிருக்க வேண்டும். என் சார்பாக நீங்கள் பேசியிருக்க வேண்டும்.

ஐன்ஸ்டைன்: ஏன்? நான் அப்படி ஒருபோதும் செய்ய மாட்டேன். உங்களிடம் காணப்படும் வாதத்திறமையோ மற்றவரை இணங்க வைக்கும் திறமையோ என்னிடம் கிடையாது.

காந்தி: நீங்கள் யாரையும் இணங்க வைக்க வேண்டிய அவசியமில்லை. நீங்கள் சொல்ல வேண்டியதைச் சொன்னாலே போதுமானது, நாங்கள் அதைப் பின்பற்றியிருப்போம்.

ஐன்ஸ்டைன்: நீங்கள் பேசுவதைக் கேட்கத்தான் வந்தான். சொல்லப்போனால், உங்களிடம் ஏதோ சொல்ல வந்தான் என்று நினைக்கிறேன்.

காந்தி: என்ன சொல்ல வந்திருப்பான் என்று என்னால் ஊகிக்க முடிகிறது. நான் போதுமான அளவுக்கு அவன் பேச்சைக் கேட்டிருக்கிறேன். (அமைதி) அவன் ஒருவன்தான் ஏறக்குறைய என்னைப் போன்று இருந்தான்; பிடிவாதக்காரன். எப்போதும் இந்த உலகத்தின் தார்மிகப் பளுவையெல்லாம் தன் மீது சுமத்திக்கொண்டான். அவனைப் புரிந்துகொண்டவர்கள் மிகக் குறைவு. நானும் புரிந்துகொள்ளவில்லை என்று நினைத்தார்கள். ஆனால் மனதார நான் அவனை அறிந்திருந்தேன். ஒருவேளை அவனால் எண்ணிப்பார்க்க முடிந்ததற்கு மேலாக நான் அவனை நேசித்தேன்.

ஐன்ஸ்டைன்: இதையேதான் அவனும் சொன்னான்.

காந்தி: (உற்சாகமாக) அப்படியா சொன்னான்? (ஏமாற்றத்தோடு) காலம் கடந்துவிட்டது. காலம் கடந்துவிட்டது.

ஐன்ஸ்டைன்: இல்லவே இல்லை. காலம் என்பது சார்புத்தன்மை கொண்டது என்று நான் நிரூபிக்கவில்லையா?

காந்தி: (சந்தோஷத்தோடு) ஆக, அணுகுண்டுகள் செய்வதற்கு அப்பாலும் உங்களது இயற்பியல் பயன் தரக்கூடியதாக இருக்குமோ! (சந்தோஷமாக சிரிக்கிறார்). நான் அவனிடம்

எப்படிப் பேச முடியும் என்று தயவுசெய்து சொல்லுங்கள். நாம் மீண்டும் எல்லாவற்றையும் முதலிலிருந்து தொடங்க முடியும் என்று சொல்ல விரும்புகிறேன். அவனிடம் சொல்லுங்கள்... *(அமைதி)* அவன் குடித்திருந்தானா?

ஐன்ஸ்டைன்: இல்லை.

காந்தி: அப்படியென்றால் அவன் அந்தப் பழக்கத்தை நிறுத்திவிட்டான் போலும்.

ஐன்ஸ்டைன்: எனக்குத் தெரியாது.

காந்தி: பார்க்க எப்படி இருந்தான்? குடித்தவன்போல் இருந்தானா?

ஐன்ஸ்டைன்: பார்ப்பதற்கு... அதை எப்படிச் சொல்வது... எடுப்பாக, ஆமாம் எடுப்பாக உடையணிந்திருந்தான். அவன் மட்டும் தொப்பி ஒன்று அணிந்திருந்தால் சினிமா கதாநாயகன் போலவே இருந்திருப்பான்.

காந்தி: (பிரியத்தோடு) எப்போதும் எல்லாவற்றையும் பகட்டாக வெளிப்படுத்திக் கொள்வான். கலகக்காரன். எப்போதும் கலகக்காரன்.

ஐன்ஸ்டைன்: பிரச்சினை என்னவென்றால் நீங்களும் கலகக்காரர்தான். எப்போதும் கலகக்காரர்.

காந்தி: (உள்ளூரச் சிரித்தபடி) உண்மைதான், உண்மைதான்; நான் ஒரு கலகக்காரன்தான். சில விஷயங்களைத் தவிர்த்து. அதாவது...

ஐன்ஸ்டைன்: குடிப்பதில்லை, புகைப்பதில்லை, பெண்களிடம் போவதில்லை...

காந்தி: மேலும் பயனுள்ள வழிகளில் நாம் கலகக்காரர்களாக இருக்க முடியும். நீங்கள் இன்னும் என்னிடம் சொல்லவில்லை - அவன் குடித்திருந்தானா?

ஐன்ஸ்டைன்: இல்லை. பளிச்சென்று இருந்தான். சந்தோஷமாக இருந்தான். அவனிடம் குடிக்கலாம் என்று நான் சொன்னேன்.

காந்தி: என்னது! அந்தக் காரியத்தை என் அறையில் செய்தீர்களா, அதுவும் ராட்டையைச் சுற்றிக்கொண்டு! பேராசிரியர் அவர்களே!

ஐன்ஸ்டைன்: இல்லை, அப்படி ஏதும் நடக்கவில்லை. கடவுளே, பாதுகாவலனோடு இருக்கும் கன்னிப்பெண் போல் உணர்கிறேன்! அப்படி ஏதும் நடக்கவில்லை.

காந்தி: அவனும் குடித்தானா?

ஐன்ஸ்டைன்: இல்லை. குடிக்க மறுத்துவிட்டான்.

காந்தி: (உற்சாகத்தோடு எழுந்துக்கொண்டு, பெஞ்சைச் சுற்றி நடக்கத் தொடங்குகிறார்). எனக்குத் தெரியும். இதெல்லாம் சில காலங்களுக்குத்தான் என்று எனக்குத் தெரியும். அவன் திருந்திவிடுவான் என்று எனக்குத் தெரியும், எனக்குத் தெரியும்.

ஐன்ஸ்டைன்: மகாத்மாவே தயவுசெய்து நிறுத்துங்கள். என் தலை சுற்றுகிறது. அவன் திருந்தி வந்திருந்தான் என்றாலும், நீங்கள் சொல்வது நடப்பதற்கு அவனுக்கு வேறு உலகம் தேவைப்படுகிறது. பாவம், அவன் எப்படி இறந்தான் என்று நீங்கள் கேள்விப்பட்டிருப்பீர்கள் என்று நினைக்கிறேன்.

காந்தி: நான் அதை நினைத்துப் பார்க்கவே விரும்பவில்லை. அவனே என் அதிகபட்ச அன்புக்குரிய மகனாக இருந்தான். அவனுக்காக நான் என்ன வேண்டுமானாலும் செய்திருப்பேன்.

ஐன்ஸ்டைன்: உங்களுக்குத் தெரியுமா, உங்களுக்காக அவனும் என்ன வேண்டுமானாலும் செய்யத் தயாராக இருந்தான். அவன் ஆங்கிலேயர் போல் உடையணிந்து வந்தான் என்றாலும் அதற்குள் இந்தியனாகவே இருந்தான். அவன் நீங்களாகவே இருந்தான்.

காந்தி: எனக்குத் தெரியும்.

ஐன்ஸ்டைன்: இல்லை, நான் நேரடி அர்த்ததிலேயே சொல்கிறேன். அவன் என்ன செய்தான் தெரியுமா? அவன் சட்டை, கால்சராயைக் கழற்றிப் போட்டான் - உங்களுக்கு ஆச்சரியமாக இருக்கிறதா? - (சிரிக்கிறார்) ஆனால் அதற்கு உள்ளே உங்களைப் போலவே உடையணிந்திருந்தான். உங்கள் நாட்டு மக்கள் அணிந்துகொள்ளும் அந்தக் கோமாளித் தொப்பியையும் அணிந்துகொண்டான். உங்களுக்குப் பிடித்த பாடல்களைப் பாடிக்கொண்டு ராட்டை சுற்றத் தொடங்கினான். உண்மையில் அவன் நீங்களாகவே மறுபிறவி எடுத்தான்.

காந்தி: *(வருத்தத்தோடு)* இங்கு மறுபிறவி என்ற சொல்லை உபயோகிப்பது விசித்திரமாக இருக்கிறது...

ஐன்ஸ்டைன்: ஆமாம், கடந்தகாலத்தில் மறுபிறவி எடுத்தான். எதிர்காலத்தில் அல்ல. அது நீங்கள்தான், அது அவன்தான். நீங்கள் இருவரும் ராட்டையின் இரண்டு பக்கங்கள்.

காந்தி: *(ஐன்ஸ்டைன் கைகளைப் பிடித்துக்கொள்கிறார்)* நன்றி பேராசிரியரே, நன்றி. உங்களால் கற்பனை செய்துபார்க்க முடியாத அளவுக்கான விஷயத்தை எனக்குக் கொடுத்திருக்கிறீர்கள்.

ஐன்ஸ்டைன்: நம்மால் கற்பனை செய்துபார்க்க முடியாத அளவுக்கு என்று ஏதும் கிடையாது. சிந்திப்பதைக் காட்டிலும் கற்பனை உண்மையானது.

காந்தி: உண்மை! நாம் இருவரும் இந்தக் கருத்துக்கு நம்மை நாம் எந்த அளவுக்கு அர்ப்பணித்திருப்போம்! இவ்வளவுக்கும் பிறகு எனக்கு வியப்பாகத்தான் இருக்கிறது. ஆமாம், வியப்பாகத்தான் இருக்கிறது.

ஐன்ஸ்டைன்: எனக்கும் வியப்பாகத்தான் இருக்கிறது. அப்படி அர்ப்பணித்திருக்கவில்லை என்றால் நாம் பெரும் மனிதர்களாக இருக்கப்போவதில்லை. *(அமைதி)* அல்லது இருந்திருக்கப்போவதில்லை.

காந்தி: நீங்கள் ரொம்பவும் தன்னடக்கத்தோடு இருக்கிறீர்கள், பேராசிரியர் அவர்களே.

(இருவரும் உரக்கச் சிரிக்கிறார்கள். மெல்லிய இசையோடு பூங்காவில் காணட்டும் இயற்கையான ஒலி கலந்த பின்னணியில் இருவரும் மௌனமாக உட்கார்ந்திருக்கிறார்கள்.)

ஐன்ஸ்டைன்: *(எழுந்துகொண்டு)* காலம் என்னதான் சார்புத்தன்மை கொண்டதாக இருந்தாலும், நாம் பிரிந்து போக வேண்டிய காலம் வந்துவிட்டது. நாம் இருவரும் சந்திப்பதற்குப் பல காலங்கள் காத்திருந்தோம். நீண்ட, நீண்ட காலத்துக்குப் பிறகு எனக்குச் சந்தோஷத்தைக் கொடுக்கக்கூடிய சந்திப்பாக இது இருந்தது என்று சொல்லத்தான் வேண்டும்.

காந்தி: நானும் அப்படித்தான் சொல்ல வேண்டும். நாம் இருவரும் ஒரே விஷயத்தைத்தான் சொல்லிக் கொண்டிருக்கிறோம் என்பதை நீங்கள் கவனித்தீர்களா? நாம் சகோதரர்களாக

இருந்திருக்க வேண்டும் என்பதை மறந்துவிடுங்கள் - நாம் இரட்டையர் என்றே நினைக்கிறேன்.

ஐன்ஸ்டைன்: இரட்டையர்! தயவுசெய்து மறுபடியும் அதைத் தொடங்காதீர்கள். நான் சாதாரண மனிதர்கள் மத்தியில் சார்பியல் கோட்பாட்டை எவ்வாறு பிரபலமாக்கினேன் என்று நீங்கள் கேள்விப்பட்டிருக்கிறீர்களா? இரட்டையரில் ஒருவனை ஒளியின் வேகத்தில் பயணம் செய்ய வைத்தேன். மற்றொருவன் இங்கயே தங்கியிருந்தான். ஒளியின் வேகத்தின் பயணம் செய்தவன், திரும்பி வந்தபோது அதே வயதில் இருந்தான். இங்கு தங்கியிருந்தவன் வயது கூடியவனாக இருந்தான். இந்தக் கதை ஏன் எல்லோரையும் வசீகரித்தது என்று எனக்குப் புரியவேயில்லை.

காந்தி: அற்புதம். நீங்கள் சொன்னதில் ஒரு வார்த்தையும் எனக்கு விளங்கவில்லை என்றாலும் அற்புதமாக இருக்கிறது.

ஐன்ஸ்டைன்: நீங்கள் பௌதிக உலகைப் புரிந்துகொள்ளவில்லை. என்றாலும், ஆன்மிக உலகைப் புரிந்துகொண்டீர்கள். நான் சொல்கிறேன், அது இன்னும் கடினமானது.

காந்தி: எந்த உலகத்தையும் புரிந்துகொண்டேன் என்று நான் சொல்லிக் கொள்ளவில்லை. எனக்குத் தெரிந்தது எல்லாம், எவ்வாறு செயல்படுவது, எவ்வாறு மனசாட்சிக்குச் செவிமடுப்பது, உண்மையை எவ்வாறு உணர்வது போன்றவை மட்டும்தான்.

ஐன்ஸ்டைன்: நமக்கு வேறு என்ன தேவை இருக்கிறது? யாருக்குதான் வேறு என்ன தேவை இருக்க முடியும்? சரி, போய்வருகிறேன் மிஸ்டர் காந்தி. அல்லது நான் மகாத்மா என்று அழைக்க வேண்டுமா? *(வெளியேறத் தொடங்குகிறார்).*

காந்தி: ஆனால், பொறுங்கள் பேராசிரியர் அவர்களே. உங்கள் மகள் என்னிடம் என்ன சொன்னாள் என்று நீங்கள் தெரிந்துகொள்ள விரும்பவில்லையா? அவளைப்பற்றி, பார்ப்பதற்கு எப்படி இருந்தாள், என்ன பேசினாள் என்றெல்லாம் நீங்கள் தெரிந்துகொள்ள விரும்பவில்லையா?

ஐன்ஸ்டைன்: (அமைதி. வெகு தூரத்திலிருந்து ஏதோ குரலைக் கேட்பதுபோல்) ஹா, நான் ஏற்கெனவே கேட்காத எதை அவள் சொல்லியிருக்கப்போகிறாள்? இந்தத் தென்றலின்

சலசலப்பின் ஒவ்வொரு கணத்திலும், உடைந்து போகக்கூடிய இந்த வயதான நாற்காலியின் ஒவ்வொரு முனகலிலும், நட்சத்திரங்களின் ஒவ்வொரு கண்சிமிட்டலிலும் நான் அவள் குரலைக் கேட்டுக்கொண்டுதான் இருக்கிறேன். அவளும் நானும் எப்போதும் சந்தித்துக்கொள்ளவே கூடாது என்பது விதிபோலும். அவள் குறித்தான எத்தகைய கதையும், எத்தகைய சொல்லும் அந்த விதியை அழிக்க முடியாது. *(அமைதி)* அவளை எனக்காகப் பத்திரமாக பார்த்துக் கொள்ளுங்கள். ஒருவேளை, யாருக்குத் தெரியும், நாம் எல்லோரும், நீங்கள், உங்களுடைய மகன், நான், என்னுடைய மகள் எல்லோரும் சந்தித்துக்கொள்ளும் காலம் வரலாம். அந்தக் காலம் நிச்சயமாக வரும். அது அருகாமையில்தான் எங்கோ நமக்காகக் காத்திருக்கிறது. போய்வருகிறேன் காந்தி, போய்வருகிறேன்.

(ஐன்ஸ்டைன் மெல்ல நடந்துபோகிறார். பனிமூட்டம் அவரை மறைக்கிறது. காந்தி அவரைப் பார்த்தபடி நின்றுகொண்டிருக்க, அவரையும் பனிமூட்டம் மறைத்துவிடுகிறது. இவ்வளவு நேரமும் இவர்கள் பேச்சைக் கேட்டுக் கொண்டிருப்பதுபோல் ஒருவர் கையை ஒருவர் பிடித்துக்கொண்டு நின்றுகொண்டிருக்கும் ஹரிலால் மீதும் லீஸரல் மீதும் ஒளி விழுகிறது.)

●